I0745168

Phiếm 23

song thao

NHÂN ẢNH

2019

Phiếm 23

Song Thao

NHÂN ẢNH xuất bản

Bìa: Trần Triết

Kỹ thuật: Tạ Quốc Quang

www.songthao.com

Copyright © 2019 by Song Thao

ISBN: 978-1-927781-84-5

MỤC LỤC

NGOẠI TẬP

ẢNH

Chiến tranh Việt Nam đã để lại ba tấm ảnh nổi tiếng. Cả ba nhiếp ảnh gia đều được giải thưởng và được khắp thế giới biết tới tên tuổi. Mỗi tấm ảnh có một định mệnh khác nhau. Định mệnh bi thảm nhất là tấm hình nhiếp ảnh gia Eddie Adams chụp tướng Nguyễn Ngọc Loan hành quyết tên Việt cộng Nguyễn văn Lém, tự Bảy Lốp, trong biến cố Tết Mậu Thân tại Sài Gòn. Ben Wright, Giám Đốc Truyền Thông tại Trung Tâm Tư liệu về Lịch sử Hoa Kỳ Dolph Briscoe, nói: "Có một cái gì đó trong bản chất của một bức ảnh tĩnh tác động sâu sắc đến người xem và đọng lại với họ". Hal Buell, biên tập viên ảnh của AP, nơi Eddie làm việc khi bức ảnh được chụp, nói: "Eddie được dẫn lời rằng nhiếp ảnh là một vũ khí mạnh mẽ. Tính chất của nhiếp ảnh là mang tính chất chọn lọc. Nó thu hẹp một khoảnh khắc, tách khoảnh khắc đó ra khỏi những khoảnh khắc trước và sau mà có thể dẫn tới ý nghĩa thay đổi." Bức ảnh chỉ ghi lại một khoảnh khắc rất

Bức hình Tướng Loan bắn Bảy Lốp của nhiếp ảnh gia Eddie Adams.

nhanh. Những gì xảy ra trước đó là việc Bảy Lốp đã giết vợ và sáu con của một đồng đội của tướng Loan. Khi đó Eddie Adams đã nghĩ tướng Loan là một "kẻ giết người lạnh lùng vô nhân tính", nhưng sau khi đi cùng tướng Loan trên khắp bốn vùng chiến thuật, ông đã thay đổi cách nhìn: "Ông ấy là một sản phẩm của Việt Nam hiện đại, là sản phẩm thời của ông ấy". Bức hình càng được thế giới ngưỡng mộ càng làm cho Eddie Adams khổ sở. Tấm ảnh đã mang về cho phóng viên nhiếp ảnh Eddie Adams giải Pulitzer vào năm 1969. Trong diễn văn nhận giải, ông nói: *"Tôi kiếm được tiền từ việc trưng ra cảnh một người giết chết một người khác. Hai cuộc đời đã bị hủy hoại, và tôi được trả tiền cho nó. Tôi được gọi là anh hùng".* Sau khi Sài Gòn thất thủ, Mỹ đã không chấp nhận cho tướng Loan di tản vào Mỹ, nhưng chính Eddie đã vận động để ông được nhận. Khi tướng Loan qua đời vì bệnh ung thư vào năm 1998, Eddie Adams đã gửi hoa tới phúng điếu với hàng chữ: *"Tôi xin lỗi. Lệ ứa trong mắt tôi".* Và ông viết đâu đó: *"Có hai người đã chết trong bức ảnh đó. Ông tướng giết một Việt Cộng, còn tôi giết ông ta bằng máy hình của mình".* Khi Eddie Adams qua đời vào năm 2004, ông muốn mọi người đừng nhớ tới ông bằng tấm hình này mà nhớ tới những bức hình ông chụp đoàn người Việt Nam di tản tới Hoa Kỳ để mong tìm một cuộc sống mới.

Bức ảnh thứ hai hầu như ai cũng biết. Đó là bức "Em Bé *Napalm*" của phóng viên chiến trường Nick Út, cũng làm việc với hãng tin AP, và cũng đoạt giải Pulitzer, vào năm 1972. Hình này cũng được chọn làm "Ảnh Báo Chí Thế Giới" năm 1972 và được xếp thứ 41 trong 100 bức ảnh có tầm ảnh hưởng nhất thế kỷ 20 do Đại Học Columbia bình chọn. Chắc chúng ta đều thuộc nằm lòng bức hình này. Và đây có lẽ là bức hình gây tranh cãi nhất. Hình được chụp tại Trảng Bàng,

Bức ảnh "Em bé napalm" của Nick Ut chụp ngày 8/6/1972

Tây Ninh vào ngày 8 tháng 6 năm 1972. Ngay ngày hôm sau, ảnh được đưa lên trang nhất của tờ New York Times. Đầu tiên, người ta nói bom do máy bay của Không Lực Mỹ thả. Điều này không đúng. Bom do máy bay Việt Nam thả vào vùng Việt cộng ẩn nấp trà trộn vào với dân nhưng đã oanh tạc lầm. Người ta gán cho máy bay Mỹ vì ý muốn thổi thêm lửa vào phong trào phản chiến lúc đó đang lên cao tại Mỹ. Thứ hai, hình bị phía Việt Cộng lợi dụng tuyên truyền. Sau khi bị thương, Cô bé Napalm Kim Phúc được đưa vào Sài Gòn để cứu chữa. Sau 14 tháng điều trị, trải qua 17 cuộc giải phẫu, cô bé được về nhà tại Trảng Bàng. Vết thương vẫn nhiều phen hành hạ Kim Phúc. Năm 1982, mười năm sau khi tấm ảnh được chụp, một nhiếp ảnh gia người Đức đến Việt Nam và muốn tìm "cô bé trong hình". Cộng sản Việt Nam nhận thấy đây là một dịp tuyên truyền rất tốt nên kiếm ra Kim Phúc lúc đó đang là sinh viên năm thứ nhất Đại Học Y Khoa ở Sài Gòn. Kể từ đó, cuộc đời cô không còn được yên ổn nữa. Cô bị buộc đóng các bộ phim tuyên truyền, trả lời phỏng vấn báo chí ngoại quốc theo chỉ thị. Quá mệt mỏi với vai trò con rối, cô than: *Tôi muốn chạy trốn khỏi tấm hình đó. Tôi bị phỏng vì bom napalm, và tôi trở thành nạn nhân chiến tranh. Nhưng khi tôi lớn lên, tôi lại trở thành nạn nhân của một thứ khác"*. Cô chỉ tìm được an bình khi theo đạo Cơ Đốc: *"Sự căm giận bên trong tôi chồng chất cao như núi. Tôi căm ghét cuộc sống. Tôi thù hận mọi người bình thường bởi vì tôi không bình thường. Nhiều lần tôi thực sự muốn chết. Tôi dành cả ngày trong thư viện tìm đọc nhiều sách tôn giáo để tìm kiếm mục đích của cuộc sống. Một trong những*

Hình cưới của Kim Phúc và Bùi Huy Toàn ở Cuba năm 1992.

cuốn sách tôi đọc là Kinh Thánh. Giáng sinh năm 1982, tôi tiếp nhận Chúa Giêsu Cơ Đốc làm Đấng Cứu Chuộc tôi. Đó là sự biến chuyển diệu kỳ trong đời tôi. Chúa giúp tôi học biết tha thứ - bài học khó khăn nhất trong tất cả các bài học. Vẫn còn những vết sẹo trên thân thể tôi, nhưng tấm lòng tôi đã được thanh tẩy". Năm 1986, Kim Phúc qua Cuba học y khoa. Tại đây cô gặp anh Bùi Huy Toàn cũng là một sinh viên du học. Hai người kết hôn năm 1992 và đi hưởng trăng mật tại Moscow. Trên đường về lại Cuba, khi máy bay ghé đổ xăng tại Gander, tỉnh bang Newfoundland, Canada, hai người bỏ trốn và xin tỵ nạn. Họ định cư tại Ajax, tỉnh bang Ontario và nhập quốc tịch Canada năm 1997. Quốc tế biết tới Kim Phúc từ ngày cô xin tỵ nạn tại Canada. Cùng năm 1997, cô được mời làm Đại Sứ Thiện Chí của UNESCO. Cô thành lập *Kim Phuc Foundation International* có nhiều hoạt động cứu trợ và nhân đạo trên khắp thế giới. Cô cũng được mời đi

Kim Phúc cùng con trai và chồng (phía sau). Hình: Daily Mail.

Phan Thị Kim Phúc và phóng viên Nick Ut diện kiến Nữ hoàng Anh Elizabeth II tại London năm 2000. Hình: Daily Mail

diễn thuyết ở nhiều nơi, gặp nhiều nhà lãnh đạo thế giới kể cả Nữ Hoàng Anh Elizabeth II, nhận bằng Tiến sĩ Danh Dự của các Đại Học York và Queen ở tỉnh bang Ontario, Đại học Lethbridge ở tỉnh bang Alberta, Canada.

Phóng viên nhiếp ảnh Nick Út đã nói: *"Đối với tôi, và rõ ràng là đối với nhiều người khác nữa, tấm ảnh không thể nào thực hơn. Tấm ảnh cũng xác thực như chính cuộc chiến Việt Nam vậy. Sự khủng khiếp của chiến tranh Việt Nam được tôi ghi lại không cần phải chỉnh sửa. Cô gái bé nhỏ thảm thương ấy vẫn còn sống đến ngày hôm nay và vẫn là lời chứng hùng hồn cho tính xác thực của tấm ảnh. Kim Phúc và tôi sẽ không bao giờ quên khoảnh khắc ấy của ba mươi năm về trước. Nó đã thay đổi cuộc sống của cả hai chúng tôi."* Ông nói không sai nhưng sự thay đổi cuộc sống của Kim Phúc và của chính ông không giống nhau. Kim Phúc muốn quên tấm hình và hướng cuộc sống tới một giai đoạn mới đầy nhân ái. Trong khi đó, Nick Út ăn theo tấm hình hơi kỹ. Mới đây, ngày 6/5/2017, ông đã tặng cho Bảo Tàng Phụ Nữ Việt Nam bức ảnh này. Bức hình, đúng như ông nói, nói lên sự thương tâm của cuộc chiến Việt Nam. Nhưng nó chỉ nói tới một phía. Phía kia, với những hình ảnh của cuộc thảm sát Mậu Thân, của các em nhỏ trong vụ pháo kích vào một trường tiểu học ở Cai Lậy và nhiều "chiến công" đốn mạt khác của phía bên kia không được ông nhắc tới. Một nửa của sự thật không phải là sự thật.

Bức hình thứ ba, ít phổ biến hơn, nhưng cũng góp phần lớn trong việc mang lại cho tác giả Chick Harrity giải "Thành Tựu Một Đời" của *White House News Photographer's Asso-*

Bức hình "Baby in the Box" của Chick Harrity.

ciation (Hiệp Hội Phóng Viên Ảnh Tòa Bạch Ốc) trao tặng vào năm 2005. Bức hình mang tên *"Baby in the Box"*, chụp trên đường phố Sài Gòn vào năm 1973. Phải nói ngay là tôi thích tấm hình này hơn hai tấm hình…lịch sử trên vì nó nói lên tình người chứ không chính trị chính em chi cả. Tấm ảnh đen trắng ghi lại hình ảnh một bé gái nhỏ nhoi ốm yếu nằm trong một chiếc hộp các-tông bệ rạc, như vừa lượm được từ một đống rác nào. Bên cạnh hộp là một bé trai, anh của bé gái, nằm co quắp, tay kê làm gối trên đầu, phía bên kia hộp là một cái chén ăn xin. Tất cả nổi bật trên những ô vuông nhỏ của gạch lát trên lề đường.

Đúng 32 năm sau khi chụp tấm hình, phóng viên nhiếp ảnh Chick Harrity nhớ lại: *"Khi tôi làm việc cho Association Press, và được giao nhiệm vụ chụp hình trao trả tù binh, khi* tốp người lính Mỹ cuối cùng được trao trả, năm đó là 1973, hình như tháng hai thì phải. Tôi còn nhớ ngày tôi chụp tấm hình đó là ngày tôi được lệnh đến Dinh Độc Lập để chụp buổi họp báo của Tổng Thống Thiệu vào buổi sáng. Người tài xế chở tôi tới Dinh Độc Lập, khi xong việc, tôi trở về thì đường phố kẹt xe quá, tôi quyết định đi bộ về văn phòng của AP nằm ngay đường Nguyễn Huệ và Lê Lợi trong một toà nhà lớn cùng với NBC. Vì văn phòng của tôi nằm phía cuối của toà nhà nên tôi đi vòng phía sau cho tiện. Tôi bắt gặp một hình ảnh vô cùng thương tâm trên đường: một em bé gái nhỏ bé đang ngủ, nằm bên trong chiếc hộp giấy bằng carton, bên cạnh chiếc hộp là đứa bé trai, lớn hơn một tí, nằm lấy tay của em gái mình thò ra, nằm co quắp, và chiếc tô dùng để ăn xin bên cạnh. Và trước khi tới cái góc nhà, đối diện với toà nhà, là khách sạn Continental, có rất nhiều trẻ con xin ăn, có quá nhiều trẻ em mồ côi...Ánh sáng hoàng hôn hắt xuống thật tuyệt vời. Tôi vô cùng xúc động và lấy ngay chiếc máy ảnh Leica của mình với ống kính 50 ly, chụp chừng sáu hay tám tấm gì đó, rồi vào văn phòng ngay vì tôi rất vội phải đi công tác ở Đà Nẵng. Tôi giao cho họ và nói đây là phim chụp họp báo và đây là cuốn phim chụp trẻ em xin ăn đường phố... Mười ngày sau, khi tôi từ Đà Nẵng trở về, một tấm biển có gắn hàng chữ đùa giỡn: "No More Orphan Pictures" trước bàn làm việc của tôi. Bởi vì tấm hình đó khi AP phổ biến thì trở thành "tin nóng hổi" (Breaking News Story) cho các báo chí và đài phát hình ở Mỹ, đặc biệt là ở New York. Khi tấm hình được gửi về New York, mọi người đều rất thích, bởi vì nó không giống những hình ảnh khác và nó được đăng

Nhanny Heil và người mẹ nuôi, bà Evelyn Heil.

trên tất cả các báo chí ở Hoa Kỳ và rất nhiều người đã liên lạc tới văn phòng AP của chúng tôi để hỏi xem có cách nào nhận hai em bé đó làm con nuôi".

Chick Harrity nhờ các nhân viên người Việt của AP tìm cách liên lạc với gia đình hai em bé. Chỉ hai ngày sau, họ đã gặp được mẹ của chúng. Bà cho biết bà có 5 con trai và đứa bé nằm trong hộp là bé gái út. Chồng bà là quân nhân đang đi hành quân xa. Bà không đủ tiền để nuôi bày con nên cho chúng đi ăn xin. Tên của bé gái là Trần thị Hết. Khi được biết là có nhiều gia đình muốn nuôi hai bé ở Mỹ, bà gạt phắt ngay. Bà không muốn xa các con.

Nhưng định mệnh không nuông theo ý muốn của bà. Bé Hết bị đau tim nặng và, chỉ một năm sau ngày chụp tấm hình, một tổ chức từ thiện đã đưa bé về Mỹ điều trị. Bà Evelyn Heil, cư ngụ tại thành phố Springfield, tiểu bang Ohio, nhận nuôi bé ở Mỹ, kể lại sự thể: *"Khi tôi nhìn thấy bức hình của em trên tờ báo (ở Houston, Texas), tôi thấy đôi mắt em mở lớn đầy vẻ sợ hãi như đang nhìn thẳng vào tôi với một sự thôi thúc kỳ lạ. Lúc bấy giờ, em được bác sĩ Denton Cooley chữa bệnh tim, đem em từ Sài Gòn sang. Năm đó là năm 1974.*

Theo lời cơ quan từ thiện đưa em sang Mỹ thì mẹ em đưa em vào viện mồ côi Holt, vì em bị bệnh tim nặng và bà quá nghèo không có tiền chữa bệnh cho em. Cũng theo lời hội từ thiện cho biết thì họ cố gắng tìm mẹ và anh trai của em nhưng nghe nói bà đã đi Đà Nẵng. Sau đó họ cũng được tin là bà mẹ của em đã qua đời vì bị bệnh lao phổi, và không còn ai biết gia đình cũng như anh trai của em ra sao nữa. Nhưng ở Sài gòn lúc bấy giờ cũng không có đủ phương tiện chữa trị nên họ đã đưa em sang Mỹ. Khi tôi nhìn thấy khuôn mặt của em và bức hình Baby In The Box *đăng trên trang báo, tôi lập tức tìm cách đến ngay bệnh viện để được ôm em vào lòng vì trông em tội nghiệp lắm, nét mặt đầy vẻ sợ hãi.''*

Không phải dễ dàng khi bà Heil được nhận nuôi bé Hết. Có trên hai ngàn người xin nuôi em! Bà cho việc bà "trúng tuyển" là một điều…kỳ diệu. *"Tôi rất kiên trì và họ biết là tôi biết nhiều về dinh dưỡng. Rồi hôm ấy, họ đến nhà tôi rồi đi cùng với tôi đến đón các con tôi đi học về. Trước khi tới trường của các con tôi thì họ cho tôi biết là tôi sẽ được chọn. Tôi đã khóc vì sung sướng và không thể lái xe tiếp tục được, phải dừng lại bên đường để dằn cơn xúc động. Tôi không thể tin nổi, một điều kỳ diệu đã xảy ra. Và cũng nên nhớ lại rằng, thất bại của Mỹ trong việc bảo vệ Sài Gòn đã khiến em trở thành một em bé mồ côi tị nạn. Điều này giúp cho việc xin em làm con nuôi dễ dàng hơn. Và ngày 10 tháng 10 năm 1974, em chính thức trở thành con nuôi của tôi. Gia đình tôi đưa em về nhà, tôi đã có 4 đứa con trai và em trở thành cô công chúa trong gia đình chúng tôi.''.* Cô công chúa khác màu da trong gia đình bà Heil bị suy dinh dưỡng trầm trọng. Em không thể tự ngồi và đứng được. Ba tuổi mà em chỉ cân nặng có 12 *pounds*, chưa được 5 ký rưỡi! Con trai lớn của bà Heil đặt cho em tên mới là Nhanny. Từ đó tên em là Nhanny Heil. Đã quá nhỏ bé và ốm yếu, em còn bị bệnh tai và nhiều bệnh khác. Bà Heil rất vất vả trong việc nuôi dưỡng và chăm sóc Nhanny. Bà đã thành lập tổ chức *Warren Center of Learning* để em Hết có cơ hội chữa bệnh và học hành. Năm 1983, bà nhờ các cơ quan truyền thông hỗ trợ trong việc quyên góp tài chánh cho Trung Tâm Học Tập Warren. Tổng Thống Ronald Reagan hỗ trợ bà và mời gia đình bà vào tòa Bạch Ốc cho các ký giả gặp và phỏng vấn. Bà kể lại: *"Khi hai chúng tôi đang đi vào hành lang, thì ngay lúc ấy, Tổng thống Reagan cùng phu nhân xuất hiện. Ông cúi xuống ôm em vào lòng và hỏi tai nào của em không nghe được? Em trả lời. Tổng thống nói: "Vậy thì hãy cứ đi qua phía bên đó để ông cùng nghe vì tai của ông cũng bị như thế!". Thật là một vị Tổng thống tuyệt vời! Sau khi trò chuyện với Tổng Thống Reagan xong thì chúng tôi gặp Chick Harrity. Đó là lần đầu tiên chúng tôi gặp ông ấy".*

Lần đầu tiên gặp lại bé Hết trên đất Mỹ, Chick Harrity đã gặp một bất ngờ. *"Khi tôi gặp em lúc bấy giờ, trông em thật là bé nhỏ so với độ tuổi 12... Tôi trao cho em bức hình tôi chụp năm xưa nhưng em làm mọi người và tôi rất ngạc nhiên vì em từ chối nhận và rất là giận dữ...Tôi không hiểu vì sao như thế. Rồi thời gian trôi qua, trong lòng tôi cứ tự hỏi về điều này. Mãi cho đến ngày hôm nay, sau 32 năm, kể từ ngày tôi chụp hình ấy, tôi mới thực sự giải toả được. Thì ra hồi ấy, trong trí óc ngây thơ của em, em sợ rằng nếu có ai nhìn thấy*

Cuộc hội ngộ của bé Hết và nhiếp ảnh gia Chick Harrity tại tòa Bạch Ốc trước sự chứng kiến của Tổng Thống George Bush (Con).

bức hình ấy, thì họ sẽ bắt em trả về Việt Nam".

Sau khi rời Việt Nam, Chick Harrity làm nhiếp ảnh viên cho Tòa Bạch Ốc, chuyên chụp hình các Tổng Thống Mỹ. Ông đã phục vụ qua các đời Tổng Thống John Kennedy, Lyndon Johnson, Richard Nixon, Gerald Ford, Ronald Reagan, George Bush "Cha", Jimmy Carter và Bill Clinton. Những tấm hình ông chụp trong thời kỳ này đều là những tấm hình lịch sử. Vậy mà khi được chọn cho giải "Thành Tựu Một Đời", ông cho biết dù các bức hình ông chụp qua tám đời Tổng Thống Mỹ có giá trị tới đâu, ông vẫn coi bức hình *"Baby in the Box"* là tấm hình ông yêu thích và trân quý nhất.

Ngày nhận giải, Chick Harrity lại…bất ngờ. *"Khi tôi đứng*

ở trên sân khấu cùng với tổng thống George W. Bush, tôi nghe vị chủ tịch của Hội Phóng Viên Nhiếp Ảnh Toà Bạch Ốc nói với Tổng Thống: "Đừng di chuyển, hãy đứng yên!". Thông thường thì ai mà nói với vị Tổng Thống kiểu đó...Tôi không hiểu chuyện gì đang xảy ra đây. Và bỗng nhiên tôi nghe tiếng của người điều khiển chương trình xướng danh tên tôi cùng với bức hình, và người đại diện trao giải là Nhanny Heil, cô bé trong bức hình năm xưa. Tôi vô cùng bàng hoàng và xúc động. Nước mắt dàn dụa trên mặt tôi. Cuộc hội ngộ diễn ra vô cùng bất ngờ. Tất cả mọi người có mặt hôm đó đều rơi lệ, ngay cả Tổng Thống Bush cũng vậy".

Bà Evelyn Warren Heil, người mẹ nuôi đáng kính của bé Hết, đã qua đời vào ngày 21/8/2008, thọ 78 tuổi. Bé Hết đã lập gia đình và có hai con, vẫn sống ở thành phố Springfield, tiểu bang Ohio. Nhanny Heil tuy không nói được tiếng Việt nhưng vẫn băn khoăn nhớ về Việt Nam: *"Tôi nghĩ tôi là người may mắn nhất. Tôi không biết nói gì hơn. Tôi chỉ nghĩ là tôi rất may mắn đã gặp được mẹ nuôi tôi cho tôi một cuộc đời mới. Tôi biết rằng, tôi còn có cha và các anh trai của mình, và nhiều khi tôi tự hỏi không biết giờ này họ ra sao. Tôi không biết làm cách nào để tìm ra họ. Tôi thiệt không biết làm sao!"*

Đằng sau mỗi bức hình có một câu chuyện. Tôi thích nhất câu chuyện của tấm ảnh *"Baby in the Box"*. Tấm ảnh trong thời chiến mà không vương khói súng. Nó như một thứ bên lề nhưng lại nổi trội. Cái chi đánh động lòng người sẽ sống mãi. Vì đó là cuộc sống đích thực!

03/2019

BÓNG

Tôi vừa đọc cuốn hồi ký "Sống Thời Bao Cấp" của Ngô Minh. Tác giả kể đủ chuyện, toàn những chuyện mà chúng ta không thể tưởng tượng được trong một thời kỳ có lẽ là tăm tối nhất của đất nước. Từ chuyện ăn uống, cưới xin, di chuyển tới chuyện nhà vệ sinh, phân phối thực phẩm, phiếu mua hàng. Đọc xong, chúng ta cứ tưởng đó là những chuyện của nhiều thế kỷ trước, nhưng thật ra chỉ mới đây thôi. Dân miền Bắc từ 1954, dân miền Nam từ 1975 tới 1990.

Tác giả là một trong những bộ đội vào Sài Gòn ngay từ ngày 30 tháng 4 năm đó. Một trong những điều tác giả kể trong 217 trang sách là chuyện chiếc bong bóng bay. Tác giả ra chợ Sài Gòn mua một gói 100 chiếc bong bóng đủ màu về quê ngoài Bắc làm quà cho lũ trẻ. *"Tôi mang về làng Thượng Luật quê tôi, phân phát cho mỗi đứa trẻ trong làng hai cái bóng bay. Chúng sung sướng thổi lên rồi buộc dây chạy khắp xóm. Khi ra Hà Nội, tôi mang ra một gói bóng bay thổi bằng hơi ấy để biếu trẻ con các gia đình quen biết từ thời sinh viên. Ở Hà Nội lúc đó chưa có loại bóng bay thổi này. Vào nhà nào mọi người cũng khen bóng bay Sài Gòn thổi lên rất to, màu sắc đẹp. Các chị bạn bảo rằng, ở Hà Nội này trẻ con mê chơi loại bóng cao su khác. Ngộ lắm".*

Thứ bóng cao su "ngộ lắm" đó là những chiếc "áo mưa" mà người ta không dùng để thổi chơi mà dùng vào việc khác. Thứ áo mưa không dùng để đi mưa này cũng là thứ khan hiếm, phải có vai vế mới mua được. Người ta nhín ra để trẻ con có đồ chơi. *"Chúng treo loại bóng cao su màu sữa ấy ngay cửa ra vào các căn hộ tập thể. Rồi có nhà còn thổi ca-pốt to lên, nhuộm màu, vẽ râu, mắt mũi để trang trí ngày tết. Bóng treo toòng teng ở cành đào. Bọn trẻ chẳng đứa nào biết những quả bóng "sành điệu" kia vốn được dùng cho việc gì để mà ngượng. Còn người lớn thì không thèm ngượng. Vào thời mọi thứ đều khan hiếm, tờ giấy bạc lót bao thuốc lá còn quý như vàng (vì bao thuốc lá xịn mới có), bóng ca-pốt được dùng làm đủ các vật trang trí cho sang nhà, cũng là một sáng tạo của con người trong giai đoạn ngặt nghèo đó".*

Tội cho các em sống dưới thời bao cấp ở ngoài Bắc. Bong bóng thì phải xanh xanh đỏ đỏ cho con nhỏ nó mừng, vậy mà phải chơi thứ nhờn nhợt màu người lớn, còn chi là thú vị. Càng không thú vị khi bong bóng không bay được. Bong bóng thì phải bay lên cao mới đã con mắt. Thứ bong bóng trông phát ngượng này có thể làm người lớn bay nhưng con nít không cách chi bay nổi. Phải đợi tới khi toàn miền Bắc, với sự hỗ trợ của Trung Cộng và Liên Xô, xông vào Nam, đánh cù mài cù chày gần hai chục năm, con nít mới biết tới bong bóng xanh đỏ tím vàng.

Bong bóng là thứ con nít ưa nhất. Ưa hơn kẹo. Đó là các nhà tâm lý nói như vậy. Họ cho biết, kẹo không phải là thứ khoe được. Khoe ra tụi nó cướp thì hết chất ngọt. Bong bóng là thứ có thể nghểnh cổ cầm chơi cho những đứa khác nhỏ giãi. Nếu bong bóng biết bay thì nhất. Cũng lại các nhà tâm lý con nít cho biết: khi nhìn trái bóng của mình bay, con nít cũng thả ước mơ theo. Và, nói dại, nếu tuột tay bong bóng *bye-bye* bay tuốt lên trời cao thì con nít cũng học được một bài học. Cái chi không khéo giữ thì mất, lần sau lo mà giữ cho kỹ. Tính giáo dục của bong bóng bay ngon lành như vậy nhưng các nhà khoa học quan tâm đến môi trường không thích dụng cụ giáo dục này. Bởi vì bóng bay chẳng thể bay tuốt lên trời cao mà sẽ rớt xuống đất. Trung bình bong bóng chỉ bay cao khoảng từ 8 đến 10 cây số. Nếu là bong bóng thăm dò thời tiết, dày dặn hơn, thì có thể bay cao hơn, từ 20 tới 30 cây số. Kỷ lục bay cao nhất từ trước tới nay được Tiến sĩ Takamasa Yamagami và các cộng sự viên của Viện Nghiên Cứu Khoa Học Không Gian và Vũ Trụ *(Institute of Space and Astronautical Science)* của Nhật Bổn ở Ofunato ghi nhận vào tháng 5 năm 2002 là 53 cây số. Họ đã đánh bại kỷ lục trước đó của Mỹ là 51,8 cây số.

Chuyện bong bóng bay rớt xuống làm phiền lòng những chuyên gia môi trường trái đất không ít. Bởi vì bong bong phải mất từ 6 tháng đến 4 năm mới phân hủy. Nếu bong bóng rớt xuống nước thì thời gian phân hủy còn lâu hơn nữa. Chuyện đáng lo nhất là trước khi rớt xuống nước, bong bóng bị ánh nắng mặt trời làm vỡ thành nhiều mảnh nên khi chạm mặt biển, trông chúng giống những con sứa. Các sinh vật biển sẽ ăn những con sứa cao su này khiến ruột gan bị tắc nghẽn gây tử vong. Các nhà khoa học khuyên không nên thả bóng bay.

Trẻ em chắc không vui với lời khuyên của mấy ông kỳ đà cản mũi này. Bóng bay là thứ đồ chơi…bao la nhất của con trẻ. Bảo đừng chơi, ai chịu được. Nhưng trái bóng tròn trùi trụi làm sao mà có thể vươn lên trời cao như vậy? Đó là nhờ thứ khí nhẹ hơn không khí được bơm vào bên trong. Đó là khí *helium* hoặc *hydro*, đất đèn hay *methane*. Cùng một thể tích, trái bóng nhẹ hơn không khí nên bay được. Nhưng giữa những thứ khí nhẹ này có sự khác nhau rõ rệt. Khí *helium* an toàn hơn nhưng là một thứ khí hiếm, giá thành cao. Để có nhiều lợi nhuận, người ta thường bơm vào bong bóng khí *hydro*, đất đèn hoặc *methane*. *Hydro* là một loại khí khá nguy hiểm vì dễ nổ khi gặp sức nóng. Nếu để bóng gần ngọn lửa hoặc ngay cả khi chỉ cần tiếp xúc với bóng đèn, gặp không khí nóng hoặc đi ngoài trời nắng, bóng có cơ nguy nổ tung. Đã có nhiều vụ nổ gây thương tích cho các em khi cầm bóng bay ngang mặt khi bóng phát nổ.

Chuyện nổ là chuyện của bong bóng, hình như các bậc cha mẹ ít chú ý tới. Họ vẫn thản nhiên mua bóng bay cho con chơi, nhất là bóng bay càng ngày càng thêm vẻ quyến rũ với những tạo hình đủ kiểu, từ hình những con thú tới hình trái tim. Con nít, người lớn đều thú vị. Gần đây còn có loại bóng bay *galaxy*.

Bóng bay *galaxy* là những trái bong bóng thông thường,

trong suốt, nhưng được gắn thêm những bóng đèn *led* nhỏ li ti nhiều màu sắc. Bóng đèn được thắp sáng bằng một cục pin nhỏ có thể bật tắt được. Nếu pin hết, có thể thay pin mới. Tôi đã bắt gặp các em thú vị với những bong bóng bay kiểu mới này ở Montreal cũng như tại Cali trong dịp tết vừa qua. Phải thú thật là già đầu như tôi trông thấy cũng còn thích thú. Nó lung linh bắt mắt, nhất là vào buổi tối. Khoái chí nhưng thấy các em tung tăng cầm sát người tôi cũng hơi ớn. Nếu thứ khí bơm trong bóng không an toàn, với đèn đóm chớp tắt như vậy, liệu nó có hứng chí nổ không? Đành rằng bóng đèn *led* là thứ ít tỏa nhiệt nhưng chơi với lửa bao giờ cũng có những rủi ro bất tử. Đây là sáng chế của những chú Ba. Hàng *"made in China"*. Tôi nghĩ ăn thua là thứ khí bơm trong bóng. Nếu là khí *helium* thì không đến nỗi nào. Ở những quốc gia mà an toàn của người tiêu dùng là điều quan tâm đầu tiên, chắc nhà cầm quyền phải để mắt tới.

Nhưng ở những nơi khác, con buôn chạy theo lợi nhuận mà quên đi tình người, sự an nguy của các em không được đặt nặng như vậy. Mới đây, tôi đọc được một bài báo của ký giả Xuân Phương ở Sài Gòn về chuyện bóng bóng *galaxy*. Bài báo được viết như sau: *"Ghi nhận ở điểm bán tại ngã tư Điện Biên Phủ - Cách mạng tháng 8 (Q.3) vào tối 12/12, chúng tôi thấy loại bong bóng này mê hoặc nhiều trẻ em. "Mỗi tối tôi bán được khoảng 50, 60 cái", anh Lê Toàn, người bán cho biết. Được biết, mỗi bong bóng đèn led giá khoảng 60 - 80.000 đồng. Anh Toàn cũng cho biết thêm xuất xứ của bong bóng đèn led đang bán là từ Trung Quốc. Không chỉ hút hồn trẻ em, bong bóng đèn led còn được giới trẻ ưa chuộng, yêu thích. Tại phố đi bộ Nguyễn Huệ xuất hiện rất nhiều người bán, và lúc nào cũng đắt khách. "Người thì mua đem ra tạo dáng chụp ảnh, người thì mua đem về tặng quà", anh Văn Quý, bán ở phố đi bộ Nguyễn Huệ nói. Ngoài ra, bong bóng đèn* led *còn xuất hiện ở nhiều quán cà phê, các địa điểm tổ chức tiệc... bởi vẻ ngoài lung linh, bắt mắt".*

Bài báo cũng kể ra vài tai nạn khi bóng chạm vào điếu thuốc đang cháy. Như anh Lý Th. ở Nghệ An mua 6 trái về trang trí trong nhà dịp thôi nôi của con, vô ý để thuốc lá đụng vào, bóng nổ gây bỏng khá nặng ở hai tay. Em Quỳnh Vân, học sinh trường Nguyễn Chí Thanh ở quận Tân Bình, mua hai bóng bay trong khi đi dạo và chụp hình. Bất ngờ, một người đi ngược chiều vô ý quẹt điếu thuốc lá đang hút vào bóng. "Thế là bong bóng phát nổ làm mình cháy sém tóc!".

Hai vụ nổ này đưa tới một thắc mắc: thứ khí nào nằm trong bong bóng. Ký giả Xuân Phương đi tìm ngọn ngành. *"Chúng tôi hỏi anh Quý: "Bong bóng này được bơm bằng khí gì?", người bán hàng này cho biết: "Khí thường, được bơm từ ống bơm". Chúng tôi tiếp tục thắc mắc: "Bong bóng bay phải bơm bằng khí* heli *mới bay được chứ?", người này im lặng thú thật: "Có cái bơm bình thường, có cái bơm khí* hydro, *không có cái nào bơm khí* heli *cả". Anh Trần Trung, kỹ sư chuyên ngành khí hóa lỏng, đang làm việc tại một công ty ở Q.7 (Sài Gòn), cho biết: "Bong bóng bay thường được bơm khí* heli. *Tuy nhiên có lẽ nhiều người bán muốn kiếm lời nhiều nên bơm khí thay thế là* hydro, *đất đèn, metan... Những khí này rẻ tiền hơn* heli, *dễ dẫn nhiệt và phát nổ khi gặp nguồn nhiệt. Nhất là* hydro, *dễ nổ, sinh ra áp lực mạnh, khiến những người đứng gần có thể bị bỏng nặng". Anh Trung cũng nói thêm: "Nếu để bong bóng đèn led được bơm từ khí hydro trong những phòng trang trí, trên xe ô tô, gần chỗ sinh nhiệt thì rất xảy ra cháy nổ. Phòng càng kín, xe ô tô khóa kín cửa thì sự cố nổ (nếu xảy ra) tạo ra sức công phá lớn hơn. Lo ngại hơn là trong bong bóng có hệ thống dây điện và đèn led, khi đèn sáng sẽ sinh ra nhiệt, dễ làm bong bóng nổ. Và nếu nhiều quả bong bóng đèn led cùng nổ thì rất nguy hiểm". Anh Trung cảnh báo: "Khi sử dụng loại bong bóng mới lạ này mà ngồi gần bếp, gần những người hút thuốc thì khả năng bị nổ là rất lớn".*

Bơm khí *hydro,* đất đèn hay *methane* vào bong bóng đã gây thương tích cho con người nhưng nếu bơm khí *nitrous oxyde N2O* vào thì…vui. Nói là vui vì khí *nitrous oxyde* được bơm vào bong bóng sẽ gây cho người ta cười! Nói nghe tức cười nhưng thứ bong bóng…nhe răng này là có thật và đang rất thịnh hành trong các chốn ăn chơi vui vẻ tại Việt Nam. Tên tiếng Anh của thứ bóng này là *funkyball*. Mua một trái bong bóng trông rất vô tội, thổi và hít hơi của bong bóng là cười. Cười chết bỏ. Chính thứ khí N2O này làm người ta cười. Người chơi cười xong thấy sảng khoái nên thứ bong bóng này được coi như một dụng cụ xả *stress*. Nghe như có vẻ vui và vô hại, cười thì vui quá chứ hại chi, nhưng không phải vậy. Khí ngấm vào cơ thể sẽ tạo cảm giác phấn khích, tạo ra những ảo giác đê mê về mọi thứ chung quanh và gây cười cho người hít.

Nghe tả như vậy thấy quen quen vì các chất ma túy cũng làm con người đê mê và gây ảo giác như vậy. Thực chất đây là một chất kích thích, ảnh hưởng trực tiếp tới tim mạch và hệ thần kinh. Nếu lạm dụng, khí N2O này sẽ làm con người trầm cảm, có khi dẫn tới tự tử! Năm 2010, nữ tài tử điện ảnh Mỹ Demi More, trong một bữa tiệc, đã hít loại bóng cười này khiến run rẩy, co giật, phải mang vào bệnh viện điều trị. Cuối năm 2012, một sinh viên trường Đại Học Illinois tên Benjamin Collen đã bị ngạt khí này chết không kịp ngáp. Vụ mới nhất vừa xảy ra tại Fountain Valley, trên đường Harbor gần ngã tư Edinger, vào khuya ngày 5/4 vừa qua. Sáu thanh niên, từ 18 đến 25 tuổi, đi trên một chiếc SUV, đã tông vào cột điện, tất cả đều bị thương. Tài xế mới 18 tuổi tên Alex Nieves, cư dân Santa Ana. Tất cả đều hít khí cười. Bình khí được tìm thấy trên xe.

Thông thường khi đã nghiện hít thứ khí cười gây ảo giác này, người ta dễ tìm đến những thứ có đô mạnh hơn như ma túy và các loại gây nghiện tai hại khác. Cuộc đời chắc chắn sẽ đi vào tăm tối.

Bong bóng là một thứ đồ chơi cho con trẻ. Đứa bé nào cũng thích cầm thứ xanh xanh đỏ đỏ trong tay. Cả một trời mơ mộng được ôm trong vòng tay bé nhỏ xinh xinh. Nếu chỉ là thứ cầm chơi trong tay thì bong bóng quả là thứ trái hạnh phúc đầu mùa của tuổi thơ. Tôi cũng như những bậc cha mẹ khác, đã phồng mồm trợn mắt thổi cho con niềm vui. Nhưng khi con cái muốn niềm vui bay cao, hơi thở của bố mẹ đuối không kham nổi, những thứ khí vô cảm khác nhảy vào thay thế, hiểm nguy đã rình rập trong niềm vui của trẻ. Rồi đèn *led* nhảy vào tạo ra một thế giới lung linh trên tay trẻ, con cái chúng ta đã bước quá xa vòng tay của mẹ cha. Lớn lên, tuổi biết chạy theo những hào nhoáng của cuộc sống, chúng lao vào thứ bong bóng cười *funkyball*, lạc vào vòng vây đam mê của các chất kích thích. Bong bóng đã dắt con cái chúng ta bay quá xa. Tới ngút ngàn. Nhưng tội đâu có phải của bong bóng!

Tôi định thêm vào tí…triết nho nhỏ: cuộc đời như trái bong bóng bay, trông rất lung linh và bắt mắt, nhưng lỡ một bước, như trái bong bóng sổ lồng vút lên trời cao, thì vất vả cuộc đời ngay. Nhưng nghĩ đi nghĩ lại, thấy thứ suy nghĩ ông già bà cả đó có thể làm nổ tung những trái bóng mộng mơ của tuổi trẻ. Định thôi không viết, nhưng lỡ viết lại ngại xóa. Chuyện chi cũng có hai mặt, huống chi chuyện đời!

04/2019

BỤI

Ông cha này là bụi thứ thiệt! Đó là cha Claude Paradis của Montreal chúng tôi. Nhiều năm trước, chàng thanh niên tỉnh lẻ Paradis cảm thấy lạc lõng khi tới một nơi đô hội như Montreal. Không người thân, không việc làm, chàng đành ngủ bờ ngủ bụi. Rồi lậm vào đủ thứ tệ nạn, từ rượu chè be bét tới chơi ma túy và nhiều thứ lăng nhăng khác. Ba lần tự tử, ba lần đều được cứu sống, chàng thấy cuộc đời vô nghĩa. Một buổi tối, khi đi ngang qua nhà thờ Notre-Dame-de-Lourde, thấy cửa còn mở tuy trời đã khuya, chàng lững thững bước vào. *"Tôi quỳ xuống và nói với Chúa: 'Ngài có hai lựa chọn, hoặc cất con về hoặc cho đời con một ý nghĩa'"*. Và Claude Paradis đi tu. Năm 1997 được thụ phong linh mục. Ông tân linh mục này không chịu về một giáo xứ nào cả mà chỉ thích trở lại đường phố. Cuộc sống dính liền với dân bụi không phải là một cuộc sống dễ chịu, ngay cả với một linh mục. Chỉ hai năm sau khi nhậm chức, cha Paradis đã lại sa vào nghiện

Ông cha bụi Claude Paradis.

ngập, rượu rồi ma túy. Nhưng cha đã được bề trên cấp tốc đưa đi chữa trị và phục hồi.

Năm nay vị linh mục bụi này được 63 tuổi, trông không ra dáng một ông cha. Nếu chạm trán ông trên đường phố, người ta có thể lầm tưởng đây là một tay giang hồ già. Trên đầu là chiếc mũ dã cầu, mình khoác một chiếc áo sơ mi ngắn tay để lộ những vết xâm trên cánh tay. Cánh tay trái xâm hàng chữ *"Dealer of Hope"* bao quanh hình Chúa, nằm trên hình một chuỗi tràng hạt, cuối cùng là một con rắn quấn quanh cổ tay. *"Dealer of Hope"* có thể dịch là "Tay buôn bán Hy Vọng" chăng? Trên tay phải có hình xâm đầu một con hổ, hình này là để tương đồng với hình xâm của một thanh niên cũng đã có thời *homeless* mà ông nhận làm con. Hình như trang bị như vậy chưa đủ bụi, ông cha chịu chơi này còn mang một cặp kính gọng đỏ và ba chiếc nhẫn trên ngón tay. Để cho công bằng, cũng phải kể thêm cây thánh giá khá lớn trước ngực chứng tỏ ông là dân theo Chúa. Nhưng dù có cây thánh giá trước ngực, vẫn ít người nhận ra ông là một linh mục. Ông cho biết ông chẳng *care* chuyện này, miễn dân đường phố chấp nhận ông là được.

Người chấp nhận ông hăng hái nhất là chàng thanh niên 18 tuổi tên Olivier, người mà ông nhận là con. Ông gặp anh này khi ông cộng tác với một vị linh mục đường phố nổi danh khác: cha Emmett Johns, có xước danh là Pope, người mà trong một bài trước đây tôi đã đề cập tới. Anh chàng Olivier đã lang thang từ nhà trọ từ thiện này tới nhà trọ từ thiện khác. Dễ chừng cũng đã qua tới năm bảy nhà trọ khác nhau. Cuối cùng, anh bị ung thư. Trong bệnh viện, anh ước được cha Paradis tới thăm. Cha Paradis tới. Ông kể lại: "Anh nói với tôi, 'Không ai thèm chú ý tới con khi con còn sống, vậy cha có nhìn con khi con chết không'". Ông ở lại với chàng thanh niên vắn số này. Trước khi lìa đời, anh nói với cha Paradis: "Cha ở với con trong này, vậy thì ai giúp đỡ các người khác trên hè phố?".

Để giữ lời hứa với Olivier, cha Paradis đã lập ra hội *Notre-Dame-de-la-rue* vào năm 2013, để chăm sóc dân hè phố. Hội được tòa Giám Mục Montreal bảo trợ. Hoạt động với dân bụi, cha phải thức suốt đêm, từ 9 giờ tối tới 5 giờ sáng. Ngoài ra, cha còn tới giúp cho khám đường Leclerc, dành giam phụ nữ, mỗi tuần hai đêm. Lo cho người sống, cha còn lo cho người chết. Tháng 9 hàng năm, cha chủ trì việc chôn cất các xác chết vô thừa nhận tại Montreal. Đó là

Cha Paradis trong nhà thờ

xác của những gái điếm, dân vô gia cư hoặc các người già chết cô đơn không thân nhân. Năm ngoái, đám tang tập thể này đã chôn 127 người. Để kính trọng từng người quá cố, cha đã xin hoa hồng của một tiệm hoa, mỗi lần xướng danh, cha bỏ một bông hồng xuống huyệt mộ.

Làm được chi cho những người cần giúp đỡ là thứ cha coi như một bổn phận phải làm. Không một chút vụ lợi nào cả. Ngay cả việc truyền đạo cũng không được xen vào những hành động bác ái này. Cha quan niệm truyền đạo không phải là nhồi nhét vào đầu người ta những thánh kinh, giáo điều hay kinh kệ. Sống đạo là cách truyền đạo hiệu quả nhất. Lối sống vì người của cha là cách cha dẫn người ta tìm hiểu về đạo. Dân bụi rất cần một người lắng nghe họ nói. "Một khi tìm được cái tai lắng nghe, họ cảm thấy tự tin hơn. Hỏi biết tên họ, khi ta gọi tên lên, họ sẽ cảm thấy như phẩm giá của họ được phục hồi. Nhìn vào ánh mắt họ, nụ cười của họ, ta sẽ thấy được điều kỳ diệu này".

Địa bàn hoạt động của cha đêm đêm là bên ngoài trạm xe điện ngầm Place d'Armes, ngay gần trung tâm thành phố. Khoảng 5 giờ chiều, cha cùng các thiện nguyện viên tới dọn bàn với các loại bánh, sữa chua, cá hộp và cà phê nóng. Dân bụi tụ tập lại, muốn lấy bao nhiêu cũng được. Trên ghế sau của chiếc xe đậu gần đó, lủ khủ đủ thứ mũ, khăn, tất và áo lạnh cho những ai cần tới.

Với số tuổi trên 60, thêm việc ăn uống, làm việc thất thường, cơ thể cha như đã thấm đòn thời gian. Sau mỗi đêm thức trắng ngoài đường phố, xương cốt cha đã nhức nhối. Nhưng cha đã nguyện sẽ tiếp tục hoạt động như vậy cho tới khi cạn sức. Cha, như các linh mục khác trong giáo phận, đã được dành cho một lô đất tại nghĩa địa Saint-Francois d'Assise, nhưng cha đã từ chối đặc ân này. Ước muốn của cha là sẽ được chôn cùng với những người vô thừa nhận, những người mà cha đã chôn cất trong nhiều năm qua. "Đó mới là chỗ của tôi. Đó mới là gia đình và người thân thuộc của tôi. Tôi phải nằm với họ!".

Chuyện các linh mục hoạt động giúp dân bụi khá nhiều. Hầu như có ở khắp nơi. Nhưng sống chết hết mình cùng dân bụi như cha Paradis không nhiều. Tôi có thời gian hoạt động cứu giúp trẻ đường phố tại Sài Gòn. Như một công chức! Thiệt không bằng một góc cha Paradis. Tôi không thể dấn thân với họ như các nhà hoạt động từ thiện khác mà chỉ hỗ trợ họ. Tôi cung cấp chỗ ở và tiền bạc cho họ hoạt động. Hội từ thiện hợp tác với tôi ngày đó là một hội đoàn người Mỹ sang hoạt động tại Việt Nam. Lâu ngày quá tôi quên khuấy tên hội này. Nhân viên của họ là những thanh niên trẻ, ăn ngủ cùng dân bụi, phần lớn là các trẻ ăn xin, ăn cắp và đánh giầy trên đường phố. Chúng chỉ phục những người sống ngang tàng như chúng. Những thanh niên ngoại quốc này ăn bận cẩu thả, sẵn sàng chia ngọt sẻ bùi với chúng. Một khi đã tâm phục, đám trẻ này sống hết sức nghĩa khí. Có lần tôi tới chơi với đám thanh niên này. Họ sắp đặt trước cho một dân mỗi dưới trướng của họ rút ví của tôi. Tôi đã được báo trước coi chừng mất ví, vậy mà chỉ trong nhấp nháy chiếc ví của tôi bay mất mà tôi không hề biết. Cậu oắt biểu diễn một màn rất điêu luyện. Tay nghề cao như vậy nhưng khi được đề nghị đưa đi huấn luyện một nghề lương thiện, cậu cười toe bằng lòng ngay. Bởi "tình nghĩa" của cậu với các thanh niên ngoại quốc này.

Muốn hoạt động với các trẻ bụi đời phải là người có cái tâm với chúng và được chúng cảm mến. Ngày đó, gia đình An Phong ở Vũng Tàu do cha Nguyễn văn Qui điều khiển cũng rất thành công. Nhờ tính chịu chơi của ông cha dòng Chúa Cứu Thế này.

Cha Qui kể lại sự tình từ khi bắt đầu: *"Lúc đó, năm 1963, tôi làm quản lý dòng Chúa Cứu Thế ở Rạch Dừa, Vũng Tàu. Trong những lần đi chợ cho nhà dòng, tôi có dịp gặp nhiều em đánh giầy và lần lần quen thân với các em. Một hôm, tám em đánh giầy tới xin tôi ở... Tôi cười và nói: "Bộ tụi con muốn đi tu thả, nhà này là một Tu Viện mà?" Các em trả lời: "Không, tụi con muốn ở với cha". Ở với cha mà không chịu đi tu: đó là cả một vấn đề. May phước tôi làm quản lý Nhà*

Dòng, nên có một khu riêng dành cho gia nhân, những người giúp việc cho Nhà Dòng. Để tám đứa ở chung với những gia nhân đó, trong bụng tôi nghĩ thầm: ở đây buồn chết, chúng nó ở ít ngày rồi sẽ đi sống lại ngoài chợ, vui nhộn hơn…Dè đâu, chúng nó không đi, mà còn rủ thêm các đứa khác đến ở… Thấm thoát, con số lên tới hơn hai chục. Bấy giờ 'Chúa mới can thiệp vào vấn đề'".

Chúa can thiệp bằng cách…quấy rối. Trước mặt nhà dòng là một phi trường của quân đội Mỹ. Phi cơ lên xuống liên lỷ gây nên tiếng động rất ồn ào. Tiếng ồn làm lớp học của các cha ở Đệ Tử Viện như cái chợ vỡ. Việc tu tập của các tập sinh bị trở ngại. Họ phàn nàn với cha Giám Tỉnh. Cha giải quyết vấn đề bằng cách dọn nhà Đệ Tử về Sài Gòn. Bất chiến tự nhiên thành. Khu nhà dòng bỗng chốc, nhờ bàn tay Chúa, thênh thang. Cha Qui tha hồ mang các em bụi đời về nuôi nắng. Có đất, cha nghĩ tới việc tự sản xuất để nuôi các em. Cha mua về hai chục con gà. Cha cho biết: *"Bàn tay*

Chúa thấy rõ ràng. Chúa sinh Chúa dưỡng". Gà do Chúa nuôi có khác: từ hai chục con gia tăng đến sáu ngàn con vào tháng tư năm 1975. Đó là không kể dân bụi đã ăn không biết bao nhiêu thịt và trứng gà, lại còn bán ra để mua các thứ cần thiết khác.

Cha Qui có lối giáo dục không giống ai. Cha nói với các em: " *Chúa dựng nên con người và cho hoàn toàn tự do. Cho nên trong nhà của mình, chúng con muốn làm gì thì làm. Đứa nào muốn đi học, cha cho đi học. Đứa nào muốn học nghề, cha cho học nghề. Còn đứa nào muốn ở không chơi, không làm gì hết, vẫn cứ được như thường. Không làm gì hết mà đến bữa ăn, có quyền đến ăn như mọi người, vì mình là đứa con trong nhà thì mình có quyền ăn, còn làm việc là chuyện khác. Nghe vậy, đứa nào cũng thích, và tụi nó mới rủ nhau đến ở càng ngày càng đông".* Các em lớn bàn với cha: nhà ngày càng đông, cha cần chia thành nhóm cho dễ quản trị. Lối chia nhóm của các em này cũng là một cách giáo dục tự giác. Tất cả các thành viên trong nhà đều là trẻ bụi đời. Vậy họ chia làm ba nhóm. Nhóm đi học chữ gọi là "Bụi Non", nhóm học nghề là "Bụi Già", nhóm không học chữ cũng không học nghề, suốt ngày chẳng làm gì cả là nhóm "Bụi Cà Nhỏng"! Người ta đi học để có tương lai, mình không chịu học chi mà tới bữa cứ nhào vào ăn, ngượng chứ. Vậy là quân số nhóm bụi cà nhỏng ngày càng mỏng dần tới lúc rã đám luôn.

Lối dậy nghề của cha cũng rất…bụi. Cơ quan viện trợ Công Giáo Mỹ thường xuyên cho trại bột mì. Cha mướn một ông thợ làm bánh người Hoa tên là chú Hai xây lò làm và nướng bánh bằng củi. Cha bảo các em đứa nào muốn học nghề làm bánh mì thì theo chú Hai. Cha cũng mướn hai anh thợ máy xe hơi để mở "Garage An Phong". Cha khuyến khích em nào muốn học sửa xe hơi thì theo hai anh này. Vậy là cha có thêm lớp dạy nghề máy. Đám thợ vịn này ngày càng tinh thông nghề. Hai cơ sở "Lò Bánh Mì An Phong " và "Garage An Phong" đã có thể kiếm lời nuôi sống các em.

Có phương tiện, cha mạnh tay thu nhận bất cứ trẻ bụi đời nào muốn gia nhập gia đình An Phong. Có những trường hợp khá vui. Cha Qui kể: *"Một hôm tôi đi chợ ở Chợ Lớn. Đi chợ xong, trở lại xe, tôi thấy mười một em với thùng giầy trên tay, ngồi sẵn trên xe: các em ngồi chơi vì biết là xe của cha Qui. Tôi ngó các em, các em nhìn tôi cười, chào nhau. Tôi mới buột miệng hỏi các em: "Cha đi về Vũng Tàu nè, đứa nào muốn đi Vũng Tàu tắm biển vài ngày rồi trở về Chợ Lớn lại, cha sẽ chở về". Các em dòm nhau, hỏi ý kiến, rồi bảo nhau: "Mình phải đi trả thùng giầy cho "anh nuôi" đã". Mỗi em có "anh nuôi" và thùng giầy riêng của anh đó. Mấy em nhanh chân, nhảy xuống xe và trong mấy phút, chạy trở lại, nhảy lên xe, ngồi gọn gàng, vui cười khoái chí. Thế là 11 em đánh giầy ở Chợ Lớn, không cần tính toán lâu, bắt đầu đi Vũng Tàu tắm biển. Thứ hai tuần sau, tôi có dịp lên Sàigòn. Tôi gọi 11 em hôm trước đến và hỏi: "Cha đi Sàigòn đây, tụi con muốn về thì lên xe". Các em ngó nhau, cười và đồng thanh: "Không, tụi con không về, tụi con ở lại đây với cha..." Vậy là gia đình An Phong tăng số thêm 11 người nữa".*

Cha Qui…ăn nên làm ra khiến, ngoài các em bụi đời, còn có những gia đình nghèo khó cũng tới xin ở. Con số dần dần tăng tới mấy chục gia đình. Cha nuôi tuốt! Có những bà mẹ sanh con, không nuôi nổi, tới gửi cha, cha cũng gật đầu. Số trẻ sơ sinh ngày càng đông. Cha phải mở tới hai phòng gồm 40 cái nôi để nuôi những em này. Nhân số đông, tốn kém cũng bộn, cha chưa biết xoay sở ra sao thì Chúa lại nhúng tay vào. Cha Qui kể lại: *"Thêm các gia đình nghèo và các em sơ sinh, thì thêm miệng ăn. Chúa lại gởi quân đội Mỹ và Úc đem đồ giặt đến: gia đình An Phong lại thêm nhà giặt ủi để nuôi sống nhau... Tạ ơn Chúa ! Nhờ Chúa soi sáng và dẫn dắt, đường lối làm việc trong gia đình An Phong tóm tắt trong một câu: "Tôn trọng tự do và yêu thương lẫn nhau".* Cho nên gia đình An Phong không từ chối một người nào đến xin giúp đỡ. *Kết quả: ngày 30 tháng 4 năm 1975, khi miền Nam sụp đổ, con cái Chúa, tính ra được: hơn 300 em bụi đời, hơn 100 ông bà gia đình nghèo, và hơn 100 em bé cô nhi".*

Tôi khoái ông cha…bụi này. Làm cha trong nhà thờ chắc không cực bằng làm cha ngoài đường phố. Nhưng sống lời Chúa phải chăng là cùng sống, cùng đồng cam cộng khổ và yêu tha nhân bằng tình người. Nếu đúng vậy thì những ông cha bụi như cha Claude Paradis, cha Louis Nguyễn văn Qui này là…số dách. Bụi tàn canh!

03/2019

CALI

Bảo rằng tôi qua Cali để nghe tiếng pháo tết không hẳn là không đúng. Nơi nào có tiếng nổ là tôi lân la tới. Vừa đã con ráy vừa hểnh mũi hít mùi pháo. Có lẽ mùi pháo mới là thứ tôi tìm kiếm. Cái mùi chi lạ! Nó nhắc lại cả một thời tôi-thơ-dại đuổi theo từng tiếng nổ, từng mùi tết. Chiều ba mươi tết, đứng trước tiệm phở Quang Trung trên đường Bolsa, nhìn qua một dọc cửa hàng thi nhau đốt pháo đóng cửa tiệm để sửa soạn đón năm mới, tôi đã ngây người, hồn lạc về quá khứ. Tiếng pháo kéo tôi về những ngày xa xưa khi tiếng súng chưa rền rã trên đất nước. Thời thanh bình tạo cho tuổi thơ tôi những ngày tết rộn ràng bám riết vào trí óc tôi cho tới bây giờ.

Nhưng tiếng pháo giao thừa mới là tiếng pháo rộn rã nhất. Tôi nghe tiếng pháo của giờ phút tiễn chú gâu gâu ra đi và đón chào chú ủn ỉn tại chùa Huệ Quang. Sân chùa chật kín người. Đứng trong chánh điện nhìn ra, tôi giơ cao chiếc điện thoại thu hình những tia sáng lấp lóe cùng với tiếng nổ ròn rã hợp cùng mùi khét khét tạo nên năm mới. Khi kiểm lại màn hình mới thấy chỉ có tiếng nổ với những đầu người và những bàn tay giơ cao che lấp hết màn hình. Coi như thất bại đầu năm. Ít năm trước, cũng trong dịp qua Cali đón tết, tôi đón giao thừa tại chùa Điều Ngự. Lúc đó chùa còn đang xây cất, chánh điện chưa hoàn tất, đất chùa rộng mênh mông cũng chật kín người. Những con ngựa sắt nằm một dọc cổng kín những giây pháo hồng nối tiếp nhau. Tôi thủ sẵn máy quay phim và quay được toàn cảnh pháo giao thừa nổ dài tới 13 phút. Chưa bao giờ trong đời tôi lại đã đời với tiếng pháo như giao thừa năm đó.

Cũng may, năm nay có vụ đốt pháo khai xuân của nhà sách Tự Lực, nhà sách lớn nhất Cali, nơi những cuốn sách của tôi và bằng hữu có cơ hội khoe mặt với độc giả. Được mời tới dự cuộc tiếp tân trước giờ đốt pháo, tôi được sống trọn vẹn với một cuộc đốt pháo khá lớn. Bãi đậu xe trước cửa tiệm sách đã được dành riêng cho vụ đốt pháo đầu năm này. Tôi chứng kiến từ khi các cối pháo to đùng được ôm từ trong nhà ra. Nhìn một cối pháo lớn bằng chiếc mâm loại nhỏ được bưng ra, tôi đã thấy rộn ràng. Trong đời tôi chưa bao giờ được trông thấy một cối pháo như vậy. Pháo thường chỉ là những bánh dài chừng vài tấc, dài lắm cũng chỉ nửa thước là cùng. Cối pháo này khi mở ra nằm thõng thượt tới chục thước. Một cối đã vậy, chủ nhân nhà sách đẹp trai vui tính cùng các nhân viên cứ kìn kìn vác ra tới gần chục cối. Trông thấy mà ngốt. Những chiếc thang nhôm xếp hàng dài cổng pháo không nổi. Pháo phải trải ra từng dây trên nền xi

Mâm pháo của nhà sách Tự Lực.

Sẵn sàng nổ!

măng. Chờ cho pháo nằm vào vị trí xong xuôi, chủ nhân nhà sách mới châm ngòi khai pháo. Tôi quay phim hình những tia sáng ngoằn ngoèo chạy qua chạy lại cùng với những tiếng nổ chát chúa và mùi pháo thơm lừng cả khu. Được hơn ba phút tiếng pháo mới dứt. Ba phút nổ hình như dài hơn thời gian ba phút thông thường của chiếc kim đồng hồ. Tôi ngây ngất với pháo. Nếu nói tôi trẻ lại vài chục năm cũng không lạ. Đam mê ngày nhỏ nhít nơi quê nhà như gần xịt với những gì đang diễn ra trước mắt nơi quê người.

Pháo là thứ tôi đi tìm trong những ngày đầu xuân năm nay, nhưng chẳng chỉ có pháo. Tới nơi được xưng tụng là thủ đô tỵ nạn của người Việt, tôi còn tìm được nhiều thứ khác. Như bạn bè chẳng hạn. Những bạn bè ngày còn mài đũng quần trên ghế trường Dũng Lạc Hà Nội. Bạn bè những ngày Chu Văn An Sài Gòn. Trong những lần gặp gỡ từng nhóm nhỏ hay trong lần tham dự buổi mừng Tân Niên của Chu Văn An Nam Cali, chúng tôi mặc sức nhắc lại những ngày xa xôi đó. Những chàng trai năm xưa, nay tuổi trẻ đã trốn mất tiêu, vẫn hăng say lớn tiếng như xưa. Sự hăng say này đã có một hậu quả tức cười. Trên sân khấu, ai nói chi thì nói, trên các bàn ăn, chúng tôi nói mạnh bạo hơn. Chẳng ai thèm nghe. Có nhiều ông trên sân khấu đã…dỗi! Có ông dọa đi xuống. Chúng tôi vẫn chẳng *care*. Hỏi ra mới biết mỗi lần họp mặt Chu Văn An đều như vậy. Tình đồng môn át tiếng hát trên sân khấu! Ngày đó, có lúc chúng tôi đã cãi cọ, mắng mỏ nhau. Có bạn còn nhắc tới những trận thượng căng tay hạ căng chân với nhau để rồi cười xòa nâng ly bia chạm nhau chan chát. Chúng tôi làm lơ những mái tuyết trên đầu, những nếp nhăn trên má, những gậy gộc chống đỡ, những bước thấp bước cao liêu xiêu, để trở về với những ngày tháng nghịch ngợm xưa. Những ông thầy với những hỗn danh được chúng tôi gán cho, những ông giám thị, tổng giám thị khó ưa được chúng tôi mang ra nhắc nhở với những tiếng cười khoái trá. Cả một thời làm quỷ làm ma tái hiện lại nơi những kỷ niệm được tranh nhau nhắc nhở lại. Trong tiếng cười hình như có những tiếc nuối. Những bậc thầy, bạn bè ngày xưa nay không còn nữa khiến hụt hẫng trong mỗi chúng tôi. Chúng tôi đã đi qua những ngày bom đạn, những khét lẹt chiến trường, những nhục nhã tù đầy, những sống chết vượt biển để còn có lúc nhìn được mặt nhau như hôm nay. Kề cận cái chết có thể xảy ra bất cứ lúc nào mà ngày nay, sau bao nhiêu can qua, chúng tôi vẫn còn ngồi lại được với nhau, nhìn vào mắt nhau, nắm tay nhau kể cũng là phúc phận. Tiếng cười pha lẫn nước mắt. Nước mắt vui lẫn lộn với nước mắt buồn. Dù sao chúng tôi vẫn còn có nhau. Tới tận bây giờ.

Hà Túc Đạo từ Bắc Cali xuống và Đoàn Vinh có mặt tại chỗ đã cùng tôi từ Canada sang bày bàn rượu nhớ tới thời làm báo tại Sài Gòn. Bàn nhậu ngày đó đông đảo anh em tay dính mực in nay thu hẹp lại còn có ba tên vừa uống vừa ngậm ngùi nhắc tới những cuộc rượu năm xưa chỉ tàn khi giờ giới nghiêm tới. Cuộc sống bạt mạng những ngày thanh xuân đó được nhắc nhở lại với những tiếc nuối vu vơ. Có một thời người ta sống và có một thời người ta gặm nhấm lại cuộc sống. Chúng tôi đang ở cái thời sau, thời áp chót của cuộc đời. Chia tay nhau biết có còn ngày gặp lại? Chúng tôi như cố quăng đi những muộn phiền của thời gian để vui với

Bạn làm báo ngày xưa: Đoàn Vinh, Song Thao, Hà Túc Đạo.

cái thời không còn nữa.

Tung hê những ngày tháng cũ, tới Cali nhất định phải lê la hàng quán. Cali là nơi cái bao tử được chiều chuộng hết cỡ. Muốn ăn chi có nấy. Từ những món sang cao lâu tửu quán tới món dân dã đường phố, có đầy đủ hết. Cứ nghếch mặt đọc tên tiệm ăn cũng ngộ ra khối điều hay. Tên những hàng quán tôi đã thấy trong mấy lần qua Cali trước đây hầu như vẫn còn nguyên. Đó là những cửa tiệm có tiếng nấu ngon. Nơi được gọi là thủ đô của người Việt tỵ nạn, các quán hàng đông đảo cạnh tranh mãnh liệt, có nấu ngon mới trụ được lâu dài. Nhưng lần này tôi thấy những tên quán lạ hoắc như Tràm Chim, Chợt Nhớ, Quê Anh Quê Em. Tôi cũng muốn vào thử nhưng cuộc phiêu lưu nào cũng có cái giá của nó, tôi đang đi chơi tại một nơi có những hàng quán quen thuộc nên ngại phiêu lưu. Nếu lưu lại thời gian dài hơn, có lẽ tôi cũng…xông pha.

Chẳng phải đi đâu xa, cứ ra ngoài chợ tết trước mặt khu Phước Lộc Thọ hay hai khu Hội Tết Sinh Viên và Hội Tết ở khu Mile Square, là cái miệng cũng đủ đã điếu. Mực nướng, tôm nướng, thịt nướng, bắp nướng, khoai lang nướng và không biết bao nhiêu thứ dân dã khác. Cứ nếm chỗ này một miếng, chỗ kia một miếng cũng đã đầy cái bụng. Nhất là uống thêm một ly nước mía nguyên chất 5 đô nữa là…tết quá tết!

Món hầu của tôi là phở. Ngoài những cái tên tiệm quen thuộc từ những lần trước, mấy ông bạn thổ công có cho tên mấy tiệm phở nhỏ nhưng rất ngon. Phần vì không có thời giờ, phần vì cái bụng chỉ chứa được ba bữa mỗi ngày, nên tôi cũng chưa phiêu lưu được. Đành cứ bổn cũ soạn lại. Cứ theo tiền nhân tới những Quang Trung, Nguyễn Huệ. Nhưng chỉ hai ngày trước khi tới Little Saigon, tôi đã đọc được tin Phở 79 trên đường Hazard, thuộc thành phố Garden Grove, được trao giải thưởng James Beard, được ví như giải Oscar trong lãnh vực ẩm thực. Giải được trao cho các đầu bếp giỏi nhất, những nhà hàng ngon nhất hay các ký giả chuyên viết về ẩm thực hay nhất. Cái độc đáo là chưa có một nhà hàng nào trong khu vực Orange County nhận được giải thưởng cao quý này. Năm nay giải được trao cho bốn nhà hàng ở Los Angeles và Phở 79 trong hạng mục "Các Nhà Hàng Bất Hủ Ở Hoa Kỳ". Ông Nguyễn Tiến Dũng, người quản lý buổi sáng của Phở 79 trả lời phỏng vấn của báo Người Việt: "Phở 79 chúng tôi từng nhận nhiều giải thưởng ẩm thực của các

Phở 79.

thành phố hay các tờ báo, nhưng đây là lần đầu tiên nhận được giải thưởng cao quý này, như giải Grammy của ẩm thực. Khi nghe tin, chúng tôi rất bất ngờ vì không nghĩ mình được chọn…Đây là giải thưởng cao quý nhất nên chúng tôi rất hãnh diện cho mình và hãnh diện cho người Việt sống ở Quận Cam. Tổ chức James Beard nhìn nhận người Việt Nam là một phần của nước Mỹ và phở là một món ăn của người Mỹ. Ngoài ra họ còn công nhận sự đóng góp của người Việt Nam cho ẩm thực Mỹ và công nhận sự thành công của người Việt ở Quận Cam". Cái tên Phở 79 làm tôi thắc mắc. Đó là thời điểm nào mà được chọn làm tên tiệm? Phở 54 hay Phở 75 thì còn có ý nghĩa. Nhưng theo ông Dũng thì năm 79 là năm ông vượt biên tới Hoa Kỳ. À, có vậy chứ! Cái thời khắc sống chết đó được ghi nhận là phải. Dân theo đạo phở như tôi, tới Sài Gòn Nhỏ vào đúng lúc huy hoàng của Phở 79, nhất định phải ăn cho biết tô phở danh giá này ngon như thế nào là điều dĩ nhiên. Một ngày Chủ Nhật, tôi ghé tiệm. Hàng người dài dằng dặc đội mưa đứng xếp hàng như rồng rắn làm tôi dội. Biết bao nhiêu tiếng đồng hồ nghểnh cổ mới tới lượt mình? Đi chơi, thời giờ như vàng bạc, ai lại tung hê cả đống vàng bạc cho tô phở dù là tô phở được công nhận là xuất sắc. Thua! Nhưng dân ghiền phở như tôi dễ gì thua liền như vậy. Lần thứ hai, vào một ngày thứ năm, tôi lại lân la tới. May mắn, chỉ có vài người trong hàng chờ trước cửa tiệm. Rồi tôi cũng được kéo ghế. Tô phở tái về dậy mùi khi được đặt trước mặt tôi. Rõ ra mùi phở. Phở là một món ăn dễ nấu nhưng khó ngon. Ai cũng có thể nấu phở, nhất là những gia đình ở hải ngoại, nhưng phở là một thứ…chia rẽ. Chục người nấu thì có chục trường phái. Cái miệng nếm phở cũng ít có sự đồng thuận. Người thích thế này, người thích thế kia. Tôi hợp gu với tô phở 79. Nhất là có gọi thêm chén đuôi bò hầm ăn thêm với phở. Đuôi bò hình như được tạo hóa sanh ra để nấu phở. Nó làm cho phở đậm đà, dậy mùi phở hẳn lên. Hình như bàn nào cũng có chén đuôi bò chứng tỏ phở 79 hầm một số lượng đuôi bò kha khá. Tôi trả tiền cho ông Dũng tại cái quầy đặt trước bức tường có treo hàng hàng lớp lớp bằng khen. Tôi nói một vài câu khen ngợi nhưng chỉ nhận được nụ cười và câu cám ơn gọn lỏn của ông. Ông quá bận thu tiền của hàng người đứng chờ. Cũng có thể ông nhận quá nhiều lời khen nên câu khen của tôi rơi vào sự nhàm chán hàng ngày.

Cả hai lần tôi tới Phở 79, trời đều mưa lớn. Lần đón giao thừa ở chùa Huệ Quang, trời cũng mưa tầm tã. Cali nay đã đổi khác. Trước đây, bói cả năm không ra một cơn mưa, mỗi lần về Quận Cam, tôi đều dọa bạn bè muốn tặng một cây dù đi mưa làm quà. Nói vậy cũng như tặng ca sĩ Thiên Tôn chiếc lược. Nhưng nay chiếc dù là thứ người dân Cali phải có. Thêm vào những cơn mưa là thời tiết lạnh buốt. Dân xứ lạnh như tôi mà còn áo lớp trong lớp ngoài như đang ở Montreal. Mấy ông bạn mắng yêu là tôi mang mưa lạnh từ Canada qua. Nói vậy là oan cho tôi. Nếu phải mang chút thời tiết qua, tôi sẽ mang nàng tuyết qua cho các ông o bế! Nhưng qua Cali là đi trốn tuyết, đời nào tôi lại lễ mễ ôm cô nàng trắng phau qua cho vất vả. Qua xứ Cali là đi tìm sự ấm áp. Tôi đã tìm thấy nơi những bạn học cũ, nơi những bạn làm báo xưa. Tình bạn như rượu quý, càng lâu càng ngon. Nhưng tình bạn văn tại Cali lại có cái ấm áp khác.

Muốn kiếm gặp bạn văn tại nơi quê hương ngoài quê hương này, cứ cà phê cà pháo nơi Factory. Tôi đã ngồi bên những Phạm Phú Minh, Nguyên Khai, Cung Tích Biền, Thành Tôn, Nguyễn Mạnh Trinh như những lần trước. Chuyện của nhiều năm gộp lại nở như pháo ran. Ngồi ở Factory như ngồi ở bàn nhậu đường Phạm Ngũ Lão trước kia ở Sài Gòn. Lâu lâu lại có người xẹt qua, ngồi xuống, uống chút đỉnh rồi bay. Phạm Quốc Bảo đã xẹt qua như vậy. Tràm Cà Mau cũng đã xẹt qua như vậy. Lần đầu tôi gặp anh nhưng chúng tôi đã biết nhau trên những trang chữ. Anh đã nối lại gặp gỡ với tôi tại một quán ăn chay. Tại đây tôi gặp nhà viết tùy bút Trúc Chi. Mái tóc để dài bạc phơ đã đánh lừa tôi. Tôi ngỡ gặp anh lần đầu nhưng anh nhắc đã gặp tôi những năm trước tại nhà Nguyễn Mộng Giác. Ngày đó tóc anh chưa đổ tuyết và sợi tóc chưa dài theo năm tháng như ngày nay. Cũng tại quán chay này, tôi gặp Trần Huy Bích, bút hiệu Từ Mai,

Từ trái: Thành Tôn, Song Thao, Nguyễn Mạnh Trinh, Nguyên Khai, anh chị Cung Tích Biền.

Với Tràm Cà Mau.

Từ trái: Song Thao, Trúc Chi, Trần Huy Bích, Tràm Cà Mau.

chuyên nghiên cứu cổ học, bạn học xưa tại Chu Văn An, con người vô cùng cẩn tắc ngày đó được chúng tôi đặt cho biệt danh "thầy đồ". Ngày nay thầy đồ Bích vẫn cẩn tắc như xưa. Mở miệng là ra thơ chữ Hán rối mò. Anh dặn đi dặn lại lần tới nhất định phải tới trú tại nhà anh. Từ khi chị bỏ anh ra đi, anh cu ky một mình, cần có bạn cho đầy chặt nhà cửa. Tôi gọi đùa anh là nhà "Vũ Hoàng Chương học" vì anh đang bỏ nhiều công sức phanh phui cái gia tài văn học đồ sộ của nhà thơ, thầy dạy chúng tôi năm Đệ Nhị, năm cuối cùng còn môn Việt Văn trong chương trình học. Chúng tôi có một điểm chung là rất quý trọng thơ, cuộc sống hết mình với chữ nghĩa, và cái chết can cường chỉ ít bữa sau khi từ ngục tù cộng sản trở về của thầy Vũ Hoàng Chương.

Một ông đồ khác tôi tình cờ gặp tại Hội Tết Sinh Viên.

Hàng ăn san sát nhau trong hội Tết Sinh Viên.

Gặp "ông đồ" Jimmy Nhựt Hà.

Đó là Jimmy Nhựt Hà. Ông đồ này trẻ măng, chẳng biết có rành chữ Hán không, nhưng là người đang giữ lại kho tàng âm nhạc Việt Nam. Anh đang giữ hai chương trình trên đài SET và đài SBTN: "Jimmy Show" và "Tác Giả và Tác Phẩm". Chương trình đầu chuyên phỏng vấn các ca sĩ và tác giả không còn trẻ. Chương trình sau giới thiệu những tác phẩm của các nhạc sĩ nổi danh từ xưa. Tôi rất trân trọng công việc làm của chàng trai trẻ đẹp này. Trên TV anh diện đúng mốt nhưng cũng có lúc anh mặc áo dài khăn đống như một cụ đồ xưa. Chính nhờ bộ quốc phục này mà tôi nhận ra anh ngay. Anh là bạn Facebook của tôi. Tôi xưng tên là anh vồn vã liền. Sự vồn vã rất chừng mực ra dáng một ông đồ. Anh cho biết là bạn bè vẫn nói con người anh thuộc về thế kỷ trước. Tôi nhìn anh như một hậu sinh khả úy!

Khánh Trường không còn đàn đúm với bạn bè được như xưa. Nhiều căn bệnh thâm niên đã giữ anh trong chiếc xe lăn quanh quẩn trong nhà. Con người bị thần chết chê không thèm với tay tới vẫn lui tới "tiệm" lọc thận tuần ba lần. Cuộc sống dính vào chiếc xe lăn, với nhiều người là không khá, nhưng với Khánh Trường là chuyện nhỏ. Anh vẫn tươi cười, vọc *computer* bằng những ngón tay lọng cọng. Từ cái lọng cọng này anh đã sản xuất ra những bìa báo đầy mỹ thuật. Tôi được hưởng lây bằng những bìa sách anh vẽ cho những cuốn sách của tôi. Anh là họa sĩ làm bìa sách nhiều nhất hiện nay. Anh vốn là dân chết đến…bàn tọa cũng không *care* nên vẫn mưu toan những chuyện ít ai có can đảm làm. Một trong những chuyện anh đang thực hiện là ra tập san "Mở Nguồn", tiếp nối cho Hợp Lưu, một tờ báo giấy đàng hoàng, chuyện

Khánh Trường ngồi giữa Song Thao và Tạ Quốc Quang.

ít ai nghĩ tới. Anh sống với định mệnh của anh: xông vào những chuyện không ai dám làm.

Muốn gặp anh bạn văn Nguyễn Đình Toàn phải tới nhà anh. Anh…tu, ít xuất hiện bên ngoài. Vẫn lối nói chuyện dí dỏm, vẫn tiếng cười nhè nhẹ, anh thanh thản sống trong nghịch cảnh. Cuộc sống tới lúc phải hết mà chưa hết được là cuộc sống của "những điều trông thấy mà đau đớn lòng". Anh nhắc lại câu Kiều như một giỡn cợt nhưng nghe ra rất nẫu lòng. Dù sao còn nhìn được nhau, ngồi với nhau, nhắc chuyện xưa, nhìn chuyện nay cũng đã là một may mắn. Một thứ may mắn tội nghiệp.

Lần tới Cali này, tôi trả được món nợ từ mấy năm qua. Hai lần trước, tôi đã nhận lời với nhà thơ Nguyễn Mạnh Trinh lên đài phát thanh Little Saigon cũng như đài truyền

Tại nhà Nguyễn Đình Toàn.

hình Hồn Việt để chuyện trò. Vậy mà những bất ngờ này tiếp nối bất ngờ khác khiến tôi chưa lên đài được. Lần này, bắt được tôi ở Factory, anh Trinh túm lấy, nhất định không buông ra. Cuối cùng, chúng tôi và cô Nhã Lan cũng đã trò chuyện được với nhau trước máy thâu hình. Buổi thâu hình khó khăn này chỉ chấm dứt trước nửa đêm. Trên đường đưa tôi về, anh Trinh lạc lung tung. Chuyện nhỏ! Cái nợ văn chương cũng là chuyện nhỏ. Thực ra, làm chi có cái gọi là nợ giữa những người viết lách chúng tôi. Chúng tôi đang tham dự vào một trò chơi. Đã gọi là chơi thì chỉ có vui chơi. Chơi được lúc nào vui lúc đó, dù biết rằng một ngày nào đó sẽ chẳng còn đủ sức chơi.

Nằm giữa khu Bolsa là một nghĩa địa bát ngát. Trong những ngày lưu lại đây, tôi đã ngồi trên xe qua lại không biết bao nhiêu lần. Mỗi lần đi qua, tôi nhìn vào trong đám cỏ xanh tươi với những mộ chí nằm đều tăm tắp mà lòng chợt chùng lại. Bạn bè tôi nằm trong đó. Ông bạn Thành Tôn, người đã cho tôi đi ké xe nhiều lần, ngậm ngùi nói: "Trong đó bạn bè ta ngày càng đông vui!". Câu nói rơi vào thinh không. Hình như không ai nói, không ai nghe!

03/2019

CẤY

Câu chuyện tức cười này xảy ra ở Dar-es-Salaam, Tanzania. Đầu tháng 5 vừa qua, tòa án địa phương đã phải thụ lý một vụ án khá lạ. Vụ này liên quan tới anh Darius Makambako, 50 tuổi, và cô vợ tên Precious, 45 tuổi. Cuộc hôn nhân của họ không có chi trục trặc ngoài chuyện đã qua sáu năm chồng vợ mà bụng cô vợ cứ trơ trơ không chịu phồng lên. Tại Tanzania chuyện không có con là chuyện gia đình nội ngoại nhìn vào với đôi mắt khe khắt. Hai vợ chồng hết sức bối rối, đi khám để tìm nguyên nhân. Kết quả, anh Darius bị vô sinh không thể có con được.

Sau khi bàn với vợ, anh chồng muốn vợ cấy thai với tinh trùng của người khác. Anh muốn vợ nhận tinh trùng trực tiếp cho đỡ tốn tiền. Bà Precious chấp nhận. Anh nhờ anh bạn Evans Mastano, 52 tuổi, vừa là hàng xóm, vừa là đồng nghiệp trong ngành cảnh sát, thi hành sứ mạng với cái giá 2 triệu *shillings* tiền Tanzania. Tính ra khoảng chưa tới 1200 đô Canada. Anh này bảo đảm tốt giống vì đã có hai cô con gái xinh xắn đẹp đẽ. Theo hợp đồng, anh Evans sẽ qua ngủ với vợ của anh Darius mỗi tuần ba lần trong vòng 10 tháng trong năm 2016.

Hợp đồng được thi hành một cách mỹ mãn. Thậm chí anh Darius còn hào phóng để cho anh bạn nằm với vợ cả ngày. Chị vợ Precious vốn là một y tá cũng đã xin nghỉ phép ba tháng, từ tháng 3 đến tháng 6 năm 2016, để toàn tâm toàn trí thoải mái trong việc thụ thai. Vậy mà qua hết thời gian của hợp đồng, anh Evans đã qua làm thợ cấy tổng cộng 77 lần, mà tình hình không suy chuyển. Tức khí, anh Darius yêu cầu anh Evans phải đi khám nam khoa xem có chi trục trặc không. Tháng 1 năm 2017, anh Evans đi khám. Kết quả: anh Evans cũng vô sinh!

Chuyện lạ. Rõ ràng anh này có hai cô con gái mà sao lại vô sinh. Anh Darius thưa kiện ngay lập tức. Tới lúc này cô Angela, vợ của anh "thợ cấy" Evans, mới khai là hai cô con gái thực ra không phải là con anh Evans. Cô mếu máo với phóng viên báo *Dar-es-Salaam Today News*: "Tôi bị bắt buộc phải ăn nằm với người anh họ của chồng tên Edward để có hai đứa con sau hai năm cưới mà không có con!". Anh Darius thưa anh bạn Evans ra trước tòa đòi bồi thường. Anh Evans khai trước tòa là anh đã thi hành hợp đồng một cách nghiêm túc và trong hợp đồng không có khoản bảo đảm là bà Precious phải cấn thai! Chưa biết tòa sẽ xử ra sao.

Ngày nay hình như chuyện mà mấy ông bạn tôi vẫn diễn tả một cách xuôi rót "chỉ cần đi ngang qua giường là vợ có thai" đã có những đổi thay. Nhiều người hì hục cấy bừa mà vẫn trắng tay về đường con cái. Thường thì chúng ta tìm tới khoa học để kiếm mụn con bằng cách thụ tinh nhân tạo. Chuyện dùng ống nghiệm ngày nay là chuyện thường ngày ở huyện. Nhưng không phải cứ khoa học dính tay vào là mọi chuyện xuôi rót. Theo Viện Thụ Tinh NhânTạo và Phôi Học Anh thì thụ tinh nhân tạo chỉ có khoảng từ 5% đến 15% tỷ lệ thành công, tùy theo tuổi tác của người phụ nữ. Để cải thiện, con người lo liệu với nhau bằng cách…cổ truyền. Bắc vòi cấy tinh trùng trực tiếp!

Chuyện thân mật đến tận cùng thân mật mà vội vã nhào vô như tập trận ắt phải có nhiều cấn cái. Đây là một cảnh cấn cái do phóng viên Helen Croyden của tờ *The Mirror* bên Anh khai thác được. *"Trong một nhà hàng tại London bên Anh, Sarah và Carl đang ăn tối dưới ánh nến. Khung cảnh lãng mạn này khiến nhiều người nghĩ họ là một đôi tình nhân đang hẹn hò. Sự thực không phải như vậy. Sarah chỉ mới quen Carl,người kém cô tới 7 tuổi, qua vài lần trao đổi trên trang mạng co-parents.net, một trang dành cho những người đàn ông sẵn sàng hiến tinh trùng. Bữa tối kết thúc, cả hai đến nhận phòng ở một khách sạn gần đó. Tại đây, họ thực hiện công việc quan trọng nhất đã giao kết với nhau: quan hệ tình dục để làm cho Sarah có thai. Sau khi "xong việc", Carl lập tức tắm rửa và rời đi ngay trong đêm. Sarah cũng trở về căn nhà của cô từ khi trời vừa hửng sáng. Tối hôm sau, mọi chuyện lặp lại một lần nữa: ăn tối và quan hệ tình dục trong khách sạn. Sau lần thứ hai này, cả hai chính thức cắt đứt mọi quan hệ. Sau vài tháng làm quen trên mạng và hai đêm mặn nồng với nhau, họ lại trở thành những con người xa lạ".*

Sarah thích cuộc sống độc thân nhưng lại muốn có một đứa con để hủ hỉ sớm tối. Sau hai lần thử thụ thai nhân tạo không xong, cô mới phiêu lưu vào chuyện cấn cái với anh chàng tên Carl. Cô không dễ dãi và ẩu tả. Phải mất hai năm cô mới tìm được và chấp thuận anh chàng này. Nhưng tới ngày hẹn, cô bối rối. *"Khi kể về hai đêm "làm vợ" đắng cay đó, Sarah bật khóc. Đêm đầu tiên, cả hai cùng lúng túng, e thẹn. Khi mọi chuyện kết thúc, Carl vội vã rời đi còn Sarah nằm lại với cảm giác mà cô gọi là "thấy mình như một ả gái điếm". Sang đêm thứ hai, mọi chuyện coi bộ dễ dàng hơn. Nhưng giữa hai người vẫn gần như không có đối thoại. Cô thậm chí còn không buồn hỏi họ của anh là gì, dù biết rằng, cái tên "Carl" cũng chỉ là tên giả. Để tạo hứng và phá vỡ không khí im lặng đến nặng nề, họ đã mở một bộ phim sex trước khi làm "chuyện ấy""*.

Cô phóng viên Helen Croyden là một người tận tụy với nghề nghiệp. Cô vào trang *web* để tự mình tìm hiểu phía bên kia sau khi đã được Sarah thổ lộ nỗi lòng của phe đi xin . Tại sao các ông lại xông pha vào công việc thích thú nhưng có thể để lại rất nhiều hệ lụy này? Chỉ đúng 24 giờ sau khi ứng đơn xin tinh trùng, cô đã nhận được 12 đề nghị "cho". Tất cả đều muốn cho trực tiếp! Ông nào cũng khoe mình ngon lành. Có ông còn gửi hình một bé trai kháu khỉnh và nhận đó là con ông để làm…hàng mẫu. Cô phóng viên ranh mãnh này dò hỏi tại sao các ông thích đâm vào chuyện phiền toái này. Ông thì nói muốn để lại một đứa con trên cõi đời này, điều mà vợ ông không làm được vì bà điều trị bằng hóa chất để chữa bệnh ung thư. Có ông giản dị hơn: cô muốn giúp, tôi sẵn sàng giúp, vậy thôi. Ngay cả một anh chàng đồng tính cũng muốn "giúp đỡ người khác" vì đã chứng kiến một cô bạn gái đau khổ cùng cực khi không có mụn con mà cô tha thiết muốn có.

Hai người hoàn toàn xa lạ ráp vào nhau đánh rụp một cái rồi lại biền biệt có biết bao nhiêu vấn đề cần phải đặt ra. Quan trọng nhất là không biết đời sống tình dục của người kia ra sao. Trường hợp của cô Sarah nói trên, tất cả những gì cô biết về người chung giường trong hai đêm tên Carl chỉ là: thạc sỹ, 35 tuổi, khỏe mạnh. Anh chàng Carl nói như vậy chẳng biết có đúng không. Đâu có dây mơ rễ má chi mà kiểm chứng được. Ngay cả cái tên Carl cũng chẳng biết có phải là tên thật không. Trường hợp cô phóng viên Helen Croyden cũng chẳng hơn chi. Khi đóng vai một người đi xin con, cô đòi hỏi người kia cung cấp giấy chứng không mắc bệnh AIDS, cô chỉ nhận được bản *photocopy* chẳng mấy tin cậy.

Dòng giống, thân thế của người cha của đứa con mang trong bụng, nếu thụ thai, cũng không bảo đảm. Có thể có một căn bệnh di truyền nào đó hay một bệnh bí mật nào đó khiến đứa trẻ sẽ phải mang trong suốt cuộc đời. Hoặc có thể khiến sảy thai, sinh non hoặc khuyết tật. Đó là trường hợp của cô Sarah. Sau hai lần chung chạ, cô cấn thai. Nhưng tới tuần thứ 12 thì hư thai.

Mối nguy hiểm về pháp lý cũng có thể rình rập. Người cho tinh trùng có thể đòi con, gây ra nhiều rắc rối về pháp lý sau này. Chỉ cần một lần thử ADN là mọi bí mật bị phơi bày. Hậu quả khôn lường. Lại còn chuyện sau này có thể đứa con sẽ gặp trường hợp hôn nhân cận huyết vì không biết người cha sinh học là ai. Điều này rất có thể xảy ra vì những "nhà hảo tâm" vốn có con tim rộng mở, làm việc thiện vung vít, con rơi đầy rẫy, cơ hội chúng gặp nhau rất có thể xảy ra.

Một trong những người miệt mài làm việc thiện là anh Kyle Gordy, dân Los Angeles. Anh khởi đầu "sự nghiệp" vào năm 2014 ở tuổi 22. Tới năm 27 tuổi anh đã có 18 đứa con. Trong 18 đứa con này ít nhất có 25% được thụ tinh trực tiếp. Theo báo *Daily Mail* thì Gordy đã trở thành nổi tiếng được nhiều bà nhiều cô chiếu cố. Anh cho rằng mình nổi tiếng vì anh đẹp và xuất thân từ một gia đình có học thức. Ông của anh là một nhà khoa học, cha là luật sư, mẹ là lập trình viên máy điện toán, anh và chị của anh cũng đều là luật sư, và chính anh cũng đã tốt nghiệp đại học. Nhân thân tốt như vậy anh lại không bao giờ nhận tiền khi hiến tinh trùng. Vậy nên khách hàng của anh tới nườm nượp. Anh tự hào: "Tôi là người rất, rất nổi tiếng. Mỗi tháng có khoảng một trăm người tìm tới tôi. Tôi không thể thỏa mãn tất cả. Tôi chỉ giúp được mỗi tháng từ 2 đến 3 người". Anh không quản đường xa, có thể di chuyển từ tiểu bang này đến tiểu bang khác. Thậm chí có thể ra ngoại quốc để ban phát con cái cho những người tới với anh. Điều anh kỵ nhất là cho tinh trùng qua ngân hàng tinh trùng vì như vậy không thể theo dõi được số con cái. Anh còn lập nhóm trên Facebook để anh chị em chúng biết nhau.

Ít có người lo xa như anh Dyle Gorky. Thường các chàng trai hiến tinh trùng bằng cách trực tiếp chỉ là những người tìm vui miễn phí chốc lát. Họ muốn được hưởng thứ mà người trong nước gọi là "rau sạch". Vừa sạch vừa lạ. Rời nhau ra là hết. Không chút vương vấn. Chẳng nghĩ ngợi chi. Anh Aaron Long không như vậy. Câu chuyện của anh được đài BBC bên

Anh phổ biến trên trang mạng của đài.

Người nhận tinh trùng của anh là chị Jessica Share, một người đồng tính đã từng kết hôn với một phụ nữ khác. Cặp hôn nhân đồng tính này muốn có con cho vui cửa vui nhà. Họ cùng nhau nghiên cứu hồ sơ của những người sẵn sàng hiến. Họ chọn anh Aaron Long, dân tiểu bang Ohio, Mỹ. Năm 2005, chị Jessica sanh một bé gái. Ít lâu sau, họ quyết định muốn có một đứa con nữa. Anh Aaron Long lại được vời tới. Phát biểu trong chương trình truyền hình *Good Morning America*, chị cho biết chị bị hấp dẫn bởi tính nghệ sĩ của anh Long. Anh là một nhà văn, một nhạc sĩ nhưng lại cũng thích lái xe taxi!

Ba năm sau khi bé gái Alice ra đời, Jessica ly dị với người vợ đồng tính. Năm 2016, được 11 tuổi, bé Alice mới thắc mắc về người cha giấu mặt. Bé vào trang mạng *"DNA 23 and Me"* để tìm cha. Bé đã thành công. Dưới sự thúc giục của bé, Sarah liên lạc và đề nghị anh Aaron Long chụp một tấm hình với mẹ con chị. Và họ đã gặp nhau. Anh Long nói trong chương trình *"Good Morning America"*: "Khi chúng tôi gặp nhau, tôi không biết tại sao sức hấp dẫn của đôi bên mạnh mẽ tới mức cả hai chúng tôi đều không thể làm ngơ được". Năm 2017, anh Aaron Long mời hai mẹ con về ở chung với anh tại Seattle. Họ chính thức trở thành một gia đình hạnh phúc!

Cái kết cục rất có hậu của một câu chuyện thiệt làm tôi nhớ tới một truyện ngắn của ông bạn Trang Châu. Tôi lục tìm trong tủ sách tập truyện mà anh tặng tôi từ lúc mới xuất bản vào năm 2000. Tập truyện *"Dì Thu"* trong đó có truyện ngắn *"Thuê Tình"*.

Trung là một bác sĩ trẻ, đẹp trai, có phòng mạch tại Montreal (chẳng lẽ lại là bạn tôi?). Một bữa kia có một cô trình dược viên tên Cecile Tremblay tới xin gặp. Anh tiếp ngay tuy phòng mạch đang đông khách chờ. Anh chào bằng tiếng Pháp nhưng cô cho biết ngay cô là người Việt. Đúng ra là cha Pháp mẹ Việt. Cô vào đề ngay: "Tôi phải xin lỗi ông trước. Hôm nay tôi đến gặp ông không phải để biếu thuốc mẫu". Cô chỉ muốn Trung giúp cô một việc mà không ai khác có thể giúp cô được. Cô cho Trung coi tấm hình một người đàn ông khiến anh sửng sốt: giống hệt anh! Cô cho biết đó là chồng cô. Cô hẹn anh đi ăn để nói câu chuyện dài dòng này. Trung nhận lời nhưng tự nhắc phải tỉnh táo và cẩn trọng. *"Trung tự dặn lòng phải thật dè dặt với người đàn bà này. Ba mươi ba tuổi mà vẫn còn độc thân tất nhiên Trung là cái đích của một số phái nữ hoặc của gia đình họ. Trung tận tụy với nghề nghiệp nhưng gần như thờ ơ với đàn bà. Chàng chưa cảm thấy xao xuyến trước nhan sắc của một ai cả. Do đó ý nghĩ lập gia đình chưa hề có trong đầu Trung. Thể thao và du lịch là hai đam mê lớn của Trung ngoài nghề nghiệp".*

Sự cẩn tắc của Trung là đúng vì, khi ngồi trong tiệm ăn, Cecile Tremblay cho biết tên thật của cô là Trần Thị Cẩm Tú. Tấm thiệp cô dùng để đưa cho Trung là của một người bạn. Cẩm Tú vào đề ngay: *"Thưa ông, vấn đề của tôi như thế này. Tôi lập gia đình với Giang đã bảy năm. Chồng tôi là thương gia, có cơ sở xuất nhập cảng lớn ở Tân Gia Ba. Chúng tôi không có con. Nguyên nhân hiếm muộn, theo lời các bác sĩ ở Pháp, là do phía chồng tôi. Nhưng anh ấy không chịu tin. Anh đi hết cô này đến cô khác với hy vọng có lúc anh chứng tỏ được anh vẫn có khả năng truyền giống. Tôi sợ nếu có một người đàn bà nào báo tin rằng cô mang thai với Giang, anh sẽ tin và anh có thể bỏ tôi để cưới cô kia làm vợ. Tôi mất chồng và sự nghiệp của chồng tôi sẽ về tay người đàn bà khác. Tại sao người đàn bà thông báo cho chồng tôi mình có bầu lại không phải là tôi? Như thế tôi sẽ giữ được tất cả. Tôi tìm kiếm một người đàn ông đủ điều kiện giúp tôi thực hiện ước mơ đó. Đủ điều kiện có nghĩa là diện mạo phải thật giống chồng tôi vì như thế đứa con có nhiều hy vọng giống Giang. Tiếp đến phải là một người đàn ông có kiến thức. Tôi gặp ông và vui mừng thấy đã tìm đúng người. Xin ông đừng nghĩ đó là một việc làm sai quấy mà xin ông hãy nghĩ ông đang làm một việc thiện, nếu không phải cho đời thì ít nhất cũng cho tôi".*

Việc thiện mà Cẩm Tú đề nghị là xin tinh trùng của Trung. Trực tiếp! Họ sẽ sống với nhau như vợ chồng trong hai tuần Cẩm Tú lưu lại Montreal. Trung đồng ý. Tới đêm thứ chín, Cẩm Tú kêu rượu lên phòng. Họ uống trước khi mây mưa. Trung nhận thấy *"đêm hôm đó, lần đầu tiên nàng tỏ ra đam mê không kém Trung".* Đêm hôm sau, đi làm về, Trung tới khách sạn để chỉ thấy anh không vào được phòng số 257 như mọi bữa. Khách sạn cho biết Cẩm Tú đã trả phòng và nhờ đưa lại cho anh một bức thư xin lỗi vì phải về Pháp ngay. Và cô kèm theo trong thư một ngân phiếu 20 ngàn đô. Trung hụt hẫng và tức giận. Như bị khinh thường. Anh không *cash* số tiền của chi phiếu. Bốn tháng sau, anh nhận được thư của Cẩm Tú hẹn gặp. Cô xin lỗi vì đã lừa dối Trung. Chồng cô không phải là một thương gia nhưng là một bác sĩ sản khoa đã bị nhóm chống phá thai bắn chết. Chuyện trớ trêu là chính anh bị vô sinh. Không biết có phải vì vậy mà anh hăng hái phá thai.

Như một cách trả thù đời. Nay cô đã có thai với Trung được bốn tháng. Số tiền 20 ngàn chỉ là một cách thử tình cảm của Trung. Nếu Trung nhận thì coi như xong. Mọi sự chấm dứt. *"Đêm thứ chín, chắc ông còn nhớ, đêm tôi gọi mang rượu lên là đêm tôi trọn vẹn sống với ông như một người tình... Tôi quyết định gửi ông một số tiền lớn. Nếu ông lấy ngay số tiền đó, tôi coi như ông bằng lòng được trả công, tôi sẽ không bao giờ gặp lại ông. Nay sau bốn tháng ông vẫn không lấy tiền. Tôi nghĩ có khi ông cần tình cảm của tôi chứ không cần tiền của tôi. Do đó tôi quyết định gặp lại ông"*. Bài toán thử của Cẩm Tú đã có kết quả đúng như nàng suy tính. Dưới mắt Trung, Cẩm Tú như một con người khác. Anh thú nhận: *"Bây giờ sợi chỉ rối đã được gỡ. Nếu cô không từ chối, tôi xin được chia xẻ ước mơ của cô"*.

Cũng một cái *happy ending* nhưng chuyện ngoài đời của anh Aaron Long và chị Jessica Share coi bộ ít rắc rối hơn chuyện của hai anh chị Trung và Cẩm Tú trong *"Thuê Tình"* của nhà văn Trang Châu. Khéo nói! Thì bao giờ mấy ông văn sĩ chẳng vẽ chuyện! Vẽ chi thì vẽ, anh bạn Trang Châu vẫn chậm chân, dân gian đã vẽ từ khuya rồi. *Kim chích vô thịt thì đau / Thịt chích vô thịt nhớ nhau suốt đời!*

05/2019

CHẤM

Tôi vừa đọc được kết quả của một cuộc nghiên cứu về nước chấm có xuất xứ từ cá của trang mạng *Our Daily Brine*. Họ cộng tác với chuyên viên ẩm thực Jaime Vasquez của *Three Thousand Acre Kitchen* để thực hiện cuộc nghiên cứu mang mùi nước mắm này. Để đạt được độ chính xác nhất, họ không nhận mẫu từ các nhà sản xuất mà ra chợ Á đông mua các loại nước mắm có trên thị trường.

Mỗi mẫu nước mắm được chiết ra 50 *mililitre*, đựng trong một chiếc ly thủy tinh, đánh số, để người nếm không biết họ đang nếm thứ nước mắm nào. Thang điểm cho là từ 1 đến 5. Số 1 là ẹ nhất, số 5 là xịn nhất. Để cái lưỡi của người nếm không bị lẫn lộn, sau mỗi lần nếm, họ phải dùng bánh, nước hoặc cà phê để xóa đi mùi vị của lần nếm trước. Thứ nước chấm nào được từ 3 sao trở lên sẽ được nếm lại, dùng với cơm nóng hoặc mì hay trứng luộc chín. Ba thứ được điểm cao nhất sẽ được nếm lại để phân ngôi thứ. Kết

quả ngôi thứ như sau: Red Boat 40oN, Red Boat 50oN, New Town 60oN, Tiparos, Shrimp and Crab (nước mắm Tôm Cua), Việt Hương, Flying Horse, MegaChef 30oN, Hương Vị Việt, Golden Boy, Three Crab (Ba Con Cua) và Squid (Nước Mắm Mực). Trong số 12 loại nước mắm này, các bà nội trợ chắc nhận ra vài loại thường dùng hàng ngày. Độ đạm là yếu tố quan trọng nhất trong nước mắm. Phần lớn các loại nước mắm được nếm chỉ có từ 1 *gram* đến 2 *gram* đạm trong một muỗng súp. Riêng nước mắm Red Boat được 4 *gram* đạm.

Lời phê của các nhà…nếm cho nước mắm thủ khoa Red Boat phần lớn là những lời khen. *Yêu thích!; Giản dị, không hỗn độn; Có hương vị của trà oolong!; Cá nhưng không có mùi cá!; Tôi đang ở trên bãi biển!; Muối đi trước , nhưng cá theo sát ngay!*

Đó là những gì tôi ghi nhận được tuy không muốn quảng cáo cho loại nước mắm giá đắt hơn các loại khác nhiều lần. Có lẽ chúng ta cũng nên nhắc chi tiết một chút về công lao

Ông Cường Phạm

của một chuyên viên trẻ đã bỏ tất cả các cơ hội tốt hơn để chỉ chú tâm vào nước mắm. Đó là ông Cường Phạm, một kỹ sư phần mềm của Apple, Oracle và Verizon. Năm 2005, sau khi đã có kinh nghiệm 30 năm làm việc tại các hãng điện tử hàng đầu trên thế giới, ông Cường bỏ ý định lập một công ty chuyên về phần mềm riêng khi về hưu, mang vốn liếng về Phú Quốc làm nước mắm thứ thiệt. Ông khởi sự từ đầu bằng cách học hỏi chu trình làm nước mắm ngay tại chỗ, mua một hãng làm nước mắm nhỏ, sản xuất với phương châm giống phương châm của Apple: chất lượng là chính! Năm 2011, nước mắm Red Boat của ông Cường xuất hiện trên thị trường nước mắm hải ngoại với dòng chữ nổi bật *"Made in Phu Quoc Island"* (Làm tại đảo Phú Quốc). Sở dĩ có thêm chữ *"island"* (đảo) vì trước đó, nước mắm mang tên "Phú

Quốc” do Thái Lan sản xuất đã đánh lận con đen.

Ông Cường Phạm vượt biển tới Mỹ vào năm 1979 và định cư tại miền Bắc California. Ngày trước, gia đình ông đã có một xưởng nước mắm nên ông cũng đã dính mùi mắm từ nhỏ. Nhưng đó không phải là lý do để ông buông bỏ lãnh vực điện toán để về vui thú với nước mắm. Lý do chính là mẹ ông. Ăn nước mắm chính thống ở Việt Nam quen, bà không hài lòng với loại nước mắm của Thái Lan mà bà bắt buộc phải dùng hàng ngày. Vì thương các bà mẹ Việt Nam lạc vị nước mắm ở nước người, ông mới sa chân vào nước mắm.

Nước mắm Phú Quốc chân truyền phải được làm bằng cá cơm. Cá vừa được kéo lưới từ biển lên liền được chượp ngay với muối tinh để giữ cho cá tươi ngon. Như vậy nước mắm làm ra mới không bị nặng mùi. Sau khi loại bỏ cá tạp, chỉ giữ lại cá cơm, cá được đổ vào những thùng gỗ lớn để ướp từ 9 đến 12 tháng. Cá sẽ biến thành những giọt nước mắm trong veo màu hổ phách trông rất bắt mắt. Dân làm nước mắm Phú Quốc có một chiêu gia truyền làm nước mắm của họ khác với các loại nước mắm khác. Đó là phương pháp ủ gài nén yếm. Thường ở các nơi khác, người ta khuấy đảo cá muối thường xuyên cho mau chín thì ở Phú Quốc cá và muối được giữ yên cho ngấm vào nhau một cách tự nhiên. Chu trình này đòi hỏi thời gian lâu gấp hai hoặc ba lần các nơi khác nhưng rất đáng giá. Nước mắm sản xuất ra có màu cánh gián rất đẹp và hương vị đậm đà độc đáo hơn. Nghề nước mắm tại Phú Quốc đã có trên 200 năm tuổi, cung cấp cho thị trường nước mắm tại Việt Nam loại nước mắm xịn nhất nước.

Cá làm nước mắm tốt nhất là cá cơm. Nhưng cá cơm lại có tới cả trăm loại khác nhau, tùy theo từng vùng. Ở Việt Nam có các loại: cơm than, cơm đỏ, sọc tiêu, sọc chì, sọc phấn…Mỗi loại cho một vị nước mắm khác nhau. Ba loại: cơm than, cơm đỏ, sọc tiêu thường cho các loại nước mắm ngon hơn. Nhưng chuyện hơn thua không chỉ giản dị theo từng loại cá cơm như vậy. Bởi vì, cùng một loại , nên năng xuất tạo ra chất đạm cũng khác nhau.

Thời tiết, nắng gió của mỗi vùng cũng cho ra những hương vị nước mắm khác nhau. Tại Việt Nam, ông trời biệt đãi các vùng Phan Thiết và Nha Trang. Nhưng ngon lành nhất là Phú Quốc. Ngoài thời tiết thích hợp, cá cơm ở Phú Quốc còn to béo hơn các nơi khác khiến khi làm nước mắm ra đạm nhiều hơn.

Với thị trường cạnh tranh dữ dội hiện nay, người ta không chắc nước mắm Phú Quốc có còn giữ được truyền thống lâu đời như xưa không. Nhưng dù là thứ nước mắm thị trường như vậy, dân hải ngoại chúng ta cũng không được ăn loại nước mắm này. Nước mắm chúng ta dùng chỉ là cái-gọi-là-nước-mắm, thực chất là nước mắm đã được pha vào nhiều hóa chất và tạp chất, được gọi là nước mắm công nghiệp. Đây là thứ…ngụy nước mắm. Nhà sản xuất chỉ cần mua nước mắm có độ đạm thấp, pha loãng ra, thêm vào các chất phụ gia hóa học, đóng chai, dán nhãn hiệu là xong. Chẳng vất vả như làm nước mắm thứ thiệt.

Cứ ngồi pha pha chế chế là ra đủ kiểu. Muốn có màu nước mắm y như thiệt người ta pha vào các chất *caramel*, *carmine* và màu nhân tạo. Muốn có mùi vị thì chỉ cần pha hương cốm, hương nhài, hương nếp. Mùi vị cà cuống người ta còn chế ra được, mùi vị nước mắm thì dễ ợt! Muốn có độ sánh, thêm vào các chất tạo đặc sệt như *CMC, xathan gum*. Muốn có độ mặn, thêm vô *benzoate, sorbate*. Muốn có độ mặn dịu, thêm chất đường hóa học như *aspartame, acesulfam K*. Muốn có độ đạm, thêm đạm từ lúa mì hoặc, bá đạo hơn, thêm nước phụ phẩm bột ngọt. Muốn kiểu nào, cách nào, nước mắm công nghiệp làm được hết. Được cái là các hóa chất này được phép dùng trong việc chế biến thực phẩm nên không có hại chi nhiều cho người dùng. Chỉ tội cho cái miệng không được ngon!

Ngày nay, sau gần nửa thế kỷ tỵ nạn, các bà nội trợ hải ngoại thênh thang chọn lựa nước mắm tại các siêu thị. Ngay tại các siêu thị "tây" cũng có bán nước mắm. Chúng ta thường thấy nhiều nhất là nước mắm sản xuất tại Thái Lan. Thái Lan, quê hương của dân hải tặc hãm hiếp, giết chóc và cướp của dân vượt biên, đã có thời bị chúng ta tẩy chay. Nhưng nay hình như chuyện này đã rơi vào quá khứ. Chúng ta nghĩ là nước mắm Thái Lan cũng xêm xêm như nước mắm Việt Nam nhưng sạch sẽ, an toàn hơn. Không hẳn vậy. Nói về nước mắm chân truyền làm bằng cá hẳn hoi, nước mắm Thái Lan cũng khác nước mắm Việt Nam, vì khẩu vị của họ khác với khẩu vị của chúng ta. Nước mắm Việt Nam thường có độ đạm khoảng từ 30 đến 40 độ; nước mắm Thái Lan chỉ có khoảng 20 độ. Nhưng thứ nước mắm loại thiệt này hiếm có trên thị trường, phần lớn là nước mắm công nghiệp. Năm 2013, Cục Khoa Học Y Tế Thái Lan đã khảo sát chất lượng nước mắm của Thái. Cuộc khảo sát được thực hiện trên 471 mẫu nước mắm của 118 nhà sản xuất. Kết quả có tới 45,4% mẫu không đạt tiêu chuẩn. Đa số có độ đạm thấp hơn so với số ghi trên nhãn, hàm lượng bột ngọt cao và có 4,5% chứa chất bảo quản *benzoate* trên mức cho phép.

Có một điều chúng ta bé cái nhầm, tưởng chỉ có Việt Nam chúng ta mới là dân…nước mắm. Dân Á châu thường đều sản xuất nước mắm tuốt. Đại Hàn có *miolchi aek chok* nhưng họ chỉ dùng để làm kim chi chứ không nấu nướng hoặc dùng làm nước chấm như chúng ta. Nước mắm ở Thái Lan có tên là *nam pla*, ở Căm Bốt là *tuk trey*, ở Phi Luật Tân là *patis*. Dân Việt ta, trong những ngày đầu di tản tháng 4 năm 1975, thường than phiền không kiếm ra nước mắm chắc họ không biết các lọai nước mắm có những cái tên lạ hoắc này. Nếu biết, chắc cũng có thể tìm được trên thị trường. Khoảng năm 1973, khi đi tu nghiệp một thời gian dài tại Manila, tôi cùng các bạn Việt Nam vẫn xài *patis*. Cũng tạm gọi là có mùi nước mắm nơi đất lạ.

Nếu nghĩ là chỉ có dân Đông Nam Á chúng ta mới có nước mắm cũng là bé cái lầm. Nước mắm phát xuất từ Âu châu! Không phải mới đây mà từ thời Đế quốc La Mã lận. Cái thứ hỗn hợp làm bằng ruột cá và muối này được gọi là *garum*. Sau cơn nổi giận của núi lửa tiêu diệt kinh thành Pompei, người ta tìm thấy trong đống đổ vỡ những hũ đựng *garum*. Đó là thứ thức ăn của giới quý tộc. Khi đế quốc La Mã sụp đổ thì *garum* cũng biến mất. Ngày nay, trong các khu làng xã xa xôi ở miền nam nước Ý, người ta còn thấy món *colatura di alici*, chính là một di tích của nước mắm. Tại sao *garum* lại có số phận hẩm hiu như vậy, có lẽ vì nó là một món đặc sản của giới quý tộc, chỉ giới quý tộc mới được dùng, không phổ biến trong dân gian, nên khi các thể chế quý tộc sụp đổ, *garum* cũng biến mất theo.

Người Pháp ở vùng Bretagne cũng biết làm và xử dụng *garum* từ hai ngàn năm trước. Họ ướp cá biển với muối để chiết ra một thứ nước cốt dùng như một thứ thực phẩm. Viện bảo tàng mỹ thuật Rennes còn lưu giữ những sử liệu về cách thức chế tạo *garum* của người Bretagne ngày xưa. Khi khai quật những phế tích trong vùng này, các nhà khảo cổ cũng tìm thấy những công cụ bằng gốm dùng để sản xuất và bảo quản *garum*. Tại sao *garum* của vùng Bretagne cũng bị thất truyền là "một câu hỏi lớn chưa có lời giải đáp".

Người Thụy Điển cũng có một thứ "nước mắm" gọi là *surstromming,* được làm bằng cá trích (*herring*). Cá trích được ướp bằng muối trong một thùng gỗ lớn. Sau hai ngày, khi cá bắt đầu mềm, người ta vứt bỏ phần đầu và ruột cá, cho thêm muối vào và ướp tiếp. Thùng ướp được để ngoài trời từ 8 đến 12 tuần vào mùa hè. Nắng và sức nóng sẽ làm cá ngấu và trở thành một loại mắm có mùi rất hôi. Dân Thụy Điển coi thứ mắm này như cao lương mỹ vị!

Vậy là mắm tá lả, đâu cứ chỉ có ở Việt Nam. Nhưng nước mắm Việt Nam được làm kỹ lưỡng và giầu độ đạm vào bậc nhất. Chúng ta ủ chượp cá lâu hơn nên độ đạm nhiều hơn. Vì được ủ khá lâu như vậy nên vi khuẩn phân giải chất béo và *protein* tạo được mùi hương đặc thù của nước mắm Việt Nam. Vị nước mắm cũng đằm lại tạo thành cái mà chúng ta gọi là hậu vị của nước mắm. Nước mắm Thái Lan không được như vậy vì họ thường dùng *enzyme* để cho lên men mau hơn, rút ngắn được thời gian ủ, nên thành phẩm có mùi ngai ngái.

Dân Việt ta thường dùng nhiều muối hơn khi ủ cá. Tỷ lệ là 3 cá 1 muối. Tỷ lệ muối cao khiến phải ủ cá lâu hơn tạo ra thứ nước mắm đậm đà hơn. Nước mắm truyền thống của ta vì vậy thường mặn hơn. Các nước khác họ dùng ít muối hơn nên lên men nhanh hơn, ra nước mắm lẹ hơn, nhưng tạo ra hương vị kém hơn.

Chúng ta có nước mắm oách như vậy, lại thêm dùng nước mắm thường xuyên hơn, nên có tự nhận mình là dân gốc nước mắm cũng phải thôi. Có lẽ chỉ có dân ta mới dùng nước mắm làm nước chấm. Mâm cơm của chúng ta không bao giờ thiếu chén nước mắm ở giữa mâm. Ăn thứ gì cũng chấm. Nhiều người ăn mặn, lê thức ăn trên chén nước mắm cho đẫm rồi mới ăn. Chúng ta cũng dùng nước mắm nhiều hơn dân các nước khác khi nấu nướng. Điều này làm thức ăn Việt Nam có hương vị…lạ. Lạ tới làm mê mẩn các đầu bếp ngoại quốc. Một trong những người mê nước mắm là ông Didier Corlou, bếp trưởng của khách sạn Sofitel Metropole Hà Nội trong 14 năm, được gán cho biệt danh là "ông Tây nước mắm"! Ông cũng là thành viên của Hàn Lâm Viện Ẩm Thực Pháp (*Academie Culinaire de France*). Ông nhận xét: "Các món ăn Việt Nam có những vị khác nhau tùy theo từng miền. Ví dụ, ở miền Bắc, mọi người thường ăn nhiều rau, củ, quả. Ở miền Trung, thức ăn nóng và cay. Do khí hậu nhiệt đới, ẩm thực miền Nam có vị ngọt và chua. Nhưng tất cả ba miền đều được kết nối bằng nước mắm…Với tôi, nước mắm vừa là niềm đam mê, vừa là duyên phận. Giống như muốn yêu phụ nữ Việt Nam, yêu đất nước Việt Nam thì điều đầu tiên là phải biết yêu nước mắm". Từ lý thuyết đến thực hành, với ông Didier Cortou, không xa. Ông đã lấy một bà vợ Việt Nam. Vậy là ông bê nguyên một hũ nước mắm!

Nấu các món ăn Việt với nước mắm là chuyện bắt buộc nhưng nghịch nước mắm như ông tây Ehresmann Ralf thì quả là quá quắt. Ông người Đức này đã chế ra món kem nước mắm! Cha mẹ ơi, một dân chuộng tất cả các thứ mắm như tôi mà cũng chưa bao giờ nghĩ tới việc bỏ nước mắm vào kem. Vậy mà ông tây này đã làm. Và thành công. Khi muốn mở một quán kem ở Sài Gòn, ông Ralf đã tự hỏi là mùi vị gì khiến dân Việt Nam thích nhất. Và ông tìm ra là nước mắm. Vậy là ông chơi liền. Khởi đầu ông chỉ làm một số lượng nhỏ để thăm dò. Thấy khách hàng khoái, ông tăng dần số lượng. Dĩ nhiên nguyên liệu chính làm kem vẫn là sữa và đường, nhưng ông dùng một chai nước mắm nửa lít rót vào 12 ký kem rồi trộn đều. Đợi chừng nửa tiếng cho nước mắm ngấm vào rồi mới cho vào tủ lạnh làm thành kem. Khách hàng nhận xét: khi vừa cho kem vào miệng, không thấy mùi nước mắm. Nhưng khi kem trôi qua cuống họng, mùi nước mắm trỗi dậy ngay khiến có vị mằn mặn và rất riêng của nước mắm.

Chuyện kem nước mắm này chắc tôi phải dụ nhà văn Tiểu Thu. Gia đình nhà văn này có tiệm kem rất nổi tiếng ở Montreal, mang cái tên rất Việt: Kem Cô Ba. Khách hàng là các bạn trẻ người tứ xứ. Tiệm chỉ mở cửa vào mùa hè. Muốn ăn một ly kem phải xếp hàng tới mỏi chân. Tôi đã từng ăn kem lá dứa, kem sầu riêng của tiệm, thấy đã Việt Nam lắm rồi. Chắc phải xúi bà bạn làm thêm thứ kem nước mắm nữa. Cho tây nó biết thế nào là… quốc hồn quốc túy thứ thiệt của dân ta. Cầu xin thần nước mắm phù hộ độ trì cho món mặn được vinh danh như một món ngọt!

04/2019

CHO

"Ông Xe Đạp" vừa từ giã dân Montreal chúng tôi. Cái tên như là một sự đùa nghịch không ứng vào một con người thật. Tên thì có nhưng người thì không. Ít nhất 1700 em nhận được những chiếc xe đạp mới tinh biết tới ông nhưng chúng không hình dung ra được ông là ai. Ông trốn! Dòng dã 33 năm ông tặng xe đạp cho những trẻ em con nhà nghèo qua hội Sun Youth nhưng buổi lễ trao tặng nào cũng chỉ có xe đạp. Bóng dáng người cho không bao giờ xuất hiện. Ông theo đúng lời Chúa dạy: việc tay phải làm không cho tay trái biết.

Nhắc tới ông trong buổi lễ trao xe cho các em, người ta chỉ nói tới cái tên vu vơ *"Bikeman"*. Cho tới ngày thứ bảy 5/1 vừa qua, khi ông đi xa sau 93 năm sống và hoạt động thương trường cũng như làm việc thiện, tên ông mới được tiết lộ. Đó là ông Avrum Morrow, gọi thân mật là Avi, chủ nhân của công ty Avmor, một công ty chuyên sản xuất thiết bị bảo quản và vệ sinh mà sản phẩm nổi bật nhất là máy sấy khô tay cho các nhà vệ sinh công cộng. Chắc ông Avi rất khoái cái tên *Bikeman* vì xe đạp là nỗi ám ảnh của đời ông. Thuở nhỏ ông là con nhà nghèo chỉ mong ước có được một chiếc xe đạp mà cha mẹ ông không làm sao mua được. Ông tâm sự: "Khi còn nhỏ tôi muốn một chiếc xe đạp mà cha mẹ tôi không đủ phương tiện để mua. Tôi mè nheo mãi và cuối cùng họ chịu thua khi cố gắng mua cho tôi chiếc xe đạp hiệu Raleigh màu đỏ. Tôi yêu chiếc xe này đến nỗi tôi dùng tăm xỉa răng để chùi lỗ căm xe". Có lẽ mải làm ăn nên ông quên chiếc xe đạp ngày nhỏ. Tới sinh nhật 60 tuổi, chiếc xe đạp mới trở về với ông. "Sinh nhật 60 tuổi, tôi nghĩ phải làm cái chi khác. Tôi chẳng thiếu thứ chi. Tôi đã có tất cả mọi thứ tôi muốn". Vậy là ông quyết định tặng xe đạp cho những trẻ cần xe. Nhưng ông nhất định không lộ mặt. "Để mượn một giáo huấn của Maimonides: 'Từ người vô danh tới người vô danh'. Tôi luôn bối rối khi công khai cho ai thứ gì. Vả lại tôi cũng cảm thấy không xứng đáng được ca tụng vì một cử chỉ nhỏ mọn như vậy". Cái "nhỏ mọn" đó người ta tính ra là 600 ngàn đô cho 33 năm tặng xe đạp, nón an toàn và khóa xe đạp. Nhưng con số này chỉ là mặt nổi của tảng băng. "Ông Xe Đạp" không chỉ biết có xe đạp. Bất cứ người ta cần gì, ông đều đáp ứng. Ông tặng học bổng cho sinh viên trường Đại học Concordia, giúp các nghệ sĩ có phương tiện triển lãm tác phẩm của họ, cung cấp trang bị cho các trại hè, giúp đỡ tiền và vật dụng cho các nạn nhân hỏa hoạn, tặng tiền thưởng trong việc tìm kiếm các trẻ em mất tích. Giám Đốc Điều Hành Sun Youth, ông Sid Stevens, nói với các ký giả: "Tôi chưa bao giờ gặp một người như "Ông Xe Đạp" này. Tôi nhớ là khi ông gọi cho tôi để bắt đầu chương trình tặng xe đạp cho các trẻ em nghèo, ông ra lệnh cho tôi phải giấu tên ông, không được đưa hình ông lên báo hay viết bài ca tụng ông".

Mattie Chinks, cháu của ông, người đã 50 năm làm việc cho công ty Avmor, đã nói về người cậu vừa ra đi: "Ông là người nghĩ tới người khác nhiều hơn nghĩ tới mình, thích cho nhiều hơn nhận. Lúc nào ông cũng sẵn sàng nghe và đáp ứng. Hy vọng cuộc đời ông là mẫu mực cho mọi người".

Với bản tính khiêm nhường, tôi nghĩ có lẽ ông chẳng muốn làm mẫu mực cho ai nhưng khuyến khích người ta cho đi thì ông rất cổ võ. "Tôi muốn nói với mọi người là cách mừng sinh nhật hay nhất của những người có khả năng là cho đi. Còn có món quà nào lớn hơn là sự chia sẻ? Và nếu không có khả năng tặng một chiếc xe đạp thì có thể tặng một cuốn sách cũ cho thư viện của bệnh viện Nhi Đồng Montreal cũng được. Tôi cũng mong muốn những em đã nhận xe đạp, khi lớn lên, có khả năng, sẽ tặng quà lại cho các em còn túng thiếu".

Gia đình hứa sẽ tiếp tục chương trình tặng xe đạp mỗi năm để tưởng niệm ông. Không chỉ xe đạp, khi sinh thời ông Avrum Morrows là ân nhân của những người làm nghệ thuật. Ông giúp phương tiện cho các nghệ sĩ sáng tác, lập những *gallery* trưng bày tranh cho các họa sĩ, giúp các tác giả in sách.

Nếu ông Morrows chưa vội đi, tôi nghĩ ông sẽ không bỏ qua trường hợp của vĩ cầm thủ Mark Landry. Ông nhạc sĩ vô gia cư, ngồi kéo đàn vĩ cầm tại trạm metro Joliette ở

Montreal, không giống những người khác. Ông không chơi đàn để kiếm tiền mà chơi cho chính ông nghe. Tiếng đàn của ông làm mê hoặc lòng người. Một người i-tờ-rít về nhạc cổ điển như tôi mà khi nghe ông đàn cũng bị mê hoặc. Những nốt nhạc của Bach và Vivaldi khó nghe là vậy mà dân đi *metro* chịu khó đứng nghe say sưa. Có người lỡ chuyến tàu vì hồn nhạc phả ra từ cây vĩ cầm cũ kỹ của ông. Không chỉ đàn, ông còn hò theo làm sống động mỗi bản nhạc của những nhà soạn nhạc trứ danh xưa. Tôi ít khi đi *metro*. Trạm *metro* Joliette là trạm tôi chưa bao giờ đặt chân tới, nhưng tôi được nghe tiếng đàn hừng hực đam mê của ông qua cuốn phim ngắn *"Un Homme et son Violon"* do nhạc sĩ Guy St-Pierre dàn dựng. Ông Guy St-Pierre tâm sự về cuốn phim ngắn này: "Cái mà tôi muốn bóc trần ra là sự bộc lộ của con người này, không phải là lòng thương hại. Sự say mê, đúng. Nhưng còn là sự ngưỡng mộ, sự trân trọng những gì ông ta làm. Đó là cảm xúc trong nhạc".

Thường người ta nhìn những người đàn hát trong *metro* như những người dùng tiếng đàn câu hát để mong nhận những đồng bạc lẻ của ông đi qua bà đi lại. Không ai chú ý tới tài năng của họ. Thực ra mục đích của họ là thu thập lòng thương hại của bá tánh. Họ đàn hát hay gõ trống bập bùng chỉ là cách làm cho mọi người chú ý quăng tiền cho họ. Nhưng Mark Landry thì khác. Ông say mê đàn cho chính ông trước, thu lượm tiền của thiên hạ là thứ đi sau. Vậy nên khi ông mất đàn, ông buồn như cha chết. Cuộc sống bấp bênh, ăn ngủ ngay tại đường phố, ôm cây đàn trong người cũng có lúc ngủ quên, mất đàn mà không biết. Ông Mark Landry

Bích chương phim về nhạc sĩ Mark Landry.

đã hai lần mất đàn. Lần đầu vào tháng 4 năm 2016. Đêm hè, ông say ngủ. Sáng dậy không thấy cây đàn mà ông quý hơn con người ông bên cạnh. Dân đi *metro* hàng ngày sáng hôm đó không nghe thấy tiếng đàn quen thuộc. Họ như hụt hẫng. Họ càng hụt hẫng hơn khi thấy ông Mark Landry ngồi buồn so, chiếc ly giấy trước mặt ghim tờ giấy vỏn vẹn ghi: *"Violon Voler. S.V.P. Aider Mark. Mercie."*. Và thêm một câu tiếng Anh viết nhỏ hơn phía dưới: *"God Bless You"*. Ông hy vọng quyên được tiền đủ để mua cây đàn khác. Lượm từng đồng bạc cắc, biết bao giờ mới đủ để mua một cây đàn, dù là đàn cũ. Cảm thông cho người nghệ sĩ mất đàn, cô Marie-Philippe chụp vội một tấm hình, bỏ lên Facebook "với hy vọng một người *Samaritan* nào có dư cây đàn cho ông ta". Một nhạc sĩ trong ban đại hòa tấu nhạc cổ điển *Orchestre Métropolitain* đọc được cái *post* này, hỏi ý kiến ông Jean R. Dupré, Giám Đốc Điều Hành của dàn nhạc. Tôn chỉ của dàn nhạc *Orchestre Métropolitain* là "vận dụng để mang nhạc cổ điển tới cộng đồng thành phố Montreal". Ông Mark Landry là người mang nhạc cổ điển tới mọi tầng lớp dân chúng bằng cách riêng của ông nên phải giúp. Ông Dupré nói với báo *The Washington Post*: "Chúng tôi rất xúc động. Tôi tự nhủ: 'Chúa ơi, người nhạc sĩ khốn khổ này mất thứ phương tiện duy nhất để truyền tải niềm đam mê của ông tới mọi người". Và ông thấy phải làm một cái gì. Cái đó là cú điện thoại cho người bạn chủ tiệm bán đàn *"Maison du Violon"* để xin giúp đỡ. Ông chủ tiệm đàn tán thành ngay cao kiến của ông bạn Dupré bằng cách tặng một cây đàn *violon* mới. Ông Dupré vui mừng: "Chúng tôi đã tìm ra phương cách để giúp ông ta. Tôi biết ông nhạc sĩ này vì ông chơi đàn ở *metro* đã được sáu bảy năm. Ông đúng là một tay vĩ cầm xuất sắc!". Ông chủ tiệm đàn Francis Lapointe rất vui vì "đã mang được nhạc trở lại đời sống của ông ta".

Landry Mark được sanh ra trong một gia đình đầy ắp tiếng nhạc. Ông thổ lộ với cô phóng viên Sandra Hercegova: "Cả nhà tôi chơi nhạc. Khi còn nhỏ tôi chơi trống. Khi lớn hơn, gia đình không ép buộc tôi chơi một loại nhạc khí nhất định nào". Và ông chọn chơi *violon*. Không chỉ chơi đàn, ông còn sáng tác nhạc. Cô phóng viên đã được ông đàn cho nghe các bản Stéphanie, Roumanie, Frame. Bản Frame được ông sáng tác trong tù. Tại sao ông bị tù? Ông cho biết ông bị oan. Tại sao ông sống vô gia cư? Ông không cho biết rõ. Quê quán ở Moncton, ông lưu lạc tới Montreal khoảng hai chục năm trước. Nhiều người nói ông bị tâm thần nhưng khi có cây đàn trong tay, ông sắc như một lưỡi dao cạo.

Điều ông say mê nói nhất là nhạc. Ông tỏ ra được huấn

luyện đàng hoàng. Ông nói về kỹ thuật sáng tác và trình diễn. Ông nói về những nhạc sĩ ảnh hưởng tới cuộc đời ông như Johnny Cash, Pink Floyd, Robert Plant và Elvis Presley. Ông tin là các nghệ sĩ chỉ nổi tiếng sau khi chết: "Vincent Van Gogh chẳng bán được bức tranh nào khi còn sống. Các nghệ sĩ lớn đều sống và chết nghèo. Người ta chỉ đánh giá bạn khi cuộc đời của bạn đã chấm dứt. Khi chết người ta mới đánh giá bạn".

Ngoài đàn hát tại *metro*, Mark còn chơi nhạc trong quán rượu. Thời gian còn lại, ông mải mê tập nhạc của Mozart. "Tôi cảm thấy vui sướng khi còn được chơi nhạc. Với tôi, nhạc không bao giờ đủ". Ông chơi nhạc cho ông trước khi cho người khác thưởng thức. "Khi tôi chơi nhạc, người ta tới nghe và làm bạn với tôi, tặng tôi nhiều thứ cần thiết. Tôi nhận nhiệm vụ của trời để thử lòng tốt của nhân loại!".

Nhân loại không được như ý muốn của người nhạc sĩ không nhà. Năm 2019 vừa chớm tới, chiếc đàn của Mark Landry lại không cánh mà bay. Một lần nữa, ông phải ngồi buồn bã với tấm giấy viết vội hai chữ *"Violon Voler"* đặt trước mặt. Dáng ngồi ủ rũ, lặng thinh, một manh vải trắng quấn quanh vai, thiếu vắng tiếng nhạc làm ông Rohan Quinby vội tiến tới. Thường thì giờ này, khi ông tới nơi đây, tiếng nhạc réo rắt đón chào ông. "Tôi thật sự bị choáng vì tôi rất thích tiếng đàn và cả con người của Mark. Tiếng đàn nhảy nhót trên những nốt nhạc của Bach qua Vivaldi rồi tới những khúc nhạc của chính Mark". Vốn là một nhạc sĩ, Quinby mẫn cảm với Mark. Mất cây đàn là mất tất cả. Không những mất kế sinh nhai, Mark còn mất đi niềm vui khi được kéo những âm thanh của đời ông. Quinby nghĩ ông phải làm một cái gì cho người nhạc sĩ vất vưởng trên vỉa hè này. Ông vội *post* trên *Facebook* của ông sau khi được sự chấp thuận của Mark Landry. Ông tả oán : "Chiếc đàn vĩ cầm là nguồn sống của ông và cách chơi đàn của ông là nguồn vui của tôi và nhiều người khác". Lần này Mark không chỉ bị cướp cây đàn mà còn bị thương tích khi kẻ xấu đâm ông bị thương nơi phía sau của một tiệm bánh. Lời kêu gọi của ông Quinby được đáp ứng ngay. Một người ẩn danh đã mua tặng một cây đàn mới. Chính ông Quinby là người mang cây đàn mới tinh đựng trong hộp da tới trạm *metro* Lionel Groulx trao tận tay Mark Landry vào ngày thứ bảy 5/1 vừa qua. Người nhạc sĩ khốn cùng cảm động rớt nước mắt nói: "Không có cây đàn, tôi cảm thấy trống rỗng. Như là một tên ăn bám vào xã hội. Như là một xác chết đang rữa ra trên đường phố". Người nhận rớt nước mắt, người cho cũng nước mắt lưng tròng: "Landry là một người tốt và tôi rất xúc động khi nghe ông ta nói như vậy. Hơn là một người có tài, ông được trời phú sự tài hoa. Ông rất đặc biệt".

Ánh mắt của Landry sáng lên khi thấy Quinby đi tới với cây đàn. Ông ôm chặt ân nhân, vội lên dây để nhả ra những âm thanh nồng nàn quen thuộc. Ông tâm sự: "Tôi dành ra nửa đời người tập đàn vĩ cầm, không những tập mà còn nghiên cứu kỹ về nhạc. Khi tôi còn nhỏ, cha tôi tưởng là có thể làm tôi nản lòng khi dọa tôi là muốn thành công phải tập 8 tiếng mỗi ngày. Tôi đã tập 10 tiếng! Rồi ông bảo tôi là những nhạc sĩ lớn phải tập luyện thân thể như một lực sĩ Thế vận Hội. Nếu muốn thành công phải cung cấp dưỡng khí đầy phổi và não. Vậy là tôi chạy 15 dặm mỗi buổi sáng".

Chiếc đàn vừa có lại đã đem lại phấn khởi cho người nhạc sĩ vỉa hè. Ông lướt trên những nốt nhạc, chân nhảy múa, người uốn éo, miệng hò theo, gây náo động cả một khu *metro*. Đám đông ngày càng phình ra. Nhiều người đứng nghe quên lên tàu. Một bà mẹ dẫn hai cô con gái đang nghểnh mặt nghe, mắt không chớp, chân nhún nhảy theo tiếng vỉ cầm đang trổ hết thần khí vang vang. Một bé gái đứng như trời trồng ngước mặt lên hỏi mẹ: "Sao ông ta có thể chơi *violon* được như vậy?". Cô nói với mẹ cho cô học lại lớp đàn vỉ cầm mà cô đã bỏ vì chán.

Tiếng đàn của ông Landry như có thần. Ông kéo mạnh thành đàn sát vào tai, cho cây kéo nhảy nhót trên đàn, chân ông giậm giật, miệng ông hát lớn. Ông đã nắm được đám khán giả trong lòng bàn tay. Tiếng đàn dứt đột ngột. Đám đông vỗ tay vang dội. Ông cúi chào: "Chúa chúc phúc lành cho mọi người".

Những đồng tiền được thảy vào trong thùng đàn mở rộng trước mặt ông. Ông nhắm mắt sảng khoái. Hình như ông chẳng thèm nhìn vào thùng đàn! Những đồng tiền đâu có lớn lao bằng tiếng vỗ tay ông đang hưởng thụ.

Chuyện chia sẻ, cho chác là chuyện không có chi lạ trong xã hội chúng ta đang sống. Nhưng chuyện cho mà giấu mặt, cho như cái duyên văn nghệ làm tôi khoái chí. Cho là cho. Vậy thôi! Chấm hết!

01/2019

CHUNG

Chung là chuyện tận. Tận cùng của đời người là cái chết. Chết là một điều long trọng. Thường rất rùm beng. Ngày xưa, bố mẹ chết, con đang làm quan phải cáo quan về cư tang trong ba năm. Chữ hiếu nằm trong thời gian tận cùng của đời người. Thế hệ chúng ta ngày nay, cái chết đã bớt long trọng đi nhiều. Rộn ràng lắm cũng chỉ quàn hai ba ngày để mọi người đếm vòng hoa rồi hoặc chôn hoặc thiêu. Người chết yên nghỉ, người sống tiếp tục lo sống. Mỗi năm cúng giỗ. Chuyện cúng giỗ tùy theo cái túi tiền của con cháu mà lớn nhỏ khác nhau. Tôi có ông bác họ, *bye bye* vợ con từ đời tám hoánh nào chẳng biết. Vợ con không khá giả chi nên ngày giỗ họ hàng không được vời tới. Lâu rồi cuộc đời cũng quên. Bỗng một năm, tự nhiên họ hàng xa gần được mời tới giỗ chạp tưng bừng, ăn uống phủ phê. Nguyên do là nhà có anh con rể mới, tiền bạc rủng rỉnh, ông bác tôi bỗng được sống lại trong lòng mọi người. Chuyện giỗ chạp ngày nay cũng đã bớt long trọng. Nhiều gia đình đã giản tiện bằng cách "hiệp kỵ", chỉ giỗ chung một ngày trong năm cho tất cả thành viên đã khuất. Còn chuyện làm sao các bậc tiền bối rủ nhau về được đúng ngày, đó là chuyện của cõi âm, cõi dương không cần biết tới.

Chuyện chung sự xem ra đã nhẹ tênh. Chuyện con người trở về với cát bụi đã thành chuyện dĩ nhiên. Chẳng ai, dù công hầu khanh tướng, dù quyền uy lệch trời lệch đất, dù tiền muôn bạc triệu, có thể thoát khỏi vòng tử sinh. Vậy thì cái chết đâu có chi mà ồn ào.

Tiểu bang Washington ở Mỹ vừa…cách mạng cái chết. Thống Đốc Jay Inslee đã ký ban hành luật cho phép để thi thể con người tự hủy làm phân bón vào ngày 21 tháng 5 vừa qua. Đây là tiểu bang đầu tiên của nước Mỹ có luật cho phép con người trở về với đất thuận với thiên nhiên nhất. Từ trước tới nay, việc chung sự của dân Mỹ chỉ vỏn vẹn có hai cách: chôn hoặc thiêu. Trước đây, ít người muốn thiêu vì cách này… nóng quá, tội người chết. Dù sao sống có nhà cửa, chết có mồ mả vẫn hơn. Nhiều người thuộc thế hệ cũ khoái chuyện nhà cửa mồ mả này hơn. Tôi gặp nhiều cụ gần đất xa trời, người Việt mình, đã an tâm và sung sướng khi bỏ tiền ra mua đất và xây cất mồ mả sẵn sàng. Một cụ hỉ hả: "Tôi yên tâm rồi. Nhà tôi sau này đã xây xong, có chỗ đàng hoàng đẹp đẽ rồi. Bây giờ có chết ngay cũng không sao!". Thấy cụ có niềm vui xuyên…cõi, cõi sống và cõi chết, như vậy, tôi chẳng nỡ cho cụ biết là cụ thuộc thành phần lạc hậu. Ngày nay người ta thiêu nhiều hơn chôn. Ông George Kelder, Giám đốc Điều hành Hiệp Hội Nhà Quàn tại tiểu bang New Jersey, cho biết như sau: *"Phải mất gần 100 năm từ khi có cuộc hỏa táng xác đầu tiên tại Mỹ vào năm 1876, tỷ lệ thiêu xác vào năm 1972 mới chỉ có 5%"*. Nhưng khuynh hướng thiêu thắng thế dần. Tới năm 2016 đạt được 50%. Người ta dự trù tới năm 2025, tỷ lệ sẽ tăng lên 63,8%. Và đến năm 2035 sẽ là 78,8%. Cư dân các tiểu bang miền tây Hoa Kỳ khoái trò chơi với lửa hơn cư dân miền đông. Tỷ lệ thiêu xác của cư dân miền tây hiện nay đã lên tới trên 70%. Tiểu bang cực tây Washington, nơi vừa làm cuộc cách mạng dùng xác làm phân bón, có tỷ lệ thiêu cao nhất nước Mỹ. Theo thống kê của Hiệp Hội Hỏa Táng Bắc Mỹ thì năm 2017, tiểu bang Washington đã có tới 78% trường hợp hỏa táng và dự trù tới năm 2022 sẽ lên tới 82%.

Theo ông George Kelder thì người ta ngày càng chọn cách thiêu hơn chôn vì giá rẻ hơn. Ông so sánh giá ở tiểu bang New Jersey. Chi phí chôn cất khoảng 4.741 đô gồm huyệt mộ, thùng chôn xác và các chi phí khác. Nếu mua quan tài thì tốn thêm tới 10 ngàn đô nữa. Trong khi đó, chi phí cho việc thiêu xác trung bình vào khoảng 306 đô. Một hũ đựng tro trung bình là 200 đô. Lệ phí nơi giữ tro cốt khoảng 2 ngàn đô nữa.

Chuyện ma chay, nhiều người không *care* tới tốn phí, miễn mát mặt con cháu là được. Cũng có người không chọn cách thiêu tuy giá rẻ hơn vì lý do tôn giáo. Nhiều người theo Thiên Chúa Giáo rất lơ mơ trong chuyện này. Họ không biết là Tòa Thánh Vatican đã bãi bỏ lệnh cấm thiêu xác từ năm 1963 lận. Ngày nay chuyện chôn hay thiêu rất thoải mái. Như trường hợp hai ông bà Fred và Margaret ở thành phố

Clifton, tiểu bang New Jersey, là một điển hình.

Hai ông bà giã từ dương thế chỉ cách nhau một tháng vào mùa đông năm 2017. Cuộc tình của họ là cuộc tình học trò nhưng rất bền vững. Họ quen nhau từ thời học trung học và cưới nhau cái rụp. Sau 69 năm chung sống, họ rủ nhau ra đi gần như cùng lúc. Họ không rời xa nhau trong cuộc sống và không muốn cách biệt nhau sau khi chết. Ngặt nỗi là giá đất chôn cất rất mắc, họ chỉ mua được một phần mộ trong nghĩa trang. Bà nhanh chân đi trước xí được ngôi mộ, ông theo sau bị hụt, không cách chi được nằm kề bên bà. Cuối cùng ông cũng có cách. Bà chôn thì ông thiêu. Bình tro của ông sẽ được chôn ngay trong huyệt mộ của bà. Vậy là mỗi người một cách, họ vẫn sát bên nhau!

Chôn là cách cổ lỗ sĩ nhất. Cổ nên chẳng chú ý chi tới môi trường. Đây là cách về với đất hại cho môi trường nhất. Vừa tốn chỗ vừa rò rỉ hóa chất vào đất. Chuyện môi trường là chuyện người ta mới quan tâm tới ít chục năm nay nên chuyện chôn theo truyền thống đã bớt đi nhiều. Sẽ có người cãi lại: thiêu cũng hại cho môi trường. Vì nó vẫn tạo ra khí thải nhà kính. Nhưng dù sao thiêu vẫn thân thiện với môi trường hơn chôn.

Luật mới của tiểu bang Washington dĩ nhiên ngon lành cho môi trường hơn cả hai cách trên. Đó là cách…tiến bộ nhất cho tới ngày nay. Cách này có tên là "thu nhỏ tự nhiên" (natural organic reduction). Thi thể con người được trộn lẫn với rơm rạ hay vụn vỏ cây và đất, để cho tự phân hủy trong vài tuần lễ, sau đó làm phân bón cho cây cỏ. Cách về với đất tự nhiên này trả lời đúng cho câu ghi trong sách Sáng Thế:

"Hỡi người hãy nhớ mình là bụi tro và sẽ trở về bụi tro". Số đất được phân hóa này sẽ được trao trả lại cho thân nhân để bón cây hoặc rau. Bà Nora Menkin, Giám Đốc Điều Hành tổ chức *Poeple's Memorial Association* ở Seattle, thủ phủ của tiểu bang Washington, đã ca ngợi việc để thân xác tự tiêu hủy *"giúp cho sau khi qua đời, thi thể chúng ta vẫn còn hữu dụng và có ý nghĩa"*. Kỹ thuật ngày nay bảo đảm việc dùng xác người làm phân bón tại nhà sau khi được phân hủy là tuyệt đối an toàn và không để lại mùi chi.

Tuy nhiên chuyện khởi đầu của bất cứ việc chi cũng gây ra nhiều tranh cãi. Người bảo trợ đạo luật này, Nghị Sĩ Jamie Pederson, cho biết ông đã gặp phản ứng mạnh mẽ từ những người chống đối, họ cho đây là điều bất kính với người quá cố và là một cách hành xử ghê rợn! Nhưng ông cũng cho biết nhiều người ủng hộ đã viết thư tỏ ra phấn khích với triển vọng "có thể trở thành một gốc cây uy nghi hoặc một bụi hoa rực rỡ sau khi đã đi qua cõi thế này".

Ai là người nghĩ ra cách dùng thi thể người làm phân bón này? Đó là bà Katrina Spade của công ty mai táng *Recompose*. Bà này ngụ tại Seattle. Bà đã đưa ra ý tưởng lạ lùng này từ năm 2013 khi đang theo học bằng *Master* tại Đại Học Massachusetts Amherst. Năm 2017, bà sáng lập công ty *Recompose* để thực hiện ý tưởng của bà.

Nhưng nếu nghĩ rằng cơ thể của con người sau khi chết là một kho báu cho những người còn sống thì chuyện giải quyết một tử thi sao cho có lợi cho môi trường là chuyện nhỏ. Chuyện quan trọng hơn là cơ thể con người, sau khi từ giã cõi đời, có mang lại sự sống cho những người khác không. Chuyện hiến các bộ phận trong cơ thể sau khi chết là chuyện nhiều người đã làm. Đó là một cách "chôn" đang được khuyến khích hiện nay. Khoa học ngày càng tiến bộ, chuyện thay các bộ phận hư hao trong cơ thể người bằng những bộ phận hiến tặng của người đã chết là chuyện dễ dàng. Tôi vẫn ví von một cách khôi hài đó là chuyện như việc chúng ta mang chiếc xe hơi vào *garage* cho các ông thợ thay thế các bộ phận hư hóc. Cái khác biệt là các bộ phận thay thế cho xe hơi thường có sẵn, mua lúc nào cũng có, trong khi các bộ phận thay thế cho con người chưa sản xuất được, vẫn phải dùng thứ *gin* chỉ có tạo hóa chế tạo được. Thứ này phải chờ người chết hiến tặng. Chuyện hiến tặng này nhiều người vẫn còn lưỡng lự. Phần vì sở hữu suốt cuộc sống nên chúng ta coi những bộ phận trong người là thứ riêng tư không muốn chia sẻ với ai. Trái tim đã hiến dâng cho người yêu hay người đầu gối tay ấp, nay cho người khác thấy cũng kỳ. Lỡ nó quen đường cũ trở về mái nhà xưa cũng nực chứ. Ghen tới chết còn ghen là chuyện có chi quá đáng khi người ta còn hẹn hò nhau ở kiếp sau!

Có người ngại hiến nội tạng vì lý do tôn giáo. Trong cuộc tiếp kiến thành viên "Hiệp Hội Hiến Tạng, Mô và Tế Bào Ý" ngày 14/4/2019 vừa qua, Đức Giáo Hoàng đã tán thành việc hiến các bộ phận thân thể sau khi chết. Ngài chỉ nhắc nhở là ý nghĩa của việc hiến tặng đối với người cho, người nhận và với xã hội không được dừng lại chỉ ở "tiện ích sử dụng" vì đây là một kinh nghiệm sâu xa của con người, không chỉ phát sinh như một hành động xã hội mà còn là biểu hiện của tình yêu và vị tha, của tình huynh đệ phổ quát gắn kết mọi người với nhau.

Trong một bài viết của Tỳ Kheo Ni Chân Vĩ Nghiêm có đoạn bàn về hiến tặng bộ phận của cơ thể theo Phật pháp: *"Hiến tạng là một nghĩa cử cao đẹp, hành động cao thượng của một vị bồ tát. Bố thí là một trong mười bala mật của một vị thực hành bồ tát đạo. Người hiến tạng mong muốn được làm một việc thiện cuối cùng, có ý nghĩa cho cuộc đời".*

Hiến tạng như vậy không còn là một trở ngại cho các tín đồ của đạo Thiên Chúa và đạo Phật. Tại Canada chúng tôi, người ta đang bàn cãi về một trở ngại khác: thời điểm lấy nội tạng của một người được trợ tử bằng lòng hiến nội tạng.

Việc trợ tử được pháp luật Canada chấp thuận từ ngày 1/7/2016. Những người định đoạt trước được thời gian giã từ cõi thế là nguồn tốt nhất cho việc hiến tạng. Bác sĩ Adrian Robertson của Trung Tâm Hiến Tạng tỉnh bang Manitoba coi những người trợ tử là nguồn tốt nhất hiến tặng tạng vì bác sĩ đã biết trước những bộ phận nào của họ còn tốt để ghép cho người cần thay nội tạng. Việc sửa soạn sẽ tốt hơn vì đã có trước những yếu tố về sự tương tác giữa người cho và người nhận. Ngoài ra những bộ phận này tốt hơn vì, theo Bác Sĩ Adrian Robertson, "sau khi tim ngưng, bệnh nhân mất càng nhanh thì sức ép của cơ quan trong cơ thể càng giảm dần. Người trợ tử có khuynh hướng ra đi nhanh hơn".

Tốt thì quá tốt nhưng, trái với mong đợi, số người trợ tử hiến tạng không nhiều. Các nhà hảo tâm phải vận động. Cách vận động tùy theo mỗi tỉnh bang. Tại tỉnh bang Ontario, các bác sĩ giúp việc trợ tử có thể thông báo cho hội "Mạng Lưới Quà Tặng Sự Sống" nếu biết người trợ tử có thể cho nội tạng. Sau đó, nhân viên của mạng lưới mới tới gặp và vận động người trợ tử và gia đình để họ sẵn sàng hiến tặng. Tại tỉnh bang Manitoba, người trợ tử hiến tặng nội tạng đầu tiên là ông Brian Wadsworth. Chuyện xảy ra vào đầu năm 2018. Ông Brian bị bệnh xơ cứng teo cơ một bên người làm ông mất dần khả năng kiểm soát cơ bắp. Cuộc sống với ông là chuỗi ngày chịu đựng khiến ông không muốn sống nữa. Ông tìm tới bác sĩ xin trợ giúp cho ông được chết. Và ông bằng lòng hiến tặng hai trái thận. Bạn bè và gia đình không ngạc nhiên với quyết định của ông vì trong cuộc sống, ông vốn là người luôn nghĩ tới tha nhân. Ông bạn Rob Molyneux của ông nói với đài *CBC News*: *"Đó là tính cách của Brian. Nếu có người nào cần sự giúp đỡ, anh đều sẵn sàng giúp. Ngay khi chết anh cũng có thể giúp đỡ được những người khác!"*. Vợ của ông Brian, bà Sonia Molyneux cũng nói với các phóng viên: *"Hiến tặng luôn luôn là một điều rất quan trọng với anh vì trong cuộc sống anh luôn luôn chú ý và giúp đỡ những người khác. Đây là một cách giúp đỡ khác của anh: hiến tặng đời sống!"*.

Tạng của những người được trợ tử hiến tặng là thứ… tươi. Vì đã được sửa soạn sẵn từ trước. Khác với những người hiến tặng sau khi chết vì tai nạn hay bệnh tật. Trong khoa học, nếu nội tạng càng tươi thì càng tốt cho người được tặng. Muốn thật tươi, giới y khoa tại Canada đang tranh luận về thời gian có thể lấy nội tạng của người được trợ tử. Nếu nội tạng được lấy ngay khi chúng còn sống, nghĩa là máu và dưỡng khí còn lưu thông khi được cắt ra, thì việc tái sử dụng có hiệu quả tốt nhất . Muốn vậy thì khi đưa người được trợ tử vào phòng mổ, đánh thuốc mê toàn diện, bác sĩ sẽ cắt các bộ phận hiến tặng. Người này sẽ thực sự chết khi cắt bỏ tới trái tim còn đang đập. Điều này không được phép trong quy định hiện nay. Theo quy định hiện hành thì chỉ được cắt lấy bộ phận hiến tặng khi bệnh nhân đã thực sự chết, nghĩa là năm phút sau khi trái tim ngừng đập, và việc cắt bỏ này không dẫn tới sự tử vong của người hiến tặng. Muốn…tươi, người ta phải thay đổi hình luật để tránh tội sát nhân.

Bác sĩ Ian Ball của Đại học Western University, tác giả chính của nghiên cứu về đề nghị lấy nội tạng sớm này, đã chủ trương thay đổi luật hiện hành. Nhiều người coi đề nghị này như một hành động sát nhân ghê tởm. Bác sĩ Wesley Ely của Đại học Vanderbilt University viết trên tờ *USA Today*: *"Cái chết của người hiến tặng có thể được coi như sát nhân khi chấm dứt bằng cách lấy nội tạng"*.

Vấn đề nằm ở chỗ: trước sau gì người bệnh cũng chết, không thể sống lại được. Nếu cắt nội tạng mà người bệnh không cảm thấy đau đớn, bị hành hạ thì OK. Về điều này, các chuyên viên gây mê có thể chủ động biết được. Trong một trường hợp lấy nội tạng của người hiến tặng, Bác sĩ Ian Ball đã phải chờ tới 21 phút theo luật mới được hành động, gia đình nạn nhân đã góp ý: "Cũng vậy thôi. Người bệnh muốn chết. Họ có vẻ chết. Họ muốn hiến tặng. Vậy tại sao phải chờ tới 21 phút để làm tổn hại các bộ phận hiến tặng?".

Chuyện ra đi là chuyện dĩ nhiên cho bất cứ người nào trong chúng ta. Người thì muốn gói ghém chặt chẽ tất cả khi ra đi. Người muốn để cho những người còn lại có một môi trường sống tốt. Người muốn hiến cho người khác có một cuộc sống tìm lại được.

Chuyện dứt bỏ ra đi, ít ai muốn nghĩ tới. Nhưng người có lòng thì khác. Tùy cái tâm của mỗi người. Nếu gọi là một việc thiện thì đây là việc thiện diệu kỳ nhất: người cho chẳng mất chi nhưng người nhận được một món quà vô giá: cuộc sống!

06/2019

CỰC!

Anh Noam Blauer là cư dân Montreal, năm nay 25 tuổi. Khi anh vừa xong trung học, lúc 16 tuổi, bà mẹ anh có những dấu hiệu khó khăn về nhận thức: không giải được những bài toán dễ, không nhận biết vị trí dù ở những nơi quen thuộc, không biết mình sắp phải làm gì, đi đâu. Lúc đó bà mới 52 tuổi. Bà Susie Blauer là một giáo sư kỳ cựu của trường trung học Bialik. Bà cũng biết trí óc mình có vấn đề nên xin nghỉ bệnh. Tình trạng ngày càng tệ hại. Ban ngày, phải thuê người trông nom bà. Ban đêm và những ngày cuối tuần, anh Noam cùng cha và em trai phải luôn bên cạnh săn sóc. Chuyện không giản dị. Anh nói trước cử tọa trong cuộc hội thảo về những người trẻ phải săn sóc người thân bị bệnh được tổ chức tại Montreal vào đầu tháng 4 năm nay: "Thay được quần áo, cho ăn hay cho uống thuốc, mỗi thứ phải mất hàng giờ như không. Thường bà phản ứng lại bằng cách của bà. Chúng tôi chỉ biết cố gắng". Sau 4 năm theo dõi, bác sĩ mới kết luận bà Susie bị Alzheimer thời kỳ đầu. Khi đó Noam 20 tuổi, mẹ anh tròn 56.

Những người trẻ phải săn sóc cha mẹ mắc bệnh Alzheimer là cả một cực hình. Vừa mệt thể xác, vừa mất mát về tinh thần. Anh Noam nói thêm: "Thật là cực nhọc khi phải thay thế vai trò của cha mẹ lại còn mất mát cha mẹ mình. Tôi cần mẹ năm 16 tuổi, và năm 21, và năm 25. Đây là một thương tổn nặng nề, đồng thời là một thảm kịch".

Anh Noam Blauer là một trong ba thuyết trình viên của cuộc hội thảo do AMI Quebec tổ chức. Tại Canada, những người như anh Noam rất nhiều. Dân số nhóm người bất hạnh này lên tới một triệu 250 ngàn. Họ là những người Canada từ 15 tới 24 tuổi phải trông coi người thân bị bệnh mãn tính, tật nguyền, tâm thần, già cả. Hè năm ngoái, tình trạng của mẹ anh suy sụp khiến gia đình phải đưa bà vào một trung tâm săn sóc đặc biệt. Lúc đó bà 61 tuổi. Noam buồn rầu phát biểu trước đông đảo cử tọa: "Bà vẫn còn đó trong tình trạng phức tạp: một phần bà vẫn là bà nhưng một phần bà không còn là bà. Bà vẫn là Susie nhưng không phải là Susie".

Cái đau đớn này tôi đã từng trải qua. Mẹ tôi, mà tôi vẫn xưng hô là "mợ", đi vào quên lãng khi bà bước vào tuổi cổ lai hy. Bà lâm vào cơn bệnh trong khi tôi đã qua Canada được hơn chục năm. Khi tôi về thăm, bà đã lạc mất vào quá khứ, không nhận ra tôi. Trong truyện ngắn "Trong Vùng Quên Lãng", tôi đã ghi lại: *Hình như trong tận cùng tâm trí bà chỉ còn những hình ảnh xưa cũ. Trên những tấm hình chụp thời thiếu nữ, bà có một khuôn mặt nhẹ nhõm, có thể gọi là khá đẹp. Thời tuổi trẻ đó, bà chẳng bao giờ nhắc tới. Lúc trước cũng như sau này, khi bà đã lạc vào trạng thái u mê. Vậy mà có những đêm không ngủ được, bà ngồi dậy hát những bài hát xưa chúng tôi chưa bao giờ được nghe, đọc những câu thơ, câu vè có xuất xứ từ những ngày xa tắp nơi một làng quê miền Bắc hay ê a những câu kinh cũ rích cũ rang từ ngày bà còn thơ. Bà đã lùi quá xa về một thời có lẽ bà vẫn thiết tha trong tận cùng thâm tâm. Ba tuần lễ vợ chồng tôi trở về nếp nhà cũ, chúng tôi như không được sống chung một thời với mợ tôi. Bà không có hiện tại. Quá khứ xa thẳm đã giữ rịt bà trong tay. Hình như trong tim não bà đã có một sự chọn lựa dứt khoát. Chúng chỉ cho phép bà lưu giữ những gì bà thích, ngày xưa. Hình ảnh tôi như đã bặt bặt mất hút, không thể nào tái hiện lại trong bộ nhớ của bà. Hình như bà vẫn mơ hồ cảm thấy có chút thân mật nào đó với tôi nhưng không thể nhận ra đứa con cả chục năm bà không gặp, không thấy".*

Khi người mẹ đã chối từ hiện tại để quay về quá khứ, đàn con của mẹ tôi đã hoàn toàn mất bà. Bà vẫn có đó, vẫn bên cạnh con, nhưng trong thâm tâm hình như bà không còn ở với con cái. Thời gian bà lâm bệnh, tôi không ở Việt Nam nên không biết chi về sự cực nhọc khi phải săn sóc một người đã không còn là người như trước đó. Cô em tôi, người ngày ngày săn sóc bà đã cực nhọc như thế nào, tôi nghe kể lại nhưng không hình dung ra được sự cực nhọc đó tuy biết rằng rất lớn lao. Mất người thân khi người đó vẫn hiện diện bên cạnh là sự mất mát không có chi so sánh được.

Alzheimer là căn bệnh hèn. Nó chỉ đánh lén vào những người không còn thiết đếm tuổi tác nữa. Thế hệ tôi đã đi vào vùng oanh kích của Alzheimer. Nhiều ông đã ngơ ngơ ngác ngác, nhiều bà đã từ chối bản ngã. Chúng tôi gặp nhau chỉ toàn chuyện quên. Hở ra là quên. Quên tên người, quên một từ khi nói chuyện, quên mình vừa nói chi. Ngẩn ngơ tìm chiếc kính đang đeo trên mắt, tìm chùm chìa khóa đang cầm trong tay, tìm cuốn sách vừa để xuống bàn. Toàn những chuyện ngơ ngáo chỉ cánh già mắc phải. Bệnh ngày càng lộng hành. Thống kê cho thấy năm 2006 số người mắc bệnh trên thế giới là 26 triệu 600 ngàn người. Dự báo tới năm 2050, cứ 85 người thì có một người ngơ ngác giữa đời. Thường người bệnh sẽ giã từ cõi thế trong vòng từ 4 đến 8 năm kể từ khi phát hiện bệnh. Năm 2014, Mỹ đã chi ra 200 tỷ đô cho việc săn sóc và điều trị bệnh Alzheimer. Dự kiến tới năm 2050 con số này sẽ leo lên tới 1.100 tỷ đô với gần 15 triệu người, như anh Noam, săn sóc không lương người thân mắc bệnh.

Ngày 21/7/2015, hãng thống tấn AP đưa tin là theo thống kê ở Mỹ, có tới 67% bệnh nhân Alzheimer là phụ nữ. Ở tuổi 65 trở đi, cứ 6 phụ nữ thì 1 có nguy cơ bị Alzheimer. Bên phía nam tỷ lệ đó là 1 trên 11. Sao anh chàng Alzheimer lại mặn mà với các bà như rứa, khoa học vẫn còn mù mờ.

Nhưng khoa học không quên theo dõi sít sao bước đi của căn bệnh dễ ghét này. Bệnh phát sinh từ sự suy sút của một phần trong não gọi là "trí nhớ ngắn hạn" *(working memory)*. Đó là khả năng lưu giữ sự kiện trong đầu và tương tác trong óc. Khi chúng ta tính nhẩm, bấm ngay một số điện thoại khi vừa nghe được số đó, hoặc nhớ những điểm mốc khi đang lái xe, đó là chúng ta đang dùng "trí nhớ ngắn hạn". Trí nhớ ngắn hạn được ví như "một xấp giấy rời" dùng để nhớ lại tạm thời những sự kiện vừa xảy ra. Nó có khả năng nhớ và dùng những sự kiện này ngay tức khắc. Tỷ như, để hiểu được một câu, cần phải lưu giữ được phần đầu của câu đồng thời phải tiếp tục nghe phần sau. Thông dịch viên là những người phải có một trí nhớ ngắn hạn tốt để vừa nghe, vừa chuyển một câu nói ra một ngôn ngữ khác. Dịch xong là câu này sẽ biến mất trong trí nhớ để tiếp tục dịch câu sau. Nhưng nếu thông dịch viên cố gắng giữ trong trí óc câu này để dùng vào mục đích khác thì họ đã chuyển thông tin này từ "trí nhớ ngắn hạn" qua "trí nhớ dài hạn". Việc chuyển một thông tin từ trí nhớ ngắn hạn qua trí nhớ dài hạn để nhớ được lâu hơn có thể được kích hoạt và cải thiện bằng cách lặp lại thông tin đó, hoặc bằng cách gắn thông tin đó với một ý nghĩa hoặc những kiến thức có sẵn. Nguyên nhân của bệnh quên là việc mất toàn thể hay một phần khả năng của trí nhớ ngắn hạn. Nếu mất toàn thể khả năng này thì ngơ ngác thành bệnh Alzheimer.

Hãng thông tấn Reuter đưa tin: từ năm 2015, người ta đang nghiên cứu một thứ vũ khí mới chống lại bệnh Alzheimer. Đó là dùng sóng siêu âm hội tụ. Giáo sư Jergen Goetz của Đại học Queensland tại Brisbane, Úc, một trong những người tham gia vào cuộc nghiên cứu mới mẻ này đã cho biết: " Nghiên cứu của chúng tôi có mục đích thăm dò và chúng tôi thực sự đã không mong đợi một hiệu quả lớn đến như vậy. Tôi thực sự phấn khích vì nó". Họ đã làm thí nghiệm trên chuột. Các mảng *amyloid* là thủ phạm sinh ra bệnh quên. Các mảng *amyloid* của chuột được thí nghiệm đã bị trừ khử tới 75% bằng tia siêu âm và trí nhớ của chúng đã được cải thiện một cách rõ rệt. Tuy vậy, người ta còn phải tìm hiểu thêm là với xương sọ dày hơn và bộ óc lớn hơn của con người, phương pháp này có tác dụng giống như trên chuột không? Muốn trả lời câu hỏi này phải đợi tới khi thí nghiệm trên người. Nhưng trước khi thí nghiệm trên người, các nhà khoa học dự trù sẽ phải thí nghiệm trên cừu trước đã.

Hướng chữa trị này cũng đang được các nhà khoa học Nhật Bản của Đại học Tohoku, do giáo sư chuyên về tim mạch Hiroaki Shimokawa cầm đầu, triển khai. Họ đã dùng sóng siêu âm sung cường độ thấp chuyên dụng (LIPUS). Giáo sư Shimokawa cho biết: "Liệu pháp LIPUS là một vật lý trị liệu không xâm lấn, có thể áp dụng cho bệnh nhân cao tuổi có nguy cơ mất trí nhớ trầm trọng, mà không cần phải phẫu thuật hay gây mê".

Trong khi chờ tin vui thì người ta tương kế tựu kế tự tạo ra niềm vui. Một thống kê năm 2012 cho biết là Alzheimer đã lên chức quậy số một. Số người dính vào bệnh ngơ ngác đã vượt qua bệnh ung thư! Nó đã làm tàng thì mình coi nó như đồ bỏ, chọc quê nó chơi. Tom Misciagna, một cựu nhân viên CIA, 60 tuổi, biết mình đã bị anh Alzheimer nắm căng. Anh đặt cho hắn cái tên Ollie để khỏi nhắc tới cái tên đáng ghét của hắn. Một lần, anh nói chuyện với bạn về hai đứa con nuôi: "Tôi nhận nuôi hai đứa này tại Ấn Độ". Bà vợ sửa lại: "Philippines!". Anh tếu: "Đó, lại Ollie nói!". Bị định bệnh từ 7 năm trước, Tom quyết định không rầu rĩ mà chấp nhận và khôi hài hóa nó, coi nó như pha.

Một cuộc nghiên cứu tại một *nursing home* ở Canada vào năm 2016 cho thấy các triệu chứng của bệnh quên đã giảm đi nhiều sau 12 tuần lễ mời một anh hề tới pha trò giúp vui cho họ. Tại Seattle, phong trào *Momentia* giúp những bệnh nhân luôn vui chơi bằng các buổi uống cà phê, thăm các bảo tàng viện và sở thú, đã đạt được những kết quả đáng khích lệ.

Ông Brian LeBlanc ở Pensacola, tiểu bang Florida, vướng Alzheimer 4 năm trước đây. Với số tuổi 58 còn tương đối trẻ đối với bệnh dành cho người già này, ông không buồn rầu chi mà còn luôn tìm dịp chọc quê nó. Ông kể lại: "Khi có người hỏi tôi "Anh khỏe chứ?', Tôi nhìn thẳng họ trả lời 'Tôi khỏe như văm và vẫn còn nghe được câu hỏi'! Thực ra ông không còn lạ chi với căn bệnh này. Mẹ và ông ngoại của ông đã từng Alzheimer. Nay tới chính ông đã dính bệnh nên ông không bao giờ muốn nhắc tới chữ Alzheimer. Nhưng ông thách đố với nó. Ông đi khắp nơi nói chuyện với mọi người về cảm giác của một người mang bệnh. Ông dùng lối nói khôi hài, coi chẳng có chi là quan trọng.

Bà Karen Stobbe, 54 tuổi, đã phải bỏ ra một phần ba cuộc đời để chăm sóc người thân dính bệnh. Cha bà chết vào năm 2000. Tới lượt mẹ bà ngơ ngác trong 17 năm và mới mất vào tháng 3 năm 2018. Bà vốn là một kịch sĩ nên dùng sở trường của bà để nuôi bệnh. Bà có nhiều kinh nghiệm. Tỷ như đừng bao giờ nói "không" với người bệnh. Cứ gật đầu OK rồi tùy theo tình huống mà hoãn binh. Bà nói: "Nếu họ nói: 'Tôi muốn về nhà' thì trả lời ngay: 'Được! Nhưng ngoài trời hơi lạnh, chúng ta phải đi tìm cái áo khoác trước đã'. Trả lời như vậy đã khiến họ "nguội" đi, nhỏ nhẹ: 'Bà nói phải'. Trong một trường hợp khác, một bà thích ngồi xé giấy đi cầu và tỏ ra rất thích thú. Đừng ngăn cản, cứ để bà xé cho bằng thích. Nhiều khi chúng ta phải hy sinh để làm dịu bớt cơn bệnh. Mở nhạc và nhảy tưới sợi là trò vui làm cho con bệnh thích thú nhất. Điều này cũng dễ hiểu. Ngay với những người không mắc bệnh quên, âm nhạc cũng làm cho người ta phơi phới, nhẹ nhàng hơn. Các nhà khoa học đang chú ý nhiều tới việc dùng âm nhạc làm một liệu pháp chống đỡ với bệnh Alzheimer.

Những điều nói trên làm nhẹ bớt sự cực nhọc của những người phải săn sóc người thân đang bị bệnh quên dày vò. Nhưng sự cực nhọc lúc nào cũng vẫn còn đó. Anh bạn nhà thơ, nhà văn Nguyễn Đình Toàn cũng đang cực nhọc. Chị Toàn đã đi vào quên lãng từ ít năm nay. Nhà văn Bùi Bích Hà, trong bài "Hành Trình Một Đời Người" trên báo Người Việt, đã viết: *"Hiền thê của ông, bà Thu Hồng, đi bên ông như bóng với hình. Bà có khuôn mặt trái soan, đôi mắt bồ câu long lanh và làn môi như đóa hồng hàm tiếu. Lần đầu gặp nhau, vẻ hồn nhiên và nụ cười thật tươi trên môi bà lập tức cho tôi sự yên tâm và cả cái tình ấm áp, dịu dàng của "Chị Em Hải" ngày nào. Chúng tôi chuyện trò râm ran bên tách cà phê tối và tôi nhận được tấm hình lồng khung rất lịch sự, chụp trong buổi giới thiệu "Bông Hồng Tạ Ơn" để làm kỷ niệm. Nhiều năm sau này, biết tin bà mắc bệnh quên lãng, không còn lái xe nữa, tôi hay theo Nhã Lan, thỉnh thoảng có thêm một bạn văn từ xa về, đến thăm ông bà tại căn chúng cư tọa lạc trong một khu yên tĩnh thuộc thành phố Westminster. Dù tiến triển chậm so với các trường hợp tương tự, bà ngày một mất dần khả năng tự chủ của một người trưởng thành và trở lại như trẻ thơ. Lần mới nhất chúng tôi đến thăm ông bà, bà vui cười, cung hai năm tay dứ dứ về phía tôi như trẻ con vẫn dọa nhau, khiến ông khẽ lắc đầu và cũng cười theo cùng với lời giải thích bao dung và hiền hậu: "Có biết gì nữa đâu? Cứ như con nít vậy thôi!"*

Trong lần tới Cali dịp Tết vừa qua, anh Thành Tôn đã cho tôi ké xe đi thăm anh Toàn. Bữa đó nhằm ngày thứ bảy nên chị Toàn có nhà. Anh cho biết những ngày trong tuần, chị được đưa tới săn sóc tại một cơ sở chuyên biệt. Cứ sáng đi, chiều về. Người nổi tiếng có những câu nói hóm hỉnh đã vừa cười mỉm vừa bảo tôi: " Chiều chiều phải xuống nhận hàng UPS giao tới!". Cũng chẳng lâu lắm, khoảng chục năm trước, chị còn lái xe đưa anh đi đó đi đây. Có lần chị đưa anh tới thăm tôi tại nhà chú em tôi khi tôi qua Cali chơi. Vậy mà giờ chị ngơ ngẩn đến tội nghiệp. Như chị Bùi Bích Hà kể, chị cũng nắm hai đấm tay dứ dứ vào anh Toàn với nụ cười bâng quơ thích thú, như một trò chơi ngây ngô. Anh nói: "Căn bệnh này khốn nạn hơn những bệnh khác. Nó tước bỏ nhân cách của người bệnh". Bệnh nhân hồn nhiên nhưng không phải cái hồn nhiên của con nít. Phải đối đãi, chăm sóc họ như với một đứa con nít. Nhưng đây là đứa con nít đã có thời là một người vợ, người mẹ đầy trách nhiệm trong gia đình. Gia đình đã mất hẳn một thành viên trong khi họ vẫn sống sờ sờ trước mắt. Cái đau đớn này đủ khiến anh bạn tôi …lẩy Kiều: *"Những điều trông thấy mà đau đớn lòng"*!

05/2019

DI

Oratoire Saint Joseph là một nơi phải đến cho tất cả du khách, không phân biệt tôn giáo, mỗi khi tới Montreal. Tại ngôi thánh đường đồ sộ, bên trong di chuyển bằng thang cuốn, có một phòng triển lãm thường trực các kiểu hang đá trên khắp thế giới. Năm nay triển lãm có khoảng một ngàn máng cỏ của khoảng một trăm quốc gia trên thế giới. Sống ở Montreal, tôi đã nhiều lần dẫn bạn bè hoặc người thân tới viếng thăm ngôi vương cung thánh đường này. Dĩ nhiên một trong những nơi phải vào là phòng triển lãm máng cỏ. Có những máng cỏ tí hon bày trên bàn nhưng cũng có những máng cỏ to đùng chiếm một không gian rộng lớn bằng nguyên căn phòng. Thánh gia trong các máng cỏ mang đủ màu da, đủ loại quốc phục. Hang đá mang đủ mọi kiểu dáng, thể loại của những con người sống trên khắp trái đất.

Năm nay có một hang đá không giống ai diễn tả cuộc xuống thế của Chúa thời hiện đại. Mẹ Maria mặc áo hở cổ,

Hang đá hiện đại tại Vương Cung Thánh Đường St Joseph, chụp ngày 10/12/ 2018. Hình: Pierre Obendrauf / Montreal Gazette.

một bên trễ xuống làm lòi ra cả sợi dây sú-chiêng, một tay cầm ly cà phê bằng giấy như ly của Starbuck, một tay tạo hình chữ V chiến thắng. Thánh Giuse cầm chiếc điện thoại di động đang chụp *selfie* với Chúa Hài Đồng và mẹ Maria. Mục đồng, tai mang *headphone*, đang chơi *tablet* trong khi ba vua tới viếng Chúa ôm những hộp quà giống hệt như những thùng quà mua *online* của Amazon!

Chiếc máng cỏ hiện đại này đã là đề tài bàn tán trong mùa Giáng sinh năm nay. Người khen kẻ chê. Dư luận phân tán khiến bà Chantal Turbide, Giám Tuyển phòng triển lãm, phải cho để một tấm bảng bên cạnh hang đá: "Phòng triển lãm ghi nhận những ý kiến trái ngược về chiếc máng cỏ này. Chúng tôi không hề có ý khiếm nhã nhưng chỉ muốn mang tới cho mọi người một nụ cười". Bà Chantal Turbide nói với ký giả báo The Gazette là hình ảnh hang đá với Chúa Hài Đồng được cải biến theo từng địa phương. Như một chiếc hang đá của một nước Phi châu bày bên cạnh, thay vì bò và lừa truyền thống, họ trưng ngựa vằn và hươu cao cổ. Một hang đá khác với con bò có mang bảng chữ "100% *organic*" trên lưng.

Một du khách, ông Francois Trudel, 74 tuổi, rất khoái chiếc hang đá hiện đại này. Ông nói: "Chúa không chỉ sanh ra vào thế kỷ thứ nhất. Ngài sống vĩnh cửu. Chiếc máng cỏ này chứng tỏ trí thông minh của con người tiến bộ đến đâu. Nó nói lên những gì trong thâm tâm Chúa muốn và những dụng cụ tiến bộ này làm cuộc sống con người trở nên tốt đẹp hơn". Ngược lại, bà Dinara Salaeva, 27 tuổi, trẻ hơn ông Francois Trudel rất nhiều, lại cho là chiếc máng cỏ này không thích hợp: "Có thể tôi kém hiểu biết nhưng tôi muốn tôn trọng Thánh Kinh và những hình ảnh trong đó. Vậy nên khi nhìn chiếc máng cỏ này, tôi cảm thấy không hẳn là giễu cợt nhưng có lẽ hơi bất kính vào đức tin của mọi người".

Tôi vốn thích chuyện vui vẻ nên khi nhìn vào hình chụp chiếc hang đá này trên báo, tôi rất thích. Đó là một cách mang Chúa vào đời, mời Chúa sống một cách thân cận với con người ngày nay. Điều này khiến con người dễ cảm thông với Chúa hơn. Nhưng điều tôi chú ý nơi chiếc hang đá này là những thiết bị hiện đại trong đó có chiếc điện thoại di động mà thánh Giuse đang *selfie*. Đây là lối sống hiện đại của những người trẻ. Tôi không còn trẻ nhưng cũng xí xọn sắm một cây gậy *selfie* theo trào lưu. Từ ngày có cây gậy tôi chưa bao giờ dùng. Thấy không quen. Vậy mà thánh Giuse trong máng cỏ tân thời *selfie* rất nghề. Mình thua thánh nhân là phải.

Thánh Giuse *selfie* ngày đêm như vậy có mỏi tay không? Có chứ! Tay thánh cũng mỏi là cái chắc. Mỏi tay vì *selfie* là căn bệnh mới toanh ngày nay. Bác sĩ Levi Harrison, chuyên khoa chấn thương chỉnh hình tại Los Angeles, cho biết ông đã phải chữa trị cho nhiều bệnh nhân bị bệnh "cổ tay chụp *selfie*". Bệnh nhân bị đau cổ tay và tê ngón tay vì phải cong cổ tay và bấm ngón tay khi chụp hình…tự sướng(!). Mốt "tự sướng" của thời đại mới này mang lại nỗi "tự khổ" cho các người trẻ. Chiếc điện thoại thông minh còn gây ra một bệnh khác: bệnh đứt gân tay. Già trẻ lớn bé chi, cứ đụng vào chiếc điện thoại thông minh là hết thông minh. Họ không đủ ý chí để ngưng lại. Nhất là khi chơi *game*. Lậm vào là không có điểm dừng. Một thanh niên 29 tuổi ở San Diego đã phải giải phẫu gân ngón tay bị đứt sau khi tối ngày chơi *game "Candy Crush"* trong vòng tám tuần lễ.

Phôn di động là một thứ mật quyến rũ chẳng ai cưỡng lại được. Nơi nào, chỗ nào, trên xe, trong nhà hàng và thậm chí đang đi bộ băng qua đường, người ta cứ dán mắt vào màn hình, ngón tay mò mẫm, chẳng biết chung quanh có ai. Hơn là một chiếc máy dùng để a-lô, nó đã thành một món đồ chơi đắt tiền. Đã là đồ chơi thì ai cũng muốn…chơi! Ai là người đã bày đặt ra món đồ chơi hợp với nam phụ lão ấu này?

Chiếc điện thoại biết nhoài ra khỏi bàn, tháo tung tất cả dây nhợ để chúng ta tung tăng mang theo trong người, được bán ra thị trường vào năm 1947. Tính ra mới 71 năm.

Thời đó nó không được gọi là *cellphone*, nói chi tới *smart-phone*. Người ta gọi là *carryphone*. Thật quê mùa nhưng rất sát nghĩa. Bởi vì người ta chỉ dùng nó để a-lô khi ra khỏi nhà. Kè kè mang cái *carryphone* ra đường phải là người có sức khỏe vì nó nặng tới 4 kí rưỡi lận! Đó là chiếc Motorola tiên khởi.

Nhưng để vác được "cục" điện thoại này tung tăng ngoài đường xá, các nhà phát minh đã phải tốn rất nhiều công sức. Vào ngày 3 tháng 4 năm 1973, tại New York, ông Martin Cooper, một nhà phát minh của hãng Motorola, gọi cuộc điện đàm đầu tiên trên *carryphone* cho một kỹ sư của một hãng điện thoại đối thủ. Cuộc gọi lịch sử này thiếu tình thân ái vì nó nhằm mục đích để vừa khoe vừa chọc quê đối thủ cạnh tranh. Nếu nhìn chiếc điện thoại di động đầu tiên đó với con mắt của chúng ta ngày nay thì chẳng có chi đáng khoe vì nó ô dề, kềnh càng như một cục gạch nhưng vào thời đó cuộc gọi này là một thành công, đặt nền móng cho một phát minh quan trọng trong đời sống của nhân loại. Nhưng chẳng ai trong các cộng tác viên của Motorola tin vào tương lai sáng sủa của điện thoại di động trừ ông Martin Cooper. Họ nghĩ như vậy cũng đúng thôi vì chiếc…di này trông rất nản, dùng thì bất tiện đủ bề. Tuy "cục gạch" nặng 4 ký rưỡi đã rút xuống chỉ còn có 1 ký nhưng bê nó ra đường cũng còn rất vất vả. Pin chỉ dùng được có 35 phút và mỗi lần sạc mất tới 10 tiếng. Cuối cùng là chuyện cái túi tiền. Giá mỗi chiếc lên tới 4 ngàn đô!

Dù ai nói đông nói tây, ông Martin Cooper vẫn vững như kiềng ba chân. Ông vẫn nhất định tin vào tương lai sáng sủa của phát minh này. Ông bàn bạc, tranh luận, hội họp với các đồng nghiệp ơ thờ để tiếp lửa cho họ. Ngọn lửa cuối cùng cũng lóe lên được khi Motorola tung ra thị trường chiếc điện thoại cải tiến chỉ nặng có…794 gram mang tên *DynaTAC*.

Tháng 10 năm 1983, dịch vụ điện thoại di động thương mại đầu tiên mới được đại chúng hóa bằng cách nhận thuê bao. Người dùng phải trả hàng tháng số tiền 50 đô thuê bao nhưng mỗi khi gọi phải tốn thêm tiền phút. Trong giờ cao điểm từ 9 giờ sáng tới 5 giờ chiều, mỗi phút gọi tốn 40 xu. Ngoài giờ này mỗi phút gọi là 24 xu.

Chỉ một năm sau, Motorola đã bán ra thị trường được khoảng một ngàn điện thoại *DynaTAC 8000x*. Con số ngoài sự mong đợi của nhà sản xuất.

Phải gần một thập niên sau, vào năm 1993, điện thoại di động mới…thông minh. Chiếc *smartphone* đầu tiên tên Simon, do IBM sản xuất, mới trình làng. Máy có màn hình cảm ứng LCD chỉ có hai màu đen trắng nhưng, ngoài việc a-lô với nhau, nó còn biết nhận và gửi *email*, đọc văn bản điện tử, có lịch làm việc, máy tính và sổ danh bạ. Tới ngày 11/6/1997, nhà sáng chế người Pháp Philippe Kahn mới gắn được ống kính để chụp được bức hình đầu tiên bằng *smartphone*.

Điện thoại di động chỉ vươn vai đứng dậy thành tên khổng lồ khi Apple nhảy vào cuộc vào năm 2007. Thị trường điện thoại trở thành chốn gió tanh mưa máu, cạnh tranh nhau chí chóe. Các nhà sản xuất so kè nhau từng chút, từ hình dáng, sức nặng qua tới các hệ điều hành. Ngày nay chúng ta chỉ biết có hai hệ điều hành là *iOS* của Apple và *Android* của Google nhưng trước đó đã có lúc có tới 7 hệ điều hành. Đó là: *Symbian, Blackberry OS, Palm OS, Windows Mobile, webOS, iOS* và *Android*. Con số 5 hệ điều hành chết yểu đã cho thấy cuộc cạnh tranh tàn khốc như thế nào. Tàn khốc như vậy cũng chẳng có chi lạ vì thị trường phôn di động cũng…di động tới chóng mặt. Số người dùng *smartphone* tăng vọt như nước kiệu của ngựa đua. Năm 2014 có 1 tỷ 700 triệu người làm bạn với di động; năm 2015 tăng lên thành 1 tỷ 860 triệu. Người ta ước tính năm 2016 là 2 tỷ 100 triệu; 2017 là 2 tỷ 320 triệu; 2018 là 2 tỷ 530 triệu; 2019 là 2 tỷ 710 triệu và 2020 là 2 tỷ 870 triệu. Ước đoán của Newzoo còn lạc quan hơn khi họ…tiên tri năm 2018 phôn di động sẽ vượt qua con số 3 tỷ! Năm 2018 đã trôi qua nhưng chưa có thống kê để xác định tiên đoán này có đúng với con số thực tế không.

Nghe tới những con số người dùng phôn kể trên, ai cũng nghĩ là dân Mỹ xài phôn di động nhiều nhất. Tôi cũng nghĩ như vậy. Chúng ta đều bé cái lầm. Theo tự điển mở Wikipedia thì quốc gia dùng phôn di động nhiều nhất là vương quốc Ả Rập Thống Nhất *(United Arab Emirates)*. Với dân số 9 triệu 543 ngàn người, số người sở hữu phôn là 7 triệu 845 ngàn người, tính ra tỷ lệ là 82,2%. Mỹ chỉ đứng hàng thứ 7 với 71,5%, thua Canada chúng tôi với 71,8%. Úc đứng hạng thứ 13 với 69,3%. Việt Nam đứng thứ 42 với 30,1%.

Con số hàng tỷ phôn được tiêu thụ khiến chẳng có nước nào tự đáp ứng sản xuất nổi, Vậy nên kỹ nghệ sản xuất phôn di động mới toàn cầu hóa. Theo trang mạng *The Conversation*, giá thành của một chiếc *iPhone 7* sản xuất vào cuối năm 2016 là 237,45 đô Mỹ. Con số thành này được phân chia cho các quốc gia góp công như sau: Mỹ và Nhật, mỗi nước nhận khoảng 68 đô. Đó là con số lớn nhất. Tiếp theo Đài Loan được 46 đô, Đại Hàn ẵm 17 đô và Trung Cộng chỉ dính được 8,46 đô! Được ít tiền nhất nhưng Trung Cộng lại có tiếng nhất. Phần lớn các sản phẩm của Apple trong đó có *smartphone* đều được lắp ráp tại Trung cộng. Vậy nên trên *iPhone* mới có hàng chữ: *"Designed by Apple in California. Assembled in China"*.

Điện thoại di động nay là vật bất ly thân của khoảng một nửa nhân loại. Nó di động nhưng luôn luôn dính kè kè bên mình chúng ta. Ngày nay ít người ra đường mà không thủ trong túi chiếc điện thoại. Dù chúng ta có ở xó xỉnh nào thì bạn bè và người thân cũng có thể móc chúng ta ra được tức thì. Điều này làm nhiều ông bạn tôi không vui. Cứ như có sợi dây xích đeo theo người để, dù mình đang ở nơi nao, thì nội tướng ở nhà đều có thể với ngay tới được. Được cái may là các ông bạn tôi đều là những người thật thà nên chỉ quanh quẩn ở những nơi…hợp pháp. Có nhiều ông, không phải là bạn tôi, có hành tung rắc rối hơn nhiều. Một ông đang hú hí với đào nhí trên giường thì phôn reo. Ông bắt phôn ngay và dõng dạc trả lời là đang ngồi nhậu với các bạn tại nhà hàng. Bà vợ không phải là dân CIA hoặc FBI nhưng có máu Hoạn Thư trong người. Nghe chồng nói ngồi nhậu mà sao không nghe thấy tiếng ồn ào của một cuộc nhậu, bèn ra lệnh: "Anh cầm chiếc muỗng gõ vào chén cho tôi nghe!". Lấy chi mà gõ. Nếu ra tay theo lời vợ chắc chỉ có tiếng vỗ bì bạch!

Nhưng ngoài sự bất tiện…nho nhỏ kể trên, phôn thông

minh rất...thông minh. Tôi vốn chuộng sự thông minh nên cũng phải kè kè bên mình chiếc máy hiện đại này. Quả thật nó vừa hiện đại vừa tiện lợi. Cần nói chuyện hay nhìn mặt ai, a-lô một cái là nắm áo được liền. Muốn chụp tí hình, toách một cái là xong. Muốn nhắn tin, gửi hoặc nhận *e-mail*, ghé *Facebook*, coi ngày giờ năm tháng chẳng có chi khó khăn. Ngồi buồn muốn chơi tí *game*, nghe tí nhạc, đọc tí truyện, được tuốt. Nếu cãi cọ nhau về bất cứ vấn đề chi, từ chính trị, văn học, lịch sử, địa lý, tới kiến thức tổng quát, thể thao hoặc tình hình các cuộc thi người đẹp, chỉ cần lướt sóng vào hỏi ông *Google* là ra tuốt. Đó là những chuyện tôi thường nhờ cậy vào chiếc *iPhone* của tôi. Chính xác trăm phần trăm, chẳng cần lích kích tới thư viện tra cứu *encyclopedia* như ngày xưa cho mất công. *Smarphone* là thứ đồ chơi vạn năng cho tất cả mọi lứa tuổi. Đó mới là chuyện dùng *iPhone* của tôi. Trong tay các chuyên gia và các bạn trẻ, *iPhone* còn bị bóc lột long tóc gáy. Rất nhiều thao tác mà tôi mù tịt được các chuyên gia này sử dụng hàng ngày đến nát phôn!

Chiếc *iPhone* dắt lưng đã thay đổi lối sống của tôi. Và của bàn dân thiên hạ. Có lẽ *smartphone* là thiết bị duy nhất biết trói con người chặt chẽ nhất. Nó thường trực trong túi khi bạn thức, và nằm ngay đầu giường khi bạn ngủ. Ngay cả khi tắm rửa người ta cũng đã quen ôm *smartphone* vào phòng tắm tuy *iPhone* chẳng thích tắm táp chi. Nó kỵ nước!

Lúc nào cũng kè kè cái *smartphone* bên người, con người mất thói quen giao tiếp với nhau mà dành toàn thời gian giao tiếp với máy. Bất cứ lúc nào, bất cứ ở đâu, người ta cũng cắm cúi vào màn hình, chẳng cần biết chung quanh ra sao. Đó là sống ảo nhưng đó chính là lối sống của con người ngày nay.

Để tránh cho con người đi lạc, xa đồng loại, công ty nước uống Vitaminwater đang tổ chức một cuộc thi khai trừ *smartphone* hay *tablet*. Giải thưởng lên tới 100 ngàn đô. Người tham dự cuộc thi này phải chứng minh đã không đụng tới *smartphone* trong 365 ngày liền tù tì. Để tránh trở ngại cho cuộc sống của người dự thi, Vitaminwater sẽ cung cấp một điện thoại di động đời thập niên 1990 để chỉ có thể phôn chứ không táy máy được vào các thứ khác như *smartphone* hiện đại. Nếu đuối sức, chỉ bỏ di động thông minh được sáu tháng, số tiền thưởng là 10 ngàn đô. Muốn dự thi phải ghi danh trên Twitter hoặc Instagram với hãng Vitaminwater trước ngày 8/1/2019.

Bạn nào muốn ăm ngon ơ 100 ngàn đô nhớ nhanh tay ghi danh dự thi. Tôi xin miễn vì biết mình thiếu hơi đường dài. Ngay cả thánh Giuse, nếu Ngài sống vào thời đại này, cũng chắc gì Ngài bỏ được chước cám dỗ để ăm trăm ngàn đô!

01/2019

ĐO

Ông Mỹ gốc Việt điện thoại cho ông Canada gốc Việt: "Cháu nó vừa mua căn nhà lớn hơn nhà trước. Rộng tới hơn một ngàn *squarefeet!*". Ông Canada gốc Việt ậm ừ, trong đầu chẳng có thể hình dung ra một ngàn *squarefeet* nó lớn nhỏ ra sao.

Bà Mỹ gốc Việt a-lô cho bà Canada gốc Việt: "Bữa nay trời nóng quá, tới gần trăm độ lận". Bà Canada ngẩn người ra, Trăm độ F của bà Mỹ là bao nhiêu độ C ta?

Giữa Mỹ và Canada, núi liền núi, sông liền sông, khác như vậy là do đâu? Do ông Canada làm được việc mà ông Mỹ không làm được. Đó là thay đổi đơn vị đo lường từ hệ thống...hoàng tộc (*imperial*) qua hệ thống thập phân (*metric*). Phải nói đây là một cuộc lột xác kéo dài từ thập niên 1970 leo qua tới giữa thập niên 1980.

Người Việt chúng ta, nếu nhanh chân chạy qua Canada từ năm 1975, đã được chứng kiến cuộc lột xác này. Tôi chậm chân nên khi qua đây thì cuộc lột xác vừa kết thúc. Thế nên giữa năm 1985, bước xuống phi trường quốc tế Mirabel, chuyện cân đo đong đếm đối với tôi cũng giống hệt như ở Việt Nam. Chẳng có chi khác. Chuyện Mỹ dùng hệ thống đo lường khác, Canada dùng hệ thống khác, tôi nghĩ là chuyện dĩ nhiên. Nó như vậy, có lẽ từ thời…tạo thiên lập địa! Chẳng có chi phải bàn tán. Cho tới mới đây, khi báo The Montreal Gazette nhắc lại sự kiện này vào ngày lịch sử 3/1/1979, tôi mới ngạc nhiên.

Bài báo nhắc lại ngày này, 40 năm trước, cây xăng Sunoco ở góc đường Papineau và Rosemont, là cây xăng đầu tiên bán xăng theo lít chứ không phải theo *gallon* như trước đó. Ông Daniel Charlebois được chụp hình phỏng vấn khi là một trong những người đầu tiên tới đổ xăng. Ông cho biết ông không cảm thấy khác chi vì ông thường đổ đầy bình, chẳng cần biết là bao nhiêu lít hay *gallon*. Tiện thể cũng nói thêm một chi tiết: giá xăng lúc đó là 20,2 xu/lít. Ôi, ngày xưa thân ái đó nay còn đâu!

Cuộc lột xác của Canada bắt đầu từ khá lâu, năm 1871 lận. Thủ Tướng Canada lúc bấy giờ là ông John A. Macdonald đã ra sắc lệnh dùng hệ thống đo lường thập phân thay thế cho hệ thống *imperial* của Anh nhưng dân chúng không muốn thi hành. Mãi tới thập niên 1960, với đà tiến bộ của kỹ thuật và việc mở rộng ngoại thương, chính phủ Canada mới ra một bạch thư vào năm 1970 dần dần thay đổi hệ thống đo lường của Canada . Các nhà thương mại của Canada đã áp lực chính phủ dùng hệ thống thập phân vừa phổ thông tại nhiều nước trên thế giới hơn, vừa giản dị và dễ tính toán hơn.

Bạch thư này mang tên *"White Paper on Metric Conversion in Canada"*. Tiếp theo là những luật về bắt buộc sử dụng và in trên các nhãn hàng hóa theo hệ thống này.

Luật lệ đã có nhưng việc áp dụng không phải dễ. Chính phủ phải thành lập một ủy ban mang tên *"Metric Commission Canada"* để thi hành và điều phối vào năm 1971. Đầu năm 1973, phải thiết lập thêm hơn một trăm tiểu ban chuyên môn về đủ các ngành: thương mại, kỹ nghệ, tiêu thụ, lao động, y tế, giáo dục và công quyền. Mỗi tiểu ban phụ trách việc áp dụng thay đổi trong từng khu vực chuyên môn.

Tại các trường tiểu và trung học, học sinh được học và áp dụng hệ thống thập phân vào năm 1974, một năm trước khi người Việt di tản tới Canada. Tới cuối thập niên 1970 thì hoàn tất việc dùng hệ thống mới này tại các trường học. Cũng không phải dễ dàng chi. Các giáo viên phải tham dự những khóa tập huấn trước khi trở về trường dạy cho các em học sinh. Rồi phải thay đổi các học cụ và sách giáo khoa dùng hệ thống thập phân.

Nhà trường đã nhảy qua hệ thống thập phân trong khi các phụ huynh ở nhà vẫn quen thói…hoàng gia, vẫn luôn miệng dùng *mile* và *ounce* như cũ. Nhiều gia đình bị…chia rẽ. Các em phải sửa sai các bậc cha mẹ. Xã hội trải qua một thời kỳ rối rắm. Mãi tới năm 1983 mới hình thành một thế hệ thuần thập phân! Trên tờ Toronto Star, hai học sinh đã viết một bài mong ước các thế hệ cha mẹ nên chấp nhận hệ thống thập phân như tương lai của đất nước. Bài báo viết: "Họ phải thích hợp với tình trạng của giới trẻ ngày nay. Chúng tôi bị phân chia giữa hai thế giới: một thế giới mà chúng tôi thấu hiểu rõ ràng nhưng các bậc ông bà cha mẹ thì không; và một thế giới mà chúng tôi mù tịt, chỉ có thể bị áp lực phải chấp nhận hệ thống dễ sử dụng và dễ quen thuộc hơn".

Hệ thống thập phân dần trở thành quen thuộc trong cuộc sống hàng ngày của mỗi công dân Canada nhưng số đo chiều cao thì vẫn bướng bỉnh không hề lui bước. Ngay chính các học sinh rành rẽ về hệ thống thập phân nhưng khi nói tới chiều cao của mình vẫn cứ *foot* và *inch*! Đó là thứ…tàn dư dai dẳng nhất. Nguyên do là các bậc già nua đã gắn chặt vào những *foot* và *inch* này từ nhỏ, không dễ gì bỏ được. Các thế hệ sau cũng cứ *foot* với *inch* xài miết. Một giáo viên ở Toronto giải thích trên tờ Toronto Star vào năm 2004: "Các học sinh nghe ông bà cha mẹ nói toàn *foot* và *inch* nên bắt chước!".

Trên các nhãn hàng của các sản phẩm tiêu thụ ở Canada ngày nay đều phải in trọng lượng bằng cả hai hệ thống thập phân và *imperial*. Bởi vì Canada vẫn nằm sát Mỹ, một trong ba quốc gia còn sót lại trên thế giới không dùng hệ thống thập phân. Ba quốc gia đó là: Mỹ, Liberia và Myanmar. Myanmar trước kia có tên là Miến Điện.

Danh sách ba nước này sao không thấy có tên nước Anh, được coi là thủy tổ của hệ thống đo lường *imperial* mà chúng ta thường dịch là hệ thống đo lường…Anh như "một thước Anh", "một phân Anh". Sao lạ vậy cà? Tôi cũng băn khoăn về sự tréo cẳng ngỗng này. Tìm hiểu ra thì nước Anh đã tự làm cách mạng từ lâu. Họ đề xướng thay đổi từ trước Canada cả 5 năm nhưng khi thi hành thì chậm hơn Canada.

Hệ thống đo lường *imperial* của Anh là sự kết hợp các

đơn vị đo lường của người La Mã, Carolignian và Saxon. Hệ thống này ra đời vào năm 1824. Anh khư khư dùng hệ đo lường này và áp đặt trên các thuộc địa của họ. Năm 1878, họ còn cấm tiệt người dân không được dùng hệ thống đo lường thập phân. Cho tới sau Thế Chiến Thứ Hai, tuy có một phong trào dân chúng đòi chuyển đổi qua hệ thống thập phân, dùng mét, kí và lít thay cho *yard, foot, inch, pound* và *gallon*, nhưng chính quyền vẫn nhất định không nghe. Tới giữa thập niên 1960 thì chính quyền phải nhượng bộ. Hệ thống thập phân được sử dụng một cách tự nguyện. Muốn xài kiểu nào cũng được. Phong trào thay đổi lấn sân dần dần, Tới nay thì Anh đã chính thức xài hệ thống thập phân nhưng, cũng như Canada, thế hệ cũ vẫn níu kéo hệ thống cũ nên trong nhiều lãnh vực đã xảy ra tình trạng…da beo. Như nếu bạn vào cửa hàng bán pho-mát, người ta có thể bán cho bạn 100 *gram* hoặc ¼ *pound* đều OK tuốt. Như biển giao thông trên đường vẫn tính bằng *yard* nhưng bảng ghi giá xăng lại tính bằng lít. Vui nhất là đơn vị đo nhiệt độ. Các bản tin thời tiết tại Anh đều dùng hai đơn vị đo là độ *Centigrade* và độ *Farenheit*, nôm na là độ C và độ F. Nhưng trong dân chúng, khi nói tới độ lạnh thì họ dùng độ C, khi thời tiết ấm áp thì dùng độ F! Có một điều tức cười là không chỉ riêng ở Anh mà tại tất cả các nước đã hoàn toàn dùng hệ thống thập phân, kích thước màn hình của ti-vi bao giờ cũng tính bằng *inch*. Tỷ dụ: 24 *inchs*, 48 *inchs*, hay đồ khủng 98 *inchs* có trên thị trường hiện nay. Nhưng tại một số nơi ở Anh đang đi tiên phong chuyển qua tính bằng *centimetre*.

Bảo thủ như Anh mà còn cho tổ tiên ra rìa, chạy theo xu

hướng dùng thập phân toàn cầu, vậy mà chàng Mỹ tân tiến vẫn khư khư ôm lấy *yard, foot, inch, pound, gallon* là sao? Chuyện nghe ra thật khó hiểu.

Chuyện dùng các đơn vị đo lường tại Mỹ là một chuyện phức tạp ngay từ thời kỳ lập quốc. Ảnh hưởng của các nhà khai phá Anh vẫn đè nặng lên nước Mỹ non trẻ. Một trong những ảnh hưởng này là việc dùng hệ thống đo lường của Anh (*British Imperial System*). Khi người Pháp đã phát triển và hoàn thiện hệ thống đo lường thập phân từ cuối những năm 1700 thì Anh và Mỹ vẫn khư khư ôm đồ cổ. Nhưng trong điều I, mục 8 của hiến pháp Mỹ đã có quy định Quốc Hội có quyền sửa chữa các tiêu chuẩn về đo lường. Ngay từ thời Tổng Thống George Washington, vào năm 1790, Ngoại Trưởng Thomas Jefferson đã chấp thuận dùng hệ thống đo lường thập phân. Nhưng việc thay đổi rất phức tạp, trong đó có việc phải nhờ tới các chuyên gia Pháp giúp đỡ. Điều này khá tế nhị vì lúc đó bang giao Mỹ-Pháp đang gặp khủng hoảng vì sự liên kết giữa Mỹ và Anh khi hiệp ước Jay được phê chuẩn. Tới năm 1821, Ngoại Trưởng John Quincy Adams của Mỹ, sau khi nghiên cứu tình hình sử dụng hệ thống đo lường Anh tại 22 tiểu bang, đã thấy không cần thiết phải thay đổi hệ thống *imperial* đang dùng tại khắp các tiểu bang. Mỹ tiên đoán là hệ thống đo lường thập phân sẽ không sống thọ.

Mỹ đã lầm. Hệ thống thập phân ngày càng được nhiều quốc gia ưa chuộng vì sự tiện lợi khi chuyển đổi độ lớn dựa vào bội số và ước số của 10. Cứ tiến lên lùi xuống theo cấp số 10 là chuyển đổi dễ dàng, Trong khi đó, hệ thống *imperial* phức tạp, phải ghi nhớ lôi thôi. Tỷ như 1 *yard* bằng 3 *feet*, 1 *foot* bằng 12 *inch*.

Khi nội chiến Mỹ giữa hai miền Nam Bắc kết thúc vào năm 1865, hầu như toàn thể các nước Âu châu đã phê chuẩn hệ thập phân nên Mỹ cũng phải tính áp dụng theo. Chỉ một năm sau, một đạo luật được Quốc hội Mỹ thông qua và được Tổng Thống Andrew Johnson phê chuẩn ghi rõ: Mỹ sử dụng hệ thống thập phân trong tất cả các hợp đồng, giao dịch hoặc thủ tục tố tụng trên toàn quốc.

Luật đã có nhưng Mỹ bò như con rùa trong việc thi hành. Năm 1890, Bộ Trưởng Tài Chánh Mỹ Thomas Corwin Mendenhall ra quy định *Mendenhall Order* chính thức các tiêu chuẩn đo độ dài và trọng lượng tại Mỹ đều sử dụng bằng mét và kí lô. Mãi tới năm 1959, cùng với các quốc gia nói tiếng Anh khác, Mỹ quy định chuyển đổi giữa hai hệ thống đo lường: 1 *yard* bằng 0,9144 mét, và 1 *pound* bằng 0,45359237 kí.

Tính từ quy định *Mendenhall Order* có từ năm 1890 tới nay, 129 năm đã trôi qua, mà Mỹ vẫn chưa áp dụng được hệ thống thập phân. Thua xa Canada. Năm 1971, Cục Tiêu Chuẩn Quốc Gia Mỹ khuyến cáo nên đổi hệ thống đo lường trong vòng 10 năm. Quốc Hội Mỹ đồng ý tức thì. Một đạo luật được ban hành. Nhưng thay vì bắt buộc chuyển đổi trong 10 năm, đạo luật lại cho phép chuyển đổi một cách tự nguyện. Thế có chán không!

Trong khi đó, quá trình toàn cầu hóa diễn ra một cách mạnh mẽ, Mỹ bắt buộc phải giao thương với các nước tại châu Âu, châu Phi và châu Á. Ngày càng nhiều các công ty nước ngoài mua các sản phẩm từ Mỹ và họ đòi hỏi phải được giao hàng, dán nhãn và sản xuất theo chuẩn đơn vị hệ mét. Thêm vào đó, khi các công ty Mỹ xây dựng các nhà máy mới tại Châu Âu và Châu Á, họ phải đối mặt với sự khác biệt trong chuẩn đơn vị kiểu Mỹ và chuẩn quốc tế. Sự khác biệt này có thể gây ra cho các công ty những hậu quả tài chính khổng lồ nếu quyết định sai. Năm 1988, Quốc Hội Mỹ lại phải thông qua luật chuyển đổi hệ thập phân và ra hạn tới cuối năm 1992, các cơ quan liên bang phải hoàn tất việc chuyển đổi. Các ngành công nghiệp tư nhân được thả lỏng áp dụng theo thể thức tự nguyện. Lại chán mớ đời!

Tại sao nước Mỹ cứ ỡm ờ không dứt khoát như vậy? Vì họ…nghèo! Nước Mỹ rộng lớn nên chuyện chi cũng… vĩ đại. Việc chuyển đổi đồng loạt tại tất cả các tiểu bang tốn tiền quá. Họ không kham nổi. Lấy một ví dụ: các kỹ sư tại cơ quan Hàng Không Không Gian NASA cho biết việc chuyển đổi các bản vẽ, phần mềm và tài liệu có liên quan tới phi thuyền con thoi sang hệ thống thập phân tốn tới 370 triệu đô!

Tốn tiền chỉ là một trong nhiều nguyên nhân. Nguyên nhân khác là tâm lý của dân Mỹ. Phải công nhận dân Mỹ có cái tự hào là nước lớn nên người dân rất cố chấp. Sự chuyển đổi bị thúc đẩy bởi các nước khác làm họ khó chịu không muốn thực hiện. Dân Mỹ có cái tự hào kẻ cả. Họ là những con người khai phá chứ không phải đi theo đuôi người khác. Hiệp Hội Súng Trường Mỹ có cái *slogan* rất hách: "Các người chỉ có thể lấy được *inch-pound* từ bàn tay chết lạnh của chúng tôi!".

Vậy nên ông Mỹ gốc Việt và ông Canada gốc Việt, bà Mỹ gốc Việt và bà Canada gốc Việt mới phải chuyển đổi đầu óc khi nói chuyện với nhau mới tránh khỏi tình trạng ông nói gà bà nói vịt. Khi lái xe từ biên giới phía này qua phía kia cũng phải…đầu óc. Ông Mỹ gốc Việt qua thăm ông Canada gốc Việt, khi xe băng ngang trạm kiểm soát, nếu thấy bảng vận tốc để vỏn vẹn con số "100" thì phải hiểu là 100 cây số/ giờ. Nếu không hiểu như vậy, cứ phom phom chạy 100 dặm thì có nguy cơ nói chuyện phải trái với cảnh sát công lộ liền. Nếu ông Canada gốc Việt qua thăm ông Mỹ gốc Việt, thấy bảng đề con số "65" thì phải hiểu là 65 dặm. Nếu cứ tà tà lái với tốc độ 65 cây số thì sẽ bị các xe sau bóp còi thúc dục chạy nhanh lên.

Chiếc xe tôi đang chạy đã có 8 năm tuổi nhưng đã có một chiếc nút đổi đơn vị từ cây số ra dặm và ngược lại. Khi xe tôi bò qua trạm kiểm soát nơi biên giới, tôi ấn nút liền. Cây số hay dặm chẳng nghĩa lý chi với tôi. Mặt tôi cứ nghiêm và vui trước tay lái. Tôi rất tự hào và khoái chí với chiếc nút này.

Cầu trời cho Mỹ và Canada cứ hai mặt hai lòng. Để cho chiếc nút trên xe tôi có dịp vênh mặt khi vượt biên giới. Nếu họ một lòng một dạ với nhau, chiếc nút sẽ vô dụng, mặt tôi sẽ hết vênh. Buồn chi bằng!

02/2019

GHIỀN

Bài "Cách Trí" thế hệ chúng tôi học hồi tiểu học có lẽ phải đổi lại. Thay vì "thân thể chúng ta gồm ba phần: đầu, mình và chân tay", phải đọc là "thân thể chúng ta gồm bốn phần: đầu, mình, chân tay và…*smartphone!*". Già trẻ lớn bé ngày nay hình như lúc nào cũng có cái *smartphone* dính vào người. Tôi mới đọc được một bài báo có cái tên dài thoòng: *"Use of Smartphones and Social Media is Common across Most Emerging Economies"*, do tới bảy ký giả viết nói về chuyện các nước đang phát triển về kinh tế có tỷ lệ người dùng điện thoại thông minh cao nhất. Họ điều tra trong 11 nước. Điều ngạc nhiên là Việt Nam ta đứng đầu bảng với 97% người trưởng thành có *smartphone*. Theo sau là Jordan 94%, Tunisia 91%. Ba nước cùng có tỷ lệ 89% là Colombia, Kenya và Lebanon. Dưới nữa là Nam Phi, Mexico, Phillip-pine, Ấn Độ và Venezuela.

Việt Nam chỉ có 2% người không dùng điện thoại thông

mình. Tôi nghi ngờ tỷ lệ này nhưng cứ chép vào đây cho dân ta sướng! Nhưng cũng có thể đúng khi chúng ta thấy những hình ảnh chụp các bà bán rau ngoài chợ cũng rút điện thoại ra a-lô túi bụi. Từ thành thị tới thôn quê, điện thoại cầm tay là vật bất ly thân của phần lớn chúng ta. Dân ta ở hải ngoại còn dính vào chiếc điện thoại kỹ hơn.

Cứ thử nhìn vào một cuộc tụ tập trong gia đình chúng ta mà coi. Góc này bố mẹ quẹt quẹt. Góc kia lũ con nít dính vào máy tính bảng la oai oái. Chẳng ai thèm nhìn người khác. Mỗi người sống riêng trong thế giới của mình. Nhất là những đấng choai choai lậm vào trò chơi *game*. Chúng chơi xuyên quốc gia qua *internet*. Một ông bạn tôi than phiền ông con ở Canada chơi *game* với bạn tận bên Mỹ. Chúng say mê không rời máy. Cuối tháng *bill* điện thoại của ông lên tới con số gần ngàn bạc! Điện thoại thông minh ngày nay không chỉ có chức năng a-lô với nhau mà còn trăm thứ hấp dẫn khác. Chỉ sơ sơ mấy mạng xã hội *Facebook, Instagram, Twitter* cũng đủ…lãng quên đời.

Tôi nghĩ quẩn và thấy tiếc. Ngày chúng ta mất nước, khi xô nhau tìm đường di tản, nếu mỗi người đều có dắt cái điện thoại trên người thì số người chết, số gia đình thất tán giảm được biết bao. Sẽ không còn cảnh chạy đôn đáo, người chạy lên, kẻ chạy xuống, chen chúc nhau chết chùm xảy ra. Nhưng vì hồi đó chưa có *smartphone* nên nhiều người lạc mất nhau tới bây giờ vẫn còn có người thất tán.

Lùi xa hơn nữa, thời bồ bịch mà có chiếc điện thoại kè kè bên mình, nhớ một chút là *skype* nhìn mặt nhau, cười một cái, mi xa một cái, buồn ơi *bye bye* mi!

Ông bạn tôi, về già có được cái *job* trông cháu miễn phí, thích chí như bắt được vàng. Ngày nào cũng thấy mặt…hậu duệ. Ít ngày sau gặp lại, ông than như bọng, cục vàng của ông quậy ông ná thở. Ít ngày sau nữa, gặp lại ông tươi như hoa. Ông đã mướn được *babysitter* miễn phí. Ông chỉ vào góc phòng, cục vàng của ông đang say mê với cái *tablet* chẳng biết trời trăng chi.

Con nít đã vậy, người lớn cũng chẳng hơn chi. Cứ lấy mình làm ví dụ khắc biết. Vừa bảnh mắt ra đã vội vớ lấy cái phôn, mở *mail* coi có ai nhắn nhủ gì không. Lướt qua *Facebook* coi thế giới có chi lạ. Nói là lướt qua chứ bỏ được nàng "mặt vuông" này coi bộ chẳng dễ. Dùng dằng nửa ở nửa…rời, cứ hạ phôn xuống lại nhắc phôn lên, sao mà khó khăn! Chiếc phôn mỏng dính mặt vuông, có mặt hoa da phấn chi cho cam, vậy mà quấn quít còn hơn tình nhân. Một ngày không biết bao nhiêu lần ôm em vào lòng, mở em ra coi sự tình, coi hoài không chán. Tôi như vậy chắc cũng chẳng khác chi khoảng 5 tỷ người đang dùng điện thoại thông minh trên thế giới. Theo một bài báo của ông Troy Farah thì trung bình mỗi người dính vào điện thoại khoảng 5 tiếng mỗi ngày. Cứ làm một con tính nhân khắc biết nhân loại đổ biết bao thời gian vào cô nàng mặt vuông nằm gọn trong lòng bàn tay này.

Người ta dính vào điện thoại tá lả, bất kể giờ giấc, bất kể nơi chốn. Nói cho chính xác, con người có thêm một bệnh ghiền nữa: ghiền điện thoại. Tiếng Mỹ có một danh từ để chỉ bệnh ghiền mới toanh này: *nomophobia! Nomophobia* là chữ viết gọn của *"no mobile phone phobia"*, ám ảnh không điện thoại di động.

Bệnh ghiền này rất quái đản. Nhiều người trong chúng ta có thói quen rút phôn ra coi có chi mới không tuy biết chắc mười mươi là chẳng có chi. Vì nếu có thì phôn đã reng hay đã rung, chẳng lỡ một chút nào cả. Hành động thông thường rút điện thoại trong túi ra một cách máy móc mà không màng tới kết quả được nhà thần kinh học Stephanie Borgland của Đại học Calgary, Canada, ví như phản xạ của con chó trong thí nghiệm của Ivan Pavlov. Nghe tiếng chuông kêu ăn là chảy nước miếng dù chẳng có thực phẩm chi.

Chiếc điện thoại có muốn ngủ trong túi cũng không đặng. Chủ nhân của chúng cứ thậm thà thậm thụt rút ra hoài. Kể cả khi cần tập trung chú ý vào ngoại cảnh như lúc chúng ta lái xe. Đây đang là một vấn đề nghiêm trọng của thế giới. Người ta phải lo đặt ra những luật lệ rất khe khắt cho những người lái xe trên đường thật mà sống trong thế giới ảo. Điện thoại thông minh đã giết nhiều nhân mạng khi chúng cặp kè với các tài xế.

Một cuộc nghiên cứu vào năm 2017 được đăng tải trên báo Orange County Register đã tìm ra được nhiều dữ kiện khá hay. Các nhà nghiên cứu bỏ ra bốn tháng để quan sát xe cộ qua lại tại trên hai trăm địa điểm trong quận hạt San Bernadino ở tiểu bang California. Kết quả có tới 8,2% tài xế vừa lái xe vừa xài điện thoại. Con số này thuộc loại cao nhất. Quận Los Angeles đứng hàng thứ 8 với 2,5% và quận Riverside đứng hạng thứ mười với 2,3%. Tuy nhiên, ông Danny Ellis, tài xế xe vận tải, không chịu con số tỷ lệ mà ông cho là quá thấp này. Ông phản biện: "Tôi lái xe vận tải nên tôi thấy điều này hàng ngày. Tôi bảo đảm là có tới 6 hoặc 7 trên 10 lần khi tôi lái xe đến cạnh và nhìn sang là thấy họ đang sử dụng *cellphone*. Tôi nghĩ họ chẳng kể gì đến sinh mạng của chính họ hay của người khác".

Phân tâm khi lái xe có nhiều lý do: nghe nhạc, bận ăn, chải đầu, làm đẹp, thoa son dồi phấn, đọc báo hay ham nói chuyện, nhưng phần lớn tài xế bị phân tâm vì mắt cứ láo liên vào chiếc điện thoại. Những thói quen đồng thời là thói xấu đó đã gây nên 22 ngàn tai nạn tại tiểu bang California trong năm 2017. Đó là con số do Văn Phòng An Toàn Giao Thông của tiểu bang tiết lộ. Theo thống kê của Bộ Giao Thông Hoa Kỳ, trong năm 2005, đã có 3477 người thiệt mạng và 391 ngàn người bị thương trên toàn quốc do các tai nạn liên quan tới lỗi phân tâm trong khi lái xe.

Chuyện hàng ngàn người chết, hàng trăm ngàn người bị thương không phải là chuyện nhỏ. Những người có trách nhiệm phải tính. Cách tính hay nhất là…phạt. Phạt trừ điểm trên bằng lái và/hoặc phạt tiền. Cả hai cách đều…đau. Trừ điểm có nghĩa là có nguy cơ mất bằng lái. Ở xứ sở này trong túi không có cái bằng lái coi như gẫy cẳng. Đi làm đi chơi đều bị trở ngại. Nhất là các chàng trai đang tuổi yêu đương. Tình yêu bằng xe buýt không ép-phê bằng tình yêu trên xe hơi. Chuyện yêu đương này mấy ông bạn tôi không phải lo. Nói vậy là vơ đũa cả nắm. Không đúng! Nhiều ông vẫn còn chen chúc trong tình trường.

Cách phạt tiền lại đau theo lối khác. Bằng vào kinh nghiệm cá nhân, tôi thấy đồng tiền nộp phạt là thứ tiền mất đi một cách vô duyên nhất. Chẳng được cái chi ngoài cái bực mình. Mà đâu có ít, bạc trăm trở lên không. Tiếc ngẩn tiếc ngơ. Bỏ tiền ra mà được cái quần cái áo để diện, hoặc cao lương mỹ vị đút vào miệng, hay nắm được những thứ mình thích thì OK. Nhưng bỏ ra bạc trăm để nhận được cái biên nhận chẳng ăn cái giải gì thiệt tức cái mình!

Cầm chiếc phôn trong tay, vừa lái xe vừa nói là phạm pháp. Chuyện đó rõ như ban ngày. Nếu bị phú lít tuýt còi thì cứ ngoan ngoãn mà nộp tiền phạt. Nhưng có nhiều trường hợp tưởng là vô tội mà vẫn cứ phải móc hầu bao nộp phạt. Luật sử dụng điện thoại thông minh khi lái xe tại tỉnh bang Quebec chúng tôi rất khe khắt. Nếu không đọc kỹ, chúng ta dễ rơi vào tình trạng vừa mất điểm vừa mất tiền. Tài xế có quyền nói chuyện điện thoại nhưng phải thông qua một thiết bị khác gọi là *bluetooth*. Viết tới đây, tôi bỗng khựng lại. *Bluetooth* dịch sát nghĩa là "răng xanh". Sao lại có chiếc răng xanh nhảy vào đây? Vậy là phải "nghiên cứu". *Bluetooth* không được dùng theo nghĩa "răng xanh" mà là tên của một ông vua người Viking của xứ Đan Mạch. Đó là vua Harald Bluetooth. Thời ông này trị vì, từ năm 958 đến 970, chắc chắn chưa có cái thứ a-lô chúng ta dùng tràn lan ngày nay, vậy thì mắc mớ chi mà tên ông chễm chệ dính vào một thiết bị nghe kết nối với điện thoại bằng…*bluetooth*? Nguyên do tên ông dính vào điện thoại cũng lảng xẹc. Ông có công thống nhất Đan Mạch và Na Uy nên được coi như biểu tượng của sự thống nhất. Giữa thập niên 1990, nhiều công ty truyền thông đã phát triển kết nối điện thoại riêng, thiếu tương hợp với nhau, gây nhiều trở ngại cho người sử dụng. Một kỹ sư của hãng Intel tên Jim Kardach đã đứng ra làm cầu nối cho các nhà sản xuất để phát triển một tiêu chuẩn chung cho toàn ngành công nghiệp kết nối. Điều này mang lại lợi ích vì *bluetooth* có thể dùng chung cho tất cả các điện thoại bất kể mang thương hiệu của hãng sản xuất nào. Thời gian này, Jim Kardach đang đọc một cuốn sách nói về triều đại vua Harold của người Viking. Thấy việc làm của mình cũng là một sự dung hòa thống nhất nên mượn đỡ tên ông vua. Jim Kardach giải thích: *"Thuật ngữ Bluetooth được mượn từ thế kỷ thứ 10, theo tên vị vua thứ hai của Đan Mạch là Harald Bluetooth. Ông là người nổi tiếng với việc thống nhất bán đảo Scandinavia, cũng như chúng ta đang muốn thống nhất ngành công nghiệp máy tính và di động trong lãnh vực kết nối không dây tầm ngắn"*. Ban đầu cái tên *Bluetooth* chỉ được dùng tạm nhưng vì được báo chí nhắc nhở rộng rãi nên thành tên chính thức luôn cho tới ngày nay. *Logo* của *Bluetooth* chúng ta thường thấy chính là chữ đầu của tên vua theo chữ Rune, một thứ chữ cổ của các dân tộc Bắc Âu.

Chuyện cái tên *Bluetooth*, theo tôi, lảng xẹc. Trở về cái thiết bị *Bluetooth* của chúng ta đang xài. Khi lái xe, chúng ta chỉ có thể nói điện thoại qua *bluetooth* hoặc dây nghe cắm vào điện thoại đeo trên tai. Nên nhớ luật chỉ cho phép đeo nút nghe ở một bên tai thôi. Đeo trên hai tai là cảnh sát có quyền phạt.

Tôi đã từng nghĩ là có thể dùng nút *speaker*, nút dùng để nghe và nói lớn, cũng được vì khi nói chuyện bằng nút này, chúng ta không đụng tay vào điện thoại. Nhưng tôi cũng lầm, luật chỉ cho phép dùng *bluetooth* là một thiết bị rời hoàn toàn, gài vào tai, không dính vào điện thoại.

Anh Steeve Poulin cũng lầm như vậy. Tháng 8/2018, anh

bị phú lít chặn xe tại Laval vì tội nói điện thoại không đúng cách khi lái xe. Vợ anh ngồi ghế bên cạnh anh cầm điện thoại, mở nút *speaker* cho anh nói. Anh lý luận là anh vô tội vì anh không để tay vào điện thoại. Anh không chịu nộp phạt 300 đô và trừ 6 điểm bằng lái. Sự việc ra tòa. Trong phiên xử vào tháng 5/2019, quan tòa Jean-Sébastien Brunet phán là anh có tội vì luật chỉ cho phép nói chuyện khi đang lái xe bằng thiết bị *bluetooth* gắn trong xe hoặc đeo trên tai. Nói qua *speaker* do vợ cầm thì chịu khó nộp phạt.

David Beckham, cầu thủ bóng đá nổi tiếng phần đông chúng ta đều thuộc tên cũng không thoát khỏi chuyện ghiền điện thoại. Ngày 21/11/2018, anh lái xe qua phố Great Portland ở phía tây thủ đô Luân Đôn của Anh. Xe của anh dĩ nhiên phải là loại xịn. Đó là một chiếc Bentley. Không biết có phải vì chiếc xe xịn mà khách bộ hành chú ý tới không mà anh bị một dân cuốc bộ tố cáo anh vừa lái xe vừa sử dụng điện thoại. Anh không cầm điện thoại a-lô mà để ở trên đùi. Ngày 9/5/2019 vừa qua, anh ra tòa và bị phạt 750 bảng Anh và cấm lái xe trong sáu tháng. Ngoài ra còn phải trả thêm 100 bảng chi phí truy tố và 75 bảng tiền phụ thu. Công tố viên Matthew Spratt nói trước tòa: "Thay vì nhìn thẳng về phía trước và chú ý tới đoạn đường trước mặt, bị cáo dường như đang nhìn xuống dưới. Nhân chứng nói rằng anh đang dùng điện thoại ở mức ngang đầu gối".

Chuyện nói điện thoại bằng nút *speaker* đang khi lái xe, tôi đã làm nhiều lần, cứ nghĩ là mình không cầm điện thoại thì OK. May mà chưa bị tóm cổ tại trận. Có điều là tôi vững dạ mà…lầm vì tôi mắc điện thoại vô cái móc trước mặt đàng hoàng. Móc hay không, nếu bị phú lít bắt gặp thì vẫn cứ phải nộp phạt như thường.

Nhưng móc điện thoại để dùng ứng dụng GPS chỉ dẫn đường trên điện thoại thì lại OK. Luật cho phép. Nhưng nên nhớ là khi dùng điện thoại như GPS thì điện thoại phải móc vào một chiếc móc được gắn tại nơi tài xế có thể nhìn thấy nhưng không cản trở tầm nhìn phía trước của tài xế. Chuyện này tôi lại lầm nữa. Nhiều khi, vì vội, tôi để điện thoại trên chỗ để ly nước hay vứt đại bên ghế hành khách khi dùng GPS. Thực ra tôi chỉ nghe cô đầm chỉ đường chứ không nhìn vào bản đồ. Nhưng nếu cảnh sát bắt được thì, theo luật, họ có quyền phạt.

Lái xe rắc rối với cái điện thoại như vậy, nếu không thèm lái xe nữa cái thân có được yên không? Chưa chắc. Vì nếu dùng xe đạp, xe máy, thậm chí xe lăn có động cơ cũng vẫn phải tuân thủ những điều luật như người lái xe hơi. Vậy nếu vứt quách tất cả xe cộ, dù bốn bánh hay hai bánh, là thảnh thơi, thấy bóng dáng ông cảnh sát cứ đường ta ta vênh mặt lên đi, chẳng sợ chi. Cũng không hẳn. Vì bộ hành khi băng qua đường cũng không được phép sử dụng điện thoại. Ít nhất đó là một dự luật sắp được thông qua tại thành phố New York.

Dân ghiền điện thoại coi bộ hết đất sống. Cũng không hẳn vậy. Cứ ngồi trong nhà thì tha hồ quệt quệt, chẳng sợ anh mã tà nào cả. Nhưng cũng không hẳn vậy. Không có mã tà phạt thì có bà vợ hay anh chồng. Mà hình phạt của những bậc thân cận này thì… không biên giới!

07/2019

GIAM

1

Chuyện vừa xảy ra vào ngày 9 tháng 5 vừa qua. Ông Leonard Olsen, 70 tuổi, chạy xe trên xa lộ xuyên bang số 4 ở Florida. Ông…làm xiếc. Chiếc Cadillac bon bon chạy với tốc độ 100 dặm/giờ, ông không ngồi trước tay lái mà đứng trên ghế, ló nửa người trên trần xe có cửa mở, giang hai tay như đang bay. Cảnh chụp ông với trời mây làm tôi nhớ tới cảnh nữ tài tử Kate Winslet giang hai tay như đang bay trên mũi tàu trong phim Titanic. Có điều khác là người ta đóng phim còn ông Olsen đang chạy xe thiệt trên xa lộ. Xui cho ông là một ông cảnh sát đang lúc ngoài giờ làm việc đã nhìn thấy và quay video cảnh hiếm có này, đồng thời báo cho xe tuần tiễu chặn ông lại. Khi bị bắt, ông tỉnh bơ cho biết là trước cảnh hữu tình, ông muốn đứng lên ca tụng Thượng Đế. Ca tụng đấng tạo hóa không phải là cái tội nhưng ca tụng trong khi chiếc xe không người lái chạy với tốc độ cao, lạng lách từ lằn xe nọ qua lằn xe kia là một lối chạy xe cảnh sát không ưa. Ông bị giữ lại là điều đương nhiên. Nhưng ông già 70 tuổi này làm cảnh sát ngạc nhiên khi nằng nặc đòi vô tù. Điều tra cho biết sự tình, ông khai rành rọt với cảnh sát: "Vợ tôi đối xử với tôi như một tên hầu mà bà là bà chủ. Tôi chán cảnh này lắm rồi. Bắt giam tôi đi! Tôi thà vô tù còn hơn trở về nhà". Cảnh sát cho ông được toại nguyện.

Nhà mình mà như nhà tù với cai ngục là bà vợ…hiền, hình như đang trở thành một vấn đề xã hội. Nhiều ông muốn đào tẩu mà không đủ can đảm hiên ngang ra đi. Đành phải nhờ tới tay cảnh sát. Cảnh sát đâu có quởn để nắm râu mấy ông râu quặp, vậy nên mấy ông mới tạo ra tình huống để cảnh sát có cớ ra tay. Vở kịch thoát ly ông Leonard Olsen diễn hơi nguy hiểm. Nhiều ông không có máu liều như vậy. Họ nhu mì hơn.

Ông Lawrence Ripple, cũng 70 tuổi, đã nghỉ hưu ở Kansas City. Năm 2016, ông đã bị trụy tim và phải giải phẫu. Nhà chỉ có hai vợ chồng. Họ ở với nhau đã hai chục năm. Vợ ông là bà Remedios Ripple mà ông thường gọi thân mật là Dori. Dầu bệnh tật ốm yếu, ông vẫn phải ngày ngày cãi lộn với bà vợ lắm lời. Một người bà con cho báo *The Daily Beast* biết: "Ông ấy muốn vô tù. Ổng chỉ cần một chỗ ngả lưng. Thật điên rồ nhưng ổng chẳng còn chỗ nào nương thân. Bả gây gỗ với ổng tối ngày. Giờ tới phiên ổng phải tính. Có người tức giận bạt cho vợ ít bạt tai nhưng Larry không phải loại người như vậy. Vậy nên ông tới nhà băng và hành động chỉ cốt để được xa bà vợ".

Chuyện xảy ra ở nhà băng như ri. Ngày 2 tháng 9 năm

2016, chiếc máy sấy trong nhà bị hư. Bà bảo ông sửa. Ông lơ là khiến hai người cãi lộn. Ông nói thẳng với bà là ông thà ở tù hơn là sống thêm một ngày với bà. Khoảng 2 giờ rưỡi chiều, ông tới nhà băng *Bank of Labor*, chỉ cách bót cảnh sát có một con đường. Ông tiến tới quầy, đưa cho cô nhân viên mẩu giấy. Trên giấy ghi: "Tôi có súng, mau đưa hết tiền!". Cô nhân viên ngân hàng vội dốc hết két đưa cho tên cướp rậm râu. Tất cả là 2.924 đô. Cướp tiền xong, kẻ cướp thường chẩu ngay trước khi bị bắt. Nhưng tên cướp này khác người. Hắn ra ngồi trên chiếc ghế dành cho khách giữa phòng chờ nhân viên an ninh tới. Tên cướp dõng dạc nói với nhân viên an ninh chính hắn là người họ đang lùng tìm rồi đưa trả lại tiền! Khám xét trong người tên cướp, cảnh sát chỉ tìm thấy một cái cắt móng tay và một bàn chải tóc. Ông Ripple cho biết là ông chán cảnh cãi nhau với vợ lắm rồi và xin được bắt giữ. Được đưa ra xử tại tòa liên bang ở Kansas City vào tháng 6 năm 2017, ông Ripple nhận tội liền. Bà vợ cũng có mặt trong phiên xử và tỏ ý hối tiếc. Ông Ripple cũng tự nhận là tinh thần sa sút từ ngày bị mổ tim và ông cũng đã đổi khác từ ngày đó. Tuy ông đã nhận tội và có thể bị xử tới 37 tháng tù nhưng công tố viên đã xin tòa tha tội cho phạm nhân. Phía nhà băng và cô nhân viên bị ông đe dọa cũng xin tòa khoan hồng cho bị cáo. Sau khi nghe luật sư biện hộ, Chánh Án Carlos Murguia đã xử 6 tháng tù tại gia, 3 năm quản chế và 50 giờ làm việc công ích. Ngoài ra ông Ripple phải trả 227.27 đô cho nhà băng, số tiền đền bù cho lương nhân viên phải ra về sau vụ cướp. Ông Ripple cũng phải nộp 100 đô tiền phạt vào quỹ của nạn nhân của tội phạm.

Ông Ripple tưởng được vào tù để tránh bà vợ rốt cuộc lại bị tù tại gia. Cuộc đào thoát thất bại hoàn toàn. Ông này xui. Nhiều người khác đã thành công. Anh Walid Chaabani, 32 tuổi, cư dân thành phố Livorno ở Ý, bị quản thúc tại gia vì tội trạng liên quan đến ma túy. Một ngày đẹp trời, anh đã bỏ nhà ra đi, vi phạm lệnh quản thúc. Cảnh sát tóm lại được anh không khó khăn lắm. Anh xin với cảnh sát cho anh vào tù vì "sống chung với vợ là một cuộc sống đầy khó khăn không thể chịu nổi". Anh khai trước nhà chức trách " đã quá mệt mỏi vì liên tục phải tranh đấu và cãi vã với vợ". Quan tòa đã thông cảm và cho anh vô nhà tù tại quận Tuscany.

Hình như các ông tòa ở Ý dễ thông cảm với phe các ông. Tháng 8/2014, một người đàn ông 37 tuổi, có ba con, tới bót cảnh sát Tor Bella Monaca, phía đông La mã, nộp đơn xin được đi tù vì không chịu đựng nổi bà vợ "nói suốt ngày". Thực ra ông này đang thụ án 8 tháng quản thúc tại gia vì tội ẩu đả và mới chỉ thi hành án được có 3 tháng. Theo hàng xóm cho biết thì hai vợ chồng này cãi nhau tối ngày, từ sáng tới tối không ngừng nghỉ. Cảnh sát đã điều tra sự việc và bằng lòng cho anh vào nhà tù Regina Coeli. Bản tin không nói tên của ông này. Tôi đã vào *internet,* tìm sói trán cũng không thấy. Không biết tại sao.

Ông người Mỹ này thì có tên đàng hoàng. Đó là ông Hayden Vandiver, 51 tuổi, ngụ tại tiểu bang Tennessee. Ông đã đánh cắp một xe vận tải để được ngồi tù. Ông tâm sự: "Vợ tôi đã có một thời gian vô cùng tồi tệ, khó có thể sống chung. Chắc chắn bà ấy biết tôi làm chuyện này vì muốn tránh xa bà ta". Ông đã được toại nguyện. Khi các phóng viên tới tận nhà tù để phỏng vấn, ông cười toe toét kể lại "chiến tích".

Ông người Ý này có một chiêu khác để được ngồi tù. Anh Santo Gambino, 30 tuổi, là một nhà thầu xây cất ở Sicily bên Ý. Anh bị tù về tội thải chất độc hại ra môi trường. Sau một thời gian ở tù, anh có hạnh kiểm tốt nên được cho về nhà, tù tại gia cho hết hạn tù. Nhà anh ở Villabate, bên ngoài Palermo, thuộc thành phố Sicily. Được khoan hồng như vậy tưởng anh này khoái chí. Dù sao ở nhà cũng đầy đủ tiện nghi hơn ở tù. Nhưng tiện nghi thì có nhưng có điều bất tiện là có bà vợ trong nhà. Hai vợ chồng cãi nhau tối ngày. Anh tới bót cảnh sát xin trở về nhà tù lại. Cảnh sát cứ theo luật nên không chịu. Họ kết anh tội vi phạm bản án mới và buộc anh phải trở về nhà với vợ. Anh lại thui thủi trở về mái nhà xưa!

Chuyện cướp để được ngồi tù ở Mỹ và Ý không sánh được với chuyện cướp ở Nhật. Dân Nhật được tiếng là lịch sự nhưng đi ăn cướp mà cũng lịch sự có lẽ cũng là chuyện hy hữu. Vụ cướp xảy ra vào lúc 1 giờ 40 phút sáng ngày 5/10/2018 tại thành phố Ogori thuộc tỉnh Fukuoka. Một người đàn ông trạc 35 tuổi bước vào một cửa hàng tiện ích Lawson và hỏi ông quản lý: "Mục đích của tôi đến đây là để dọa ông rồi cướp. Ông có thể hợp tác với tôi được không?". Ông quản lý ngơ ngác trước tình huống lạ thường này nhưng bình tĩnh trả lời: "Rất tiếc tôi không thể làm vậy được!". Nghe nói vậy, anh cướp rời cửa hàng ngay lập tức. Khoảng 5 phút sau, anh ta nộp mình tại bót cảnh sát và tự thú cho biết mình mới đe dọa cướp xong. Cảnh sát khám người anh và thấy có một con dao. Tuy nhiên anh không rút dao dọa ông quản lý cửa hàng Lawson. Cảnh sát buộc anh tội "toan cướp" và đưa ra tòa. Anh ta cho biết anh hành động như vậy để được vào tù nhưng tại sao lại muốn vào tù, anh không nói.

Tên cướp lịch sự này không tiết lộ nguyên nhân nên chúng ta phải đoán. Với phong cách nhu mì lịch lãm như vậy, anh ta phải là người "trên kính dưới nhường". Nếu anh ta có vợ thì nhất định anh phải vừa kính vừa nhường vợ. Tới lúc không thể kính và nhường được nữa, anh tìm cách tránh. Cách tránh của anh rất mềm mại, có thể đưa vào làm thí dụ trong "quốc văn giáo khoa thư"!

Chuyện ở tù sướng hơn ở nhà với vợ là chuyện…quốc tế, vậy sao dân Việt chúng ta không có đại diện. Có đấy nhưng hiếm. Tôi kiếm được một trường hợp. Đó là anh Nguyễn Bá Màu, người thị xã Hương Trà, tỉnh thừa Thiên. Trưa ngày 8/8/2012, anh Màu tới thăm gia đình một người họ hàng tên Thái Hội Siểm. Anh được tiếp đãi nồng hậu, được mời ăn cơm trưa. Khi ra về, anh trả ơn bằng cách chôm chiếc xe Wave S. của gia chủ. Anh bị bắt lại và ra tòa vào ngày 26/12/2012. Anh nhận tội liền, không quanh co chi. Trước khi tòa tuyên án, anh bỗng nói: "Tòa xử sao tôi xin chịu vậy, tôi không xin giảm án đâu". Một hội thẩm viên thắc mắc hỏi lại: "Tại sao không xin giảm án, không nhớ vợ con ở nhà à?". Anh đáp ngay: "Ở tù vui hơn ở nhà!". Tòa tuyên xử anh 9 tháng tù giam. Anh không có phản ứng chi, chỉ cúi đầu nhìn chằm chằm xuống đất. Không ai thấy anh có cười hay không.

Trong một cuộc thăm dò tại thành phố Thượng Hải bên Trung Quốc có ba ngàn người tham gia trả lời. Câu hỏi như thế này: "Theo ông , tính xấu nào của vợ mà ông sợ nhất?". Có tới 86% trả lời: "Nói nhiều!". Tại sao đàn ông sợ tính nói nhiều của những bà vợ, các nhà tâm lý học đã tìm tới nguồn gốc của tính sợ thiết thân này. Đó là các chàng sợ từ khi còn bé tí tẹo bị mẹ la mắng. Hồi nhỏ, bị la hoài đâm lì, coi những câu mắng của mẹ như nước đổ đầu vịt. Lớn lên, khi bị vợ nói dai nói nhiều, các ông cũng đổ lì chẳng *care*. Khi lì cũng chẳng ăn thua chi, các ông dùng đòn tránh. Tránh tới vô tù cũng vẫn cứ tránh! Chẳng có người nào hoàn thiện, đàn ông cũng như đàn bà, nhưng thường các bà muốn chồng mình phải *perfect*. Không *perfect* nên các ông bị chê. Nếu chồng là người làm việc trí óc thì chê cái đinh cũng không biết đóng. Nếu chồng làm việc chân tay thì chê cái đơn xin nghỉ học cho con cũng không biết viết. Anh bạn tôi, học rất giỏi, đậu tiến sĩ, có việc làm khá, lương cao, vậy mà vẫn bị vợ cằn nhằn không biết cắt cỏ. Nghe mãi, anh đổ lì, vặc lại: "Bà muốn có người cắt cỏ sao không lấy chồng Mễ?". Được cái bà vợ lúc nổi nóng la chồng như vậy nhưng lại là người đằm tính, biết dừng lại đúng lúc, nên anh bạn tôi chưa muốn đi tù! Ngay cả chuyện xưa nay hiếm, như có một anh chồng vừa trí óc vừa chân tay, hai thứ giỏi như nhau thì cũng bị các bà chê: thiếu lãng mạn!

Anh bạn tôi rút ra được một kinh nghiệm xương máu: không có một người đàn ông nào vừa mắt các bà suốt đời. Nếu có thì cũng chỉ được một quãng thời gian nào đó, ngắn dài tùy…đối tượng. Chẳng biết ông nào đã nói được một câu chí lý: không có vĩ nhân đối với một anh hầu phòng. Dân gian ta cũng ngôn: bụt nhà không thiêng!

Tại sao các bà có khiếu nói nhiều, nói dai, các nhà khoa học giải thích là vì khả năng sử dụng ngôn ngữ của các bà mạnh hơn các ông. Các nhà nhân chủng học lại cho rằng vì trong thời tiền sử, đàn ông đi săn bắn, đàn bà ở nhà trồng trọt hái lượm, có dư thời giờ nói chuyện, nên sử dụng ngôn ngữ thành thạo hơn. Các nhà xã hội học nhấn mạnh tới việc phân công trong gia đình. Đa số việc nhà đều rơi vào tay các bà nên các bà phải lầu bầu, nói cho thỏa chí. Nhiều bà biết dừng lại đúng lúc nhưng nhiều bà không có cái thắng tốt nên xe chạy quá đà, ngoài vòng kiểm soát. Đây là một chuyện thật xảy ra ở bên Nga. Cặp vợ chồng Sergey Ivanovich và Elena Seranova chung sống được đúng nửa thế kỷ, sẽ cử hành lễ cưới vàng trong vài bữa nữa thì xảy ra chuyện. Trong lúc ăn, anh chồng vô ý đánh rơi miếng thịt xuống sàn nhà. Bà vợ hét lên: "Ông ăn uống kiểu chi vậy?". Anh chồng nhìn vợ, không nói chi, lấy đồ bỏ nhà ra đi. Gặp bạn, ông lớn tiếng khoe: "Lúc nào bà ấy cũng đay nghiến tôi. Bà ấy nói tôi suốt đời không làm được việc gì ra hồn. Lần này, ít nhất tôi cũng đã làm được một việc ra hồn!".

Vợ và tù là hai mặt của cuộc đời một người đàn ông. Nhiều ông đã khoái vô tù hơn ở một nơi mà họ coi là tù hơn cả tù. Đó là cái mà người ta thường gọi là tổ ấm gia đình. Họ có quyền chọn lựa. Nhưng người dân Eritrea không có chọn lựa. Mà Eritrea ở nơi khỉ ho cò gáy nào vậy? Đó là một quốc gia Phi Châu nằm ngay bên bờ biển Đỏ, giữa Sudan và Ethiopia. Chính phủ nước này vừa ra lệnh tất cả đàn ông phải lấy từ hai vợ trở lên. Nếu bất tuân sẽ bị tù. Thông báo cho toàn dân viết như sau: "Căn cứ trên luật của Chúa Trời về đa thê, và trước thực tế về việc thiếu đàn ông, bộ Tôn Giáo quyết định như sau: "Tất cả đàn ông phải cưới ít nhất là hai vợ, ai không thi hành sẽ bị phạt tù khổ sai chung thân. Đàn bà ngăn cản chồng lấy thêm vợ cũng bị phạt tù chung thân". Chính phủ sẽ đài thọ phí tổn hôn lễ và cung cấp nhà cho các ông lấy thêm vợ".

Tại sao các ông xứ Eritrea này lại được ưu tiên như vậy? Vì sau trận chiến với Ethiopia từ năm 1998 tới 2000, đàn ông chết nhiều quá, khiến có nạn trai thiếu gái thừa trầm trọng. Theo thống kê chính thức, số nam nhân Eritrea chết trong trận chiến là 150 ngàn người. Con số 150 ngàn trong một nước có dân số chỉ bốn triệu là một con số đáng kể.

Vậy là chuyện vào nhà giam ở Eritrea không phải là chuyện chọn lựa giữa vợ và tù. Các ông phải ở nhà để tăng gia sản xuất. Nếu lười biếng không chịu lấy thêm vợ thì tự động vào tù. Một khi trong nhà có hơn một người đàn bà, chuyện sẽ khác đi nhiều, mọi việc sẽ thuận lợi hơn. Chiếc xe hai bánh hoặc bốn bánh bao giờ cũng dễ cưỡi hơn xe chỉ có một bánh!

2

Trong phần trên tôi có kể về nhiều trường hợp các ông hiên ngang thà ngồi tù còn hơn ở nhà với vợ. Muốn ra tù mới khó, muốn vào tù dễ ẹt. Các ông dùng chiêu cướp tiền nhà băng, phá phách nhà cửa để ngoan ngoãn đưa tay cho cảnh sát còng vào tù. Kể như vậy là thiếu sót và bị hiểu lầm là có ác ý làm mang tiếng các bậc vợ hiền. Vậy nên mới có phần hai này kể thêm những chuyện khác không liên quan chi tới các bà.

Ngoài lý do muốn tránh sống với vợ, các ông còn có nhiều lý do khác để tình nguyện vô ấp. Dĩ nhiên toàn những chuyện đặc biệt. Trước hết là một chuyện…hiếu để! Anh Japeth England, dân Úc, muốn vô tù với cha. Anh thủ một con dao nhỏ và tới phi trường nơi máy bay chở cha anh tới. Khi vừa thấy chiếc xe cảnh sát đón cha anh xuất hiện ở phi trường, anh ném một loạt đá vô xe. Cảnh sát nhảy ra khỏi xe, xông tới bắt giữ England. Anh rút dao ra, đâm vào bụng một người và nhổ nước miếng vào mặt một cảnh sát khác. Cảnh sát bắt giữ, đưa anh vô tù, giam vào khu biệt giam. Vậy là anh được vô tù như mong ước nhưng không được ở với cha. Ra tòa, anh bị kết án 5 tháng tù và 19 tháng thử thách sau đó. Điều tức cười là cha anh được thả ra chỉ một tháng sau khi anh vô tù. Nếu anh chịu khó đợi thì vừa được gặp cha sớm, vừa khỏi mang án tù. Thiệt là thua đơn thua kép!

Thế giới to lớn nhưng không có chỗ dung thân cho anh Jamaine Makepeace. Cái tên anh "tạo ra hòa bình" nhưng suốt đời anh chẳng được bình an. Anh là dân vô gia cư ở Portsmouth, tiểu bang New Hampshire. Chắc anh thuộc loại dân quậy thứ thiệt nên không có nhà trọ dành cho người vô gia cư nào nhận anh. Anh vất vưởng ở ngoài đường và bị cảnh sát đuổi liên tục. Anh gõ cửa nhiều nhà xin cho anh tá túc nhưng chẳng ai dám nhận anh. Bí lối, anh muốn vô tù cho chắc ăn. Anh lượm một cục đá ném vào cửa kính một tiệm Dunkin'Donuts. Anh không phải là người ném giỏi. Cục đá đụng vô tường và dội lại. Anh nhặt lên ném nữa. Lần này trúng làm vỡ tan tành cửa kiếng. Xong, anh ngồi chờ cảnh sát tới. Ra tòa, anh khai: "Chính tôi ném bể cửa kính vì cảnh sát cản không cho tôi một chỗ dung thân. Tôi không có tới cả một đôi giầy để mang nên chân tôi đau nhói không thể đi tìm được chỗ trọ". Quan tòa thương tình cho anh vô tù. Nhưng bản án ngắn ngủn khiến anh lại phải ra tù. Lại lang thang. Không biết đi đâu, anh vô nhà thương. Trong phòng khám, anh dọa nạt nhân viên. Vài ngày sau, anh tới một tiệm Burger King dọa tiếp. Cảnh sát tới. Anh xin về nhà thương. Cảnh sát không đồng ý. Anh nằm vạ nơi cửa vào của nhà hàng. Lại vô tù rồi lại ra tù. Ra tù anh tới một công sở và tiếp tục ném đá vào cửa kính vỡ tan tành. Anh ngồi ngay bên cạnh đống kính bể để chờ cảnh sát. Anh nói với họ là anh "chán cảnh lang thang trên đường phố xin ăn". Nhìn đống kính bể, anh tự ước lượng là bây nhiêu đủ để anh ngồi tù một năm!

Chọi đá vào cửa hàng hoặc công sở để được vô ấp là một chiêu phổ biến trong giới cái bang. Anh Lance Brown ở Columbus, tiểu bang Georgia, cũng chơi mửng này. Anh này thành công lớn khi chọi đá vào một công sở. Cảnh sát tới bắt anh vô tù. Anh nằm tới 9 tháng trước khi được ra tòa. Ra tòa anh thật tình khai: "Trong tù ít nhất tôi cũng được cho ăn *sandwich* và nước uống". Ông tòa, có lẽ thấy tốn *sandwich* quá, nên chỉ xử anh 10 tháng tù và làm tính trừ đàng hoàng. Anh đã ở được 9 tháng nên chỉ được ở tù thêm một tháng nữa cho đủ số! Ông tòa Michael Moore trần tình: "Như vậy ông Lance Brown mới thấy ở tù không phải là cách để hợp thức hóa việc phá hoại của ông". Báo The Guardian cho biết là 20% người vô gia cư ở trong tù là dân cố ý phạm pháp để được vô tù!

Chiêu thứ hai để được giam là tống tiền nhà băng. Chuyện này ngay cả người ít sức khỏe cũng làm được. Ông Walter Unbehaun đã 73 tuổi hầu như suốt đời sống trong trại giam ở South Carolina. Ông liên tiếp phạm pháp để được ngồi tù. Ông ra tù vào khám xoành xoạch như cơm bữa. Năm 2013 ông bắt đầu bị bệnh quên khi được thả ra. Không biết xoay sở sao để sống, ông quyết vô tù lại. Ông tới nhà băng, mở áo khoác để lộ ra một khẩu súng và nói với nhân viên trong quầy: "Đây là một vụ tống tiền. Tôi không còn chi để mất!". Cô nhân viên vội mở ngăn kéo đưa hết tiền cho ông. Tất cả là 4.178 đô. Ông vội bỏ đi. Máy ghi hình của nhà băng quay được rõ hành động của ông. Cảnh sát kiếm được ông không khó khăn chi. Ông vứt cây gậy xuống đường, giơ tay lên, mặt cười tươi: "Tôi chỉ muốn được về nhà vì tôi cảm thấy trong nhà tù ấm cúng hơn là bên ngoài.". Chữ "nhà" thân thương ông dùng là nhà tù! Ông xin lỗi nhà băng về vụ cướp. Tòa xử ông 3 năm rưỡi. Vậy là trúng kế ông.

Bà Etta Mae Lopez cũng muốn vô tù nhưng không phải vì lý do…kinh tế như những người vô gia cư. Bà muốn vô tù để…cai thuốc. Đã bập vào điếu thuốc thì rất khó bỏ, nhiều anh bạn tôi đã than thở như vậy. Một ông bạn hút thuốc kinh niên của tôi mới có cháu nội đầu tiên. Con trai ông ra điều kiện là ông phải bỏ thói phì phà mới cho thăm cháu vì khói thuốc làm hại con nít. Ông cố gắng bỏ để được ôm cháu vào lòng. Chẳng được bao lâu, ông nhớ khói nên chịu thua. Người lại nồng nặc mùi thuốc. Một ông khác, bị vợ con tẩy chay, hứa sẽ bỏ thuốc. Lời hứa khiến ông trở thành kẻ thậm thụt. Hút lén lút. Khuất mắt thì vợ con không biết nhưng mùi khói ám vào người thì rõ là lạy ông tôi ở bụi này, chối đâu được. Lại đành phải hứa. Hứa mà không thực hiện được, ông biến thành "con ma nhà họ Hứa" lúc nào không biết. Chỉ số tin tưởng của vợ con đối với ông xuống thảm hại. Ôi thuốc lá!

Bà Etta Mae Lopez cũng lâm vào tình trạng bất lực, muốn mà không thực hiện được như mấy ông bạn tôi. Bà vùng lên lần chót khi nghĩ là mình còn hút vì chung quanh còn thuốc lá. Nếu sống trong một nơi không có thuốc nữa thì lấy chi mà phì phèo. Vậy là bà quyết phải tự giam mình trong tù. Hút thuốc đâu có phạm pháp, ai cho vô tù. Vậy thì phải phạm pháp. Bà tới trước bót cảnh sát ở Sacramento, tiểu bang California, ngồi canh me. Khi thấy một ông bạn dân từ trong bước ra, bà chặn lại. Ông cảnh sát tránh sang một bên, bà cũng bước theo, đứng chặn trước mặt. Và bà giơ tay, xáng một cú tát vào má ông này. Lập tức ông bắt bà vào bót. Vào trong bà chơi liền một cú nữa. Ra tòa, bà bị kết án 63 ngày tù giam và 3 năm quản chế. Không biết thời gian nằm ấp này có đủ để bà đạt được mục tiêu giã từ việc phun khói không.

Anh Troy Crane cũng nghiện ngập nhưng anh nghiện thứ ác ôn hơn: ma túy. Anh là người có thiện chí muốn cai nghiện nhưng không có phương tiện để thực hành ý định. Anh không có bảo hiểm sức khỏe lại không có tiền để trả cho các trại cai nghiện. Anh tính chỉ có một cách là vô tù để được cai miễn phí. Năm 2016, anh tới một nhà băng đưa một tấm chi phiếu giả ra đòi lãnh tiền. Cô nhân viên từ chối trả tiền. Anh ra về. Ra tới cửa, anh chờ một lúc rồi quay lại. Lần này anh tới một quầy khác. Anh nói thẳng là cần tiền và "đang tính tống tiền nhà băng". Nhân viên này đưa cho anh ít tiền. Anh cầm tiền và ra ngồi ghế. Một lúc sau, anh tới, để lại tiền cho người nhân viên và hỏi: "Chừng nào cảnh sát mới tới?". Cảnh sát tới bắt anh vô tù. Và anh được đưa đi cai nghiện tức khắc. Hoàn toàn miễn phí!

Anh Frank Morrocco ở Amherst, tiểu bang New York, đã nằm ấp tới 20 năm về tội buôn bán ma túy. Tưởng như vậy anh sẽ ớn tới già. Nhưng khi được trả tự do, anh lại mon men tính chuyện…hồi hương. Đã 56 tuổi, anh bị ung thư máu mà không có tiền chữa trị. Bí lối, anh âm mưu phạm pháp để được trở lại nhà tù để trị bệnh miễn phí. Anh tới tiệm tạp hóa Wegmans, chôm một số đồ trị giá khoảng 23 đô trước mắt nhân viên cửa hàng. Để cho chắc ăn, anh còn cố tình chờ lúc có nhiều khách hàng chung quanh mới hành sự cho có nhiều nhân chứng. Lấy xong, anh nhẩn nha bước ra khỏi tiệm. Anh nghĩ đang trong thời kỳ quản chế nên chuyện trộm cắp nho nhỏ này đủ để anh được toại nguyện. Khi được phóng viên tờ Buffalo News hỏi, anh trả lời: "Đây là một hành động tuyệt vọng. Tôi lấy những thứ tôi không cần trước mắt nhiều người. Làm vậy tôi tính là sẽ được chữa trị căn bệnh ung thư máu". Căn bệnh này anh đã bị từ những ngày trong tù trước đây và đã được nhà tù cho đi hóa trị, theo dõi thường xuyên, thuốc thang đàng hoàng. Bệnh anh đã đỡ nhiều. Ra tù, anh không trả nổi tiền bảo hiểm nên việc chữa trị rất tùy tiện. Anh cho biết: "Tôi yếu đi nhiều. Tôi vội vào cứu cấp tại bệnh viện DeGraff ở Bắc Tonawanda. Sau đó lại vào bệnh viện Roswell. Nhân viên y tế rất tốt nhưng tôi không đủ tiền để chữa trị tiếp". Hiện anh còn nợ hai nhà thương này trên năm ngàn đô! Ông Anthony M. San Giacomo, nhân viên theo dõi quản chế anh Morrocco, bày tỏ: "Trong 21 năm hành nghề, đây là lần đầu tiên tôi gặp trường hợp một người đang bị quản chế lại cố ý muốn vào tù tiếp để được chữa bệnh. Chúng tôi có thể giúp họ có bảo hiểm y tế nhưng việc chấp thuận cho hay không lại không thuộc quyền của chúng tôi". Luật sư Joel Daniels, bào chữa cho anh Morrocco, cho đây là một trường hợp đáng buồn. Ông nói: "Hy vọng là khi có Obamacare, chúng ta không còn có những trường hợp một người muốn vào tù để được chữa trị nữa". Chuyện của anh Morrocco xảy ra vào năm 2012 khi chưa có Obamacare.

Những chuyện tự ý muốn vào tù ở Mỹ coi vậy chưa phải là những chuyện thương tâm. Chuyện ở Nhật mới đáng kể. Đáng kể thứ nhất là những người tự nguyện vào tù là những người già. Càng ngày con số này càng đông đảo. Năm 1997, cứ 20 vụ thì chỉ có một vụ liên quan tới người trên 65 tuổi. Hai chục năm sau, năm 2017, tỷ lệ tăng lên là cứ 5 vụ đã có một vụ do các ông bà via độc diễn. Có hai lý do khiến họ lao vào chốn tù tội: nghèo đói và cô đơn.

Chuyện nghèo đói, chúng ta nghe ông Toshio Takata, 69 tuổi, tâm sự. "Tôi đã tới tuổi nghỉ hưu mà trong túi không có một xu. Tôi nảy ra ý nghĩ: nếu vào tù mình sẽ được ăn uống và ngủ nghỉ miễn phí. Nghĩ là làm, tôi ăn cắp một chiếc xe đạp và lái thẳng tới bót cảnh sát, nói với viên cảnh sát trực: 'Tôi ăn cắp chiếc xe đạp này!'. Bị bắt, ra tòa, tôi vui mừng lãnh án một năm tù". Dân Nhật là một dân tộc có niềm kiêu hãnh riêng về sự thật thà và thượng tôn luật pháp. Ăn cắp là một tội đáng khinh phải phạt nặng. Vậy nên chỉ đánh cắp một chiếc xe đạp và ra đầu thú, ông Toshio Takata vẫn được "tặng" một năm tù. Sau một năm, ông được thả nhưng ông không muốn…tự do. Ông lại âm mưu vào tù nữa. Thay vì đánh cắp xe đạp, ông dùng dao dọa nạt phụ nữ. Ông vốn nhỏ bé lại có bộ mặt hiền lành, lúc nào cũng như muốn cười với mọi người, nên việc sắm vai trò dùng dao đe dọa phụ nữ coi bộ khó trình diễn. Ông kể lại: "Tôi đến một công viên và đe dọa phụ nữ. Tôi không có ý định hãm hại họ nên chỉ giơ con dao ra và chờ họ gọi điện thoại báo cảnh sát". Vậy là ông lại được vô tù! Ông tâm sự thực ra ông đâu có thích tù tội nhưng vì trong khi ở tù, ông vẫn được lãnh tiền hưu nên khi ra tù ông đã có được một số tiền tiêu dùng. Chuyện tái phạm như ông Takata là chuyện thông thường của những ông bà trên 65 tuổi. Trong số 2500 người già mãn hạn tù có tới 33% đã từng có tới 5 tiền án.

Nguyên do khiến các bậc trưởng thượng lao đao khi về hưu là sự thay đổi của xã hội Nhật ngày nay. Vật giá gia tăng khủng khiếp khiến chi phí thuê nhà, mua thực phẩm hàng ngày, sắm quần áo, tiền điện tiền sưởi và tiền chăm sóc sức khỏe quá đắt đỏ. Nếu chỉ trông vào tiền hưu thì không đủ. Túng thiếu, họ tìm đường tự giam trong tù.

Cách đây không lâu, người già tại Nhật thường sống với con cháu. Ngày nay, con cháu thường bỏ quê lên tỉnh kiếm sống, bỏ lại cha mẹ già nơi quê nhà. Họ không thể theo con lên tỉnh vì không muốn là gánh nặng cho con cái. Nhà nghiên cứu Michael Newman nhận xét: "Người già về hưu thường không muốn trở thành gánh nặng cho các con nên nếu lương hưu của họ không đủ sống, họ chọn cách vào tù. Muốn ở tù lâu, họ phải tái phạm sau khi được thả".

Nhiều nhà hoạt động xã hội không nghĩ người già muốn vô ấp vì nghèo đói. Đó chỉ là giọt nước tràn ly. Lý do chính là vì họ cô đơn. Cụ ông Kanichi Yamada, 85 tuổi, nhận xét: "Mối quan hệ giữa con người với nhau đã thay đổi. Người ta trở nên lạc lõng. Họ không tìm được chỗ đứng trong xã hội này. Và họ không chịu nổi sự cô đơn. Trong số những người già phạm tội có nhiều người không thể đối mặt với sự thật. Mấy ai muốn phạm tội nếu có người thân chăm sóc và giúp đỡ".

Giám Đốc trung tâm Yamada cũng đồng ý sự cô đơn chính là điều mà những người cao tuổi không chịu nổi. Họ liên tục tái phạm để được vào tù lại vì họ cần có bạn. Có lẽ đây mới là lý do chính khiến họ tìm cách vào tù. Ông Takata mà chúng ta đã làm quen ở trên thú nhận như vậy: "Nếu tôi có vợ và các con bên cạnh, tôi sẽ không phạm tội như thế này".

Chuyện các cụ hẹn hò nhau trong nhà tù khiến các nhà xã hội học thấy có điều chi không ổn. Vừa tốn tiền ngân quỹ vừa bất nhẫn. Nhà nghiên cứu Michael Newman vạch ra chuyện không hợp lý về ngân sách quốc gia: "Để trừng phạt một người trộm một chiếc bánh *sandwich* 200 *yen*, chính phủ sẽ phải chi ra 8 triệu 400 ngàn *yen* để tống người đó vào ngồi tù hai năm". Tại nhà tù Fuchu ở ngoại ô Tokyo, số tù nhân trên 65 tuổi đã chiếm tỷ lệ 33%. Chuyện bất hợp lý như vậy khiến ông Newman đề nghị một giải pháp thực tiễn, vừa tránh phí phạm ngân sách vừa giúp các cụ sống có nhân phẩm hơn: "Chúng tôi thực ra đã thử mô hình xây dựng một khu làng dưỡng lão cho phép người cao tuổi chỉ trả nửa tiền lương để có được chỗ ở, thực phẩm và các dịch vụ chăm sóc sức khỏe. Mô hình này rẻ hơn rất nhiều so với chi phí chính phủ phải trả hiện nay để đối phó với xu hướng tội phạm cao tuổi đang gia tăng".

Nhất nhật tại tù thiên thu tại ngoại. Sao các cụ lại đua nhau tìm tới chuyện…thiên thu? Họ không có chỗ đứng trong một xã hội thay đổi đến chóng mặt. Họ lăn kềnh ra là cái chắc!

06/2019

KHỎA

Ông Joe Biden, sau 38 năm làm Thượng Nghị Sĩ Mỹ và 8 năm làm Phó Tổng Thống cho ông Barack Obama, vừa loan báo sẽ ra tranh cử Tổng Thống Mỹ vào năm 2020. Trước đó, khi ông mới có ý định ra tranh cử, đã có tới bảy phụ nữ tố cáo ông lạm dụng tình dục với họ. Chuyện không có chi nặng nề. Bà Lucy Flores chỉ tố ông đã ngửi tóc và hôn vào đầu vào năm 2014. Bà Amy Lappos kể lại ông đã cọ vào mũi bà năm 2009. Bà Kohnert-Yount cho biết ông đã đặt tay sau đầu bà để kéo bà áp trán với ông trong lúc nói chuyện. Bà Sofie Karasek tố đã bị ông nắm tay và áp trán vào năm 2016. Bà Ally Coll kể lại ông đã ghì chặt vai bà hơi lâu và khen bà có nụ cười đẹp. Những tố cáo này có lẽ làm cho một người đã ra người thiên cổ từ lâu thích thú. Đó là ông Khổng Tử. Ta đã răn đe "nam nữ thụ thụ bất thân" từ lâu mà không nghe. Đáng đời! Kể cũng hơi phiền cho ông già đã trọng tuổi mà còn ham hoạt động. Ông phải lên tiếng: "Trong nhiều năm tham gia các hoạt động vận động tranh cử và trong đời sống chính trị, tôi đã có vô số những cái bắt tay, ôm hôn, bày tỏ tình cảm, ủng hộ, cảm thông. Nhưng tôi tin mình chưa từng hành động một cách không thích hợp. Nếu có ý kiến cho rằng tôi đã làm vậy thì tôi sẽ lắng nghe với sự tôn trọng. Nhưng tôi không bao giờ cố ý làm vậy".

Tôi thấy ái ngại cho ông Joe Biden. Năm nay ông đã 76 tuổi. Nếu đắc cử trong năm tới, ông sẽ tạo ra một kỷ lục: tổng thống đắc cử già nhất từ trước tới nay. Kỷ lục này hiện do Tổng Thống Ronald Reagan nắm giữ. Ông đắc cử nhiệm kỳ hai vào năm 1984 khi đã được 73 năm 274 ngày tuổi. Tuy tuổi đã cao, ông Joe Biden vẫn còn máu phiếm rất đỏ. Ngày 5 tháng 4 vừa qua, phát biểu trước Hội Ái Hữu Công Nhân Ngành Điện Quốc Tế *(International Brotherhood of Electrical Workers),* ông đã giỡn. Sau khi ôm ông Chủ Tịch Hội Lonnie Stephenson, ông nói với khán giả: "Tôi muốn các bạn biết rằng tôi được phép ôm ông Lonnie!". Tiếp theo, ông đưa một số trẻ em lên sân khấu, ôm các em và nói giỡn: "Mọi người đều biết tôi thích trẻ con hơn người lớn!".

Khỏi phải nói, tôi khoái ông già chịu chơi này hết biết. Mấy chuyện tố cáo lặt vặt của mấy bà hùa theo phong trào #MeToo ăn thua chi. Ông Biden chịu chơi hơn nhiều. Theo bản tin của Huffpost ngày 29 tháng 4 thì ông Biden thích tắm *piscine* khỏa thân. Vậy là chuyện tắm khỏa thân của ông ứng cử viên chức tổng thống nặng ký này được báo chí khai thác rùm beng. Chẳng trách chi được những anh chị ký giả xăng xái chuyên dí mũi vào những chuyện mà những độc giả tò mò thích đọc. Có cầu thì phải có cung, âu cũng là chuyện thường tình. Tờ New York Daily News luận: "Đó là Joe Biden mà mọi người không biết, và không muốn thấy!". Chuyện này cũng đã được tiết lộ trong cuốn sách *"The First Family Detail: Secret Service Agents Reveal the Hidden Lives of the President"* của tác giả Ronald Kessler, xuất bản từ năm 2014. Tờ báo này cho biết có một số nữ nhân viên mật vụ bảo vệ ông đã cảm thấy chuyện ông bơi mà không có chi dính trên người đã làm họ cảm thấy bị xúc phạm.

Nhưng chuyện nhông nhông của ông ứng cử viên trọng tuổi lại có lợi về…chính trị. Ông có thể chiếm được số phiếu của những người thích khỏa thân. Theo hội khỏa thân Mỹ *"American Association of Nude Recreation"* thì dân thích khỏa thân đã chiếm tới 18% dân số Mỹ! Nếu tất cả dân khoái mát mẻ này dồn phiếu cho ông thì đây là một số phiếu đáng kể. Nhưng sếp của hội, ông Erich Schuttauf, vội thanh minh thanh nga là hội sẽ không nghiêng theo đảng nào, không hoạt động chính trị. Hội viên sẽ bỏ phiếu theo ý riêng của mỗi người. Tuy vội vàng tảng lờ nhưng ông Erich Schuttauf cũng nói thêm: "Chúng tôi hoan nghênh bất cứ chính trị gia nào cho thấy sự hiểu biết về giới thích khỏa thân. Như tôi đã nói, 18% người dân Mỹ thích tắm truồng nhưng điều đó ảnh hưởng như thế nào trong chính trị thì chỉ có cử tri mới biết thôi!". Cổ nhân đã nói: đồng khí tương cầu, tôi nghĩ ông Joe Biden có nhiều hy vọng vớ được bộn phiếu của dân nhông nhông này.

Chính trị gia Joe Biden không phải là người cô đơn. Rất nhiều nhà chính trị thích…thiên nhiên như ông. Ngay cả Tổng Thống thứ 6 của Hoa Kỳ John Quincy Adams ngày xưa cũng chung một sở thích. Ông *tonton* trị vì từ năm 1825 tới 1829 này còn chơi bạo hơn. Ông thích bơi không quần áo, không phải trong các hồ bơi kín đáo tại dinh thự, mà bơi ngay trên dòng sông Potomac gần tòa Bạch Ốc. Cứ tưởng tượng gần trăm năm trước, bậc…thiên tử cứ sáng sáng nhông nhông trên sông nước, lạ chứ! Được cái là ông chịu khó dậy sớm, 5 giờ đã có mặt bên sông, chắc giờ đó thần dân chưa rời chăn chiếu để chiêm ngưỡng. Nhưng không hẳn vậy. Có lần, nữ ký giả Anne Royall, một trong những nữ ký giả tiên phong của làng báo Mỹ, đã tới bờ sông khi ông Adams đang tú-nuy, tỉnh bơ ngồi trên đống quần áo của ông để phỏng vấn. Chắc cuộc phỏng vấn thành công mỹ mãn vì đương sự chẳng còn chi để giấu! Ông tổng thống phong phanh này tưởng là có đời sống rất phóng khoáng nhưng không phải vậy. Sử gia Neal Millikan trả lời phỏng vấn của tờ Business Insider đã cho biết: "Ông là người rất nghiêm túc và hoàn tất nhiệm vụ một cách đàng hoàng". Đức tính cẩn thận và chi ly của ông được thể hiện trong chuyện ông viết nhật ký. Ít có ai có đủ kiên nhẫn để viết nhật ký mỗi ngày từ năm 12 tuổi tới lúc mất vào năm 80 tuổi. Chuyện thể dục thể thao, ông cũng cần mẫn như vậy. Mùa đông, lạnh teo, không xuống nước được, ông sáng sáng đi bộ hai dặm quanh Hoa Thịnh Đốn. Một ngày như mọi ngày của ông ra sao? Thử trích đoạn nhật ký ông viết vào một ngày trong tháng 7 năm 1818: "Tôi thức dậy khoảng từ 4 đến 5 giờ sáng, mất hai tiếng hoặc đi bộ hai dặm hoặc bơi trên sông Potomac rồi về nhà. Đọc hay viết, nhưng thường phí phạm thời giờ không làm chi, cho tới 8 hoặc 9 giờ là giờ ăn sáng. Đọc hay viết cho tới 12 giờ trưa hoặc 1 giờ chiều rồi đi làm việc, thường di chuyển bằng xe ngựa. Ngồi ở văn phòng tới 5 giờ rồi trở về nhà ăn tối. Sau khi ăn, đọc báo tới khuya rồi đi ngủ". Coi vậy làm tổng thống kể cũng nhàn hạ. Đây quả là một nghề dễ chịu! Có vậy ông mới bơi truồng hàng ngày được. Theo ông nghĩ thì chuyện này chẳng có chi bất thường. Thiếu gì người bơi mà người trơn tru như cá. Theo sử gia Millikan thì ngày nay chúng ta thấy chuyện này có vẻ dị hợm nhưng hồi thế kỷ 19 người ta thản nhiên bơi như vậy: "Chuyện ông ta tắm truồng không có chi kỳ cục. Ông kể là những người khác cũng cởi quần áo để trên những tảng đá rồi xuống nước bơi. Đôi khi ông bơi một mình. Đôi khi với các con trai khi họ từ Harvard về nghỉ hè. Đôi khi với anh gia nhân Antoine. Ông cũng thường mời một nhà ngoại giao Hòa Lan tắm với ông".

Ông thích nước tuy nước đã có lần làm ông hết hồn. Ba tháng sau khi đắc cử tổng thống, vào năm 1825, ông bơi thuyền với anh chàng Antoine. Nước tràn vào thuyền, ông phải nhảy xuống nước khi còn mặc nguyên quần áo. Hai tay áo rộng thùng thình sũng nước đã khiến tay ông bơi như có hai quả tạ. Lần đó ông suýt chết đuối! Không biết đó có phải là nguyên nhân khiến ông trần truồng xuống nước chăng? Cho chắc ăn!

Nhật ký ngày 19 tháng 6 năm 1823, ông viết như sau: "Tôi có thói quen bơi thể dục như vậy, vì sức khỏe, vì vệ sinh và vì theo sở thích. Tôi thấy chuyện này rất thuận lợi cho sức khỏe và chưa bao giờ thấy bất tiện cả". Ông không thấy bất tiện nhưng quần thần chung quanh ông thấy ông đã thể dục thái quá. Bác sĩ riêng của ông đã tỏ ra lo ngại cho một người đã 56 tuổi như ông mà bơi riết như vậy. Khi đã hưu, vào năm 1846, lúc ông đã 78 tuổi, ông còn mò ra sông Potomac để bơi! Sử gia Millikan kể lại: "Ông viết trong nhật ký là một vài thanh niên trông thấy ông đã la lớn: "John Quincy Adams!". Ông cởi quần áo, đặt trên một tảng đá. Mấy thanh niên cũng đặt quần áo trên một tảng đá khác và bơi chung với ông".

Ông John Quincy Adams cũng không cô đơn. Tổng Thống thứ 26 của Hoa Kỳ Thedore Roosevelt, nhiệm kỳ 1901 đến 1909, cũng khoái tắm tiên trên dòng sông Potomac. Ông này là dân thích tô hô thứ thiệt. Năm 1903, ông cùng ông Gifford Pinchot, sếp cơ quan Lâm Sản, rủ ông Đại Sứ Pháp đi chơi rừng. Khi về tới dòng Potomac, hai người cởi quần áo xuống sông bơi. Ông Đại Sứ Pháp, vốn là người nghiêm trang, nhưng vì hoàn cảnh nên cũng phải cởi quần áo chung vui với hai ông Mỹ. Nhưng ông vẫn mang đôi găng tay vì "chúng ta có thể gặp các bà"!

Một ông Roosevelt khác, ông Franklin Delano Roosevelt, cũng là *tonton* Hoa Kỳ. Vị tổng thống thứ 32 lên ngôi từ năm 1933 và mất năm 1945 vì xuất huyết não khi đang ở nhiệm kỳ thứ tư. Ông này là một tổng thống tài giỏi và được đặc cách làm *tonton* tới bốn nhiệm kỳ. Hai ông Roosevelt cùng là tổng thống có giây mơ rễ má chi với nhau không? Họ cùng chung một ông tổ. Không biết có phải vì cùng chung gia tộc không mà ông Roosevelt này cũng thích tô hô. Hiện trong thư viện của ông còn giữ một thiệp mời do chính ông ký tên vào năm 1937 mời các đảng viên Dân Chủ tại quốc hội tham dự một buổi họp mặt. Chương trình được ghi ngay trong thiệp như sau: câu cá, bắn chim bồ câu đất và bơi khỏa thân!

Tổng Thống John F. Kennedy tuổi trẻ tài cao, trở thành tổng thống vào năm 43 tuổi và là tổng thống theo Công Giáo La Mã duy nhất trong lịch sử Mỹ. Ông có cái thú trần truồng ngâm mình trong bể bơi của tòa Bạch Ốc để thư giãn mỗi khi mệt mỏi. Thường thì ông không…khỏa một mình mà có hai ông em Robert và Teddy chung vui. Nhưng, theo nhà báo Seymour Hersh tiết lộ, có lần ông rủ hai cô thư ký trẻ, có biệt danh là Fiddle và Faddle, cùng tắm chung cho vui. Cuộc vui bị chấm dứt một cách tức tưởi khi bà Đệ Nhất Phu Nhân Jacqueline bất thần về sớm!

Thay thế ông Kennedy bị ám sát vào năm 1963 là Tổng thống Lyndon Johnson. Ông *tonton* thứ 36 này cũng là một tín đồ của khỏa thân. Năm 1964, trong khi đi vận động tranh cử trên chiếc máy bay riêng *Air Force One*, ông đã kêu ký giả Frank Cormier và hai người nữa vào khoang riêng của ông để họp báo. Theo lời kể của ký giả này trong cuốn *"LBG: The Way He Was"* (LBG: Như Thế Đấy), xuất bản vào năm 1977, Tổng Thống đã vừa cởi áo sơ-mi và quần vừa trả lời các câu hỏi về vấn đề kinh tế. Tiếp theo đó, ông cởi đồ lót. Rồi coi như không có chuyện chi, ông trần trụi như một con chim giẻ cùi, tỉnh bơ nói chuyện với ba ký giả. Thỉnh thoảng ông còn quơ chiếc khăn lau người lên để nhấn mạnh câu nói. Ông *tonton* chịu chơi này còn làm được chuyện chắc không ông ai làm được. Ngay sau khi tuyên thệ nhậm chức, ông mời Mục Sư Billy Graham tới tòa Bạch Ốc để, theo một bài báo trên tờ Time của hai ký giả Nancy Gibbs và Michael Duffy, "gặp gỡ để cầu nguyện và tắm tiên trong hồ bơi của

Nhà Trắng". Hai ký giả này sau đó có viết một cuốn sách nhan đề *"The Preacher and the President"* (Người Giảng Thuyết và Ông Tổng Thống) tiết lộ thêm: "Trong nhiều năm sau đó Tổng thống thường cắt đứt những buổi gặp gỡ và yêu cầu mọi người ra bơi. Ông chỉ tận mặt những ai không chịu cởi hết quần áo để tắm trong vòng thân mật".

Tonton Jimmy Carter, nhậm chức năm 1977 và chỉ trụ lại được có một nhiệm kỳ. Ông này "lên ngôi" hai năm sau khi đất nước chúng ta bị bức tử. Người Việt trong nước, người thì đang bị đày đọa trong cái gọi là "trại học tập cải tạo", người thì chạy ăn sói trán trong một xã hội mà họ bị coi như công dân hạng nhì, nên chúng ta ít biết tới ông *tonton* này. Chỉ hai ngày sau khi nhậm chức, ông đã ra lệnh ân xá cho tất cả các thanh niên trốn quân dịch trong thời kỳ chiến tranh Việt Nam. Ông xuất thân là con nhà trồng đậu phọng tại tiểu bang Georgia nên báo chí thường vẽ hí họa khuôn mặt ông như một trái đậu phọng! Thời ông Carter, ở Việt Nam dân chúng có tâm trạng trái ngược với anh "đồng minh tháo chạy". Một mặt oán ghét Hoa Kỳ, một mặt hy vọng Mỹ sẽ "đoái công chuộc tội" làm cho dân "ngụy" có một cuộc sống khá hơn, nhất là cõng họ sang Mỹ! Ông là một trong những *tonton* mờ nhạt nhất trong lịch sử Hoa Kỳ nên dần dần chúng ta cũng chán chẳng thèm để ý tới ông nữa. Trong một bài viết, báo Newsweek đã diễn tả thời thơ ấu của ông ở Georgia với nhảy nhót, bắt cá, chơi với chó và ngựa. Đặc biệt là ông tổng thống chân quê này cũng biết hẹn hò gái gú vào năm 13 tuổi và "tắm truồng trong một cái ao có kích thước 6 x 12".

Nước Mỹ chưa có nữ tổng thống, thiệt buồn! Nếu có, có

lẽ chúng ta sẽ được coi những màn kỳ thú hơn. Trong khi chờ đợi, tôi mượn đỡ hai màn nữ chính khách nhông nhông tranh cử cho thêm phần mát mẻ. Một ở Nga và một ở Tây Ban Nha.

Bà Yolande Couceiro Morin, tranh cử chức Thị Trưởng thành phố Portugalete, thuộc vùng Basque, Tây Ban Nha. Trong *poster* tranh cử, bà chụp hình không thèm mặc quần áo, chỉ dùng tay che chỗ đáng che trên thân hình. Trên ngực và đùi, bà dán câu khẩu hiệu: "Các chính trị gia khiến chúng ta trần như nhộng". Không phải lần đầu tiên tại Tây Ban Nha có một tấm *poster* tranh cử "trần như nhộng" như vậy. Năm 2006, ông Albert Rivera, ứng cử viên đảng Ciudadanos cũng đã mần y như vậy. Nhưng chuyện của ông này nói làm chi, dân Mỹ chúng ta đã có cả đống tổng thống đàng hoàng làm như vậy rồi.

Bà Yulia Dyatlova ở Nga chơi nguyên một tấm *poster* tranh cử có tới 9 cái thân trần. Của bà và 8 cô gái trẻ măng. Nhưng cử tri không được coi nguyên con. Họ giăng một tấm biểu ngữ mang hàng chữ: "Chúng tôi sẽ đi bầu" ngang cả 9 người. Biện minh cho cuộc tranh cử ngồn ngộn thịt da này, bà nói: "Trong đời thường, những phụ nữ này làm những việc khác nhau: kỹ sư, giáo viên, học sinh, huấn luyện viên thể dục. Tuy nhiên chúng tôi đều muốn làm cho thế giới trở nên tươi đẹp hơn và đất nước giầu mạnh hơn. Chúng tôi muốn chứng minh rằng mọi người đều cần quan tâm tới tương lai". Bà này là vợ của chính trị gia Aleksandr Dyatlov và tranh cử cho ông Putin. Chán thế!

Bỏ qua hai bà bên Nga và Tây Ban Nha này, chúng ta

thấy chuyện các tổng thống Mỹ thoát y là chuyện thường tình. Thường đến nỗi chúng ta nghĩ là đã làm tổng thống thì phải biết…khỏa. Nếu vậy thì ông Joe Biden này quả có nhiều hy vọng thắng cử trong kỳ bầu cử tổng thống năm 2020. Ông Donald Trump hãy coi chừng! Nhưng với ông Trump, chuyện lột quần lột áo là chuyện nhỏ. Ông già Biden 76 tuổi thì ăn thua chi!

05/2019

LÉN

Tò mò là bản tính của con người. Ai trong chúng ta cũng có cái mũi đủ dài để xía vào những thứ người ta muốn che giấu mà mình lại muốn biết. Vậy nên mới có chuyện lén.

Ít ngày qua đã nở rộ lên nhiều chuyện lén. Kể cũng nên biết cho thỏa cái tò mò trời sinh của chúng ta. Trước hết là chuyện xảy ra tại Garden Grove, nơi hầu như mọi người chúng ta đều biết vì là nơi quy tụ đông đảo người Việt. Chuyện xảy ra mới đây thôi, vào cuối tháng 3/2019. Anh chị Christian Aranda và Alondra Salas, cư dân Santa Ana, muốn có một đêm riêng tư bèn tìm thuê một căn phòng Airbnb ở Garden Grove. Kiếm được một nơi ghi trong quảng cáo: "ấm cúng, lãng mạn", họ bắt liền. Tới ở, anh Christian phát hiện ra một máy quay lén ngụy trang làm máy báo động khói trên trần nhà. Sáng ra, anh gọi cảnh sát. Cảnh sát tới ghi nhận có máy quay phim nhưng không hoạt động và không thu hình bất cứ hình ảnh nào của hai người nên tha tào! Hai anh chị không chịu yên với kết luận của cảnh sát. Airbnb vội trả lại tiền thuê phòng và cho biết không hợp tác với chủ nhà này nữa. Anh Christian và chị Alonda cho biết sẽ kiện cả Airbnb lẫn chủ nhà ra tòa.

Đọc xong bản tin nóng sốt này trên *Người Việt Online*, tôi băn khoăn. Tại sao hai anh chị này muốn có một đêm thơ mộng mà thấy máy ghi hình lại không la toáng lên. Đợi tới sáng hôm sau mới báo cảnh sát. Bộ đêm đó họ ngủ yên sao? Cảnh sát không phạt chi chủ nhà tuy máy quay lén rõ ràng có đó kể cũng lạ. Nhưng nghĩ lại thấy có khi cảnh sát đúng không chừng. Giả thử bắt được một anh có lủng lẳng dụng cụ phạm tội nhưng không dùng để phạm tội, làm sao bắt? Nếu bắt thì cánh đực rựa sức mấy dám ra đường!

Cũng cuối tháng 3, ngày 21, cảnh sát Nam Hàn bắt giữ bốn người bị tình nghi quay lén tới 1600 người thuê phòng khách sạn rồi tung lên mạng. Lần này bắt là phải vì dụng cụ có hoạt động hết công xuất. Bốn chàng này là dân…lén thứ thiệt. Họ đã gài máy trong 42 phòng tại 30 khách sạn. Máy thu hình nhỏ được cài trong hộp cáp truyền hình, giá đựng máy sấy tóc và các ổ điện. Mấy chàng này không phải dân tò mò mà hoạt động thương mại. Họ bán những thứ hấp dẫn này được tới 7 triệu won. Nghe thấy bạc triệu thì nhiều nhưng quy ra đô Mỹ thì chỉ có 6.210 đô. Nếu chia đều cho bốn trự thì mỗi trự chỉ bỏ túi được hơn 1500 đô. Để trả giá cho số tiền này mỗi chàng có thể bị tới 7 năm tù! Kể ra họ lỗ nặng. Làm ăn như vậy chẳng bõ bèn chi. Nhưng chẳng làm ăn chi, chỉ mắc bệnh khoe thành tích, mà cũng nằm bóc lịch trong tù. Đó là chuyện của một anh ca sĩ nhạc *pop* rất nổi tiếng, cũng dân Đại Hàn. Anh này thuộc loại sáng sân khấu nên bồ bịch gạt ra không hết. Anh dẫn các con thiêu thân cái này lên giường hành sự, lén quay phim để tạo thành tích. Nếu giữ riêng cho mình thì ai biết chỗ ma ăn cỗ nhưng máu khoe khoang khiến anh gửi cho bạn bè để ra cái điều ta đây dân thứ thiệt. Vậy là đường vào nhà pha thênh thang trước mắt!

Đại Hàn là một đất nước bị nạn quay lén hoành hành. Càng ngày, hoạt động trong bóng tối này càng tăng trưởng. Năm 2012, chỉ có 2400 vụ được cảnh sát điều tra. Tới năm 2017, con số lên tới 6.400 vụ. Hàng chục ngàn phụ nữ Đại Hàn đã xuống đường tại thủ đô Seoul để phản đối tệ nạn này. Họ trương khẩu hiệu: "Đời Tôi Không Phải Phim Con Heo Của Mọi Người". Nhiều người đã mất cuộc sống an bình vì những thứ quay lén này. Bà Lee Ji-soo, một chuyên viên điện toán chuyên giúp các phụ nữ bị quay lén tại các khách sạn cũng như các phòng vệ sinh công cộng xóa đi những hình ảnh nguy hại cho cuộc sống của họ, đã trả lời đài truyền hình CNN: " Điều mà các phụ nữ hay nói với tôi là "Tôi muốn chết!" hay "Tôi không dám ra đường". Có người cho biết mỗi lần ra phố họ có cảm tưởng như họ bị nhận diện.

Dân ta hồi này du lịch Đại Hàn và Nhật Bổn hơi nhiều. Cẩn thận một chút vẫn yên tâm hơn. Nhiều người ỷ y nghĩ là chuyện bê bối này chỉ xảy ra tại các khách sạn tồi tàn, có giá thuê rẻ tiền. Không phải vậy. Tờ Thời Báo Kinh Hoa ở Thượng Hải đã đưa tin một cô gái họ Vương thuê một phòng tại khách sạn Ibis, một hệ thống khách sạn nổi tiếng thế giới. Vậy mà sáng hôm sau, cô thấy một máy quay lén gắn trên khe cửa sổ, chiếu thẳng vào giường. Khách sạn nhìn nhận có lắp máy quay để đảm bảo an toàn và trật tự cho khách thuê! Lời giải thích bá láp này khiến cô Vương tức giận báo cảnh sát. Cảnh sát tới tháo máy ra, thấy hình ảnh cô Vương rất rõ nét. May là tối hôm đó cô mặc đồ ngủ kín đáo. Cô đã khởi kiện. Luật sư của cô không loại trừ việc khách sạn này có thể bán và phát tán những hình ảnh quay được.

Ibis là một hệ thống khách sạn lớn. Tính tới cuối tháng 6/2018, họ có tới 1152 khách sạn trên khắp thế giới. Không hiểu sao lại có sự bê bối như vậy tại một khách sạn Ibis ở Thượng Hải. Vụ này làm mất lòng tin của khách hàng khi đi du lịch phải ở khách sạn, dù là khách sạn danh tiếng. Cứ tự mình bảo vệ mình cho chắc ăn. Bảo vệ làm sao?

Điều cần biết là loại người được báo chí gọi là "biến thái" chuyên làm những chuyện khuất tất rất chịu khó nghĩ mưu nghĩ kế. Chúng có thể lợi dụng tất cả ngóc ngách và thiết bị trong phòng để đặt máy quay lén. Mà một phòng khách sạn thì thiếu giống chi những ngóc ngoéo. Vậy nên khi nhận phòng, chúng ta phải nhìn tổng quát khắp nơi xem có chỗ nào đáng nghi ngờ không. Từ khe cửa sổ, móc quần áo, chùm đèn trần đến giá để máy sấy tóc, ti-vi, máy hát, chậu hoa. Tất cả các đồ vật lỉnh kỉnh trong phòng đều có thể có con mắt…điện tử. Chúng ta căng mắt kiểm soát thì chúng cũng trợn mắt nhìn chúng ta.

Với đôi mắt trần, dò xét tất cả các ngóc ngách trong phòng thật mệt. Thường chúng ta ai cũng thủ trong túi chiếc điện thoại thông minh. Hãy nhờ sự thông minh của chúng cho chúng ta đỡ mệt mắt. Mở *camera* của điện thoại, quét quanh phòng, nhất là những chốn khuất nẻo. Nếu thấy màn hình điện thoại sáng lên. Chính hắn! Hắn là ống kính của máy quay lén có hồng ngoại tuyến.

Hồng ngoại tuyến, trong trường hợp này, là bạn của ta. Vì tia hồng ngoại tuyến này có thể lấn át, làm cản trở sóng điện thoại của ta. Lợi dụng đặc tính này, muốn thử có cái tia chết tiệt này trong phòng không, chúng ta bấm điện thoại gọi ra ngoài. Nếu sóng điện thoại của chúng ta bị cản trở, nói hoặc nghe không rõ, chúng ta phải tìm kiếm trong phòng và lôi cổ ống kính lén ra ngay.

Nếu chúng ta thuộc loại loạng quạng chỉ biết xử dụng điện thoại để a lô, các thứ khác làm lơ hết, thì làm cách giản dị này. Tắt hết đèn trong phòng, bật đèn điện thoại, soi quanh phòng, nếu thấy có ánh đèn đỏ nho nhỏ nhấp nháy thì đó chính là hắn. Nếu không biết bật đèn điện thoại cách nào thì…hết thuốc chữa. Sắm cái đèn pin mang theo kè kè bên người vậy!

Nếu không có điện thoại thông minh trong người, chúng ta có thể dùng ngay cái *remote control* của ti-vi mà phòng khách sạn nào cũng có để rà soát. Hướng cái điều khiển từ xa này vào từng chỗ trong phòng, bấm bất kỳ nút nào. Nếu thấy có đèn đỏ của tia hồng ngoại tuyến sáng lên chỗ nào, đích thị chỗ đó có ống kính lén đang ẩn nấp.

Muốn chơi sang hơn cho chắc ăn, chúng ta có thể mua một máy dò quay lén có bán trên thị trường với giá vài chục đô. Máy nhỏ gọn, rất dễ xử dụng. Chỉ cần bấm nút mở, là chúng ta có thể dí máy khắp mọi nơi để tìm ra đích danh thủ phạm. Nhược điểm của máy là chỉ có thể phát hiện *camera* quay lén với một tần số nhất định. Nếu dân biến thái chơi sang, dùng máy với tần số thay đổi liên tục thì máy chịu thua. Nhưng dân quay lén ít khi chơi sang vì máy với tần số thay đổi đắt hơn máy thường nhiều lần.

Một trong những nơi thường bị đặt máy quay lén nhất là phòng tắm. Đặt máy nơi đây chắc chắn sẽ thu được những hình ảnh đắt giá nhất. Phòng tắm thường có nhiều thứ lẩm cẩm làm tiện nghi cho khách. Chúng ta nên chú ý tới chiếc giá để máy sấy tóc, các khe tủ, đèn trần. Nhưng thứ chúng ta thường lơ là không chú ý là những tấm gương. Mà trong phòng tắm thiếu chi gương. Có khách sạn chơi sang lót gương tứ bề bồn tắm khiến chúng ta tắm mà như thấy có tới ba bốn người khác tắm chung! Thấy chúng trơn tru nhẵn nhụi, mặt mũi sáng choang, đừng tưởng chúng hiền lành. Miệng nam mô bụng một bồ dao găm đó. Những tấm gương trông rất vô tội đó có thể là loại gương hai chiều. Chiều chúng ta nhìn vào phản xạ như một tấm gương soi thường nhưng chiều bên kia có thể nhìn xuyên qua. Máy được đặt ở chiều bên kia của gương. Thấy và quay phim chúng ta rõ mồn một trong tư thế hớ hênh không che đậy. Muốn biết những tấm gương quanh ta là gương một chiều hay hai chiều, dễ ợt! Đặt tay lên gương. Nếu thấy ngón tay thiệt và ngón tay phản chiếu trong gương có khoảng cách thì là gương một chiều thứ thiệt, không có chi đáng lo ngại. Nhưng nếu thấy ngón tay không có khoảng cách thì đích thị là hắn: gương hai chiều. Bên kia gương nhiều phần là có chiếc máy quay lén.

Quay lén như vậy có tội không. Dĩ nhiên là có. Chuyện mà bà Hồ Xuân Hương "cấm ngoại thủy không ai được biết", cớ chi anh chõ mũi vô. Nếu anh lại phát tán chúng cho thiên hạ coi thì tội gấp trăm gấp ngàn lần.

Tháng 7 năm 2015, một phụ nữ giấu tên, cư dân Chicago, thuê một phòng tại khách sạn Hampton Inn ở Albany, tiểu bang New York. Cô vừa tốt nghiệp trường Luật Khoa Albany, đang chờ thi bằng hành nghề luật. Phòng của cô bị đặt máy quay lén nơi bồn tắm, quay cảnh cô đang tắm. Cô không biết *video* này được phát tán trên các trang mạng đen cho tới ngày 30 tháng 9 năm 2018, cô nhận được một điện thư viết: "Tôi là một người biến thái. Tôi không hại ai. Tôi chỉ thích coi lén. Cô không cần đề phòng tôi". Sau đó có nhiều điện thư gửi tới hỏi người trong *video* có phải là cô không. Tệ hơn nữa, họ gửi *e-mail* tống tiền, đòi một số tiền lớn để gỡ bỏ *video*. Họ dọa nếu không đáp ứng sẽ gửi *video* này tới bạn bè và đồng môn trường luật của cô. Tháng 12/2018, cô đệ đơn kiện hệ thống khách sạn Hilton, chủ nhân thực thụ của khách sạn cô cư ngụ số tiền 100 triệu đô vì những tổn hại về tinh thần và tình cảm.

Vụ kiện chưa có kết quả. Nhưng vụ cô ký giả thể thao của đài truyền hình Fox kiện bị quay lén trong tình trạng khỏa thân trong phòng khách sạn thì đã có bản án. Chuyện xảy ra vào năm 2008 tại khách sạn Marriott ở Nashville. Thủ phạm vụ quay lén là Michael Barrett. Ông là một nhà thương mại, thường coi cô Erin Andrews trên truyền hình và biết cô rất nổi tiếng. Ông nảy ra ý tưởng quay và bán *video* khỏa thân của cô để kiếm ra tiền bù vào những thua lỗ khiến ông đang ngập đầu trong nợ nần. Ông kiếm ra phòng của cô Erin và thuê phòng bên cạnh. Và quay được bà Eva nồng nỗng trong 4 phút. Tháng 3/2016, tòa Nashville bắt Michael Barrett và khách sạn bồi thường cho cô Erin 55 triệu thiệt hại. Ngoài ra thủ phạm Barrett còn phải ngồi tù 2 năm rưỡi. Số tiền 55 triệu được quy định: Barrett phải trả 51%, tính ra là 28 triệu, và khách sạn 49%, khoảng 27 triệu.

Tưởng là cô Erin ẩm ngon ơ bạc triệu cho màn trình diễn thoát y bất đắc dĩ nhưng gian truân còn nhiều trước mặt. Anh chàng Barrett khố rách áo ôm, lại bị ngồi tù 2 năm rưỡi, lấy đâu ra bạc triệu để trả. Phía khách sạn viện cớ họ không có lỗi chi cả tuy tòa buộc họ tội đã tiết lộ phòng của cô Erin cho thủ phạm. Có lẽ họ bị oan thật vì Michael Barrett khai trước tòa chuyện anh tìm được phòng của cô Erin như sau: "Tôi vào nhà hàng ăn trong khách sạn. Tại đây có một điện thoại nội bộ của khách sạn. Tôi gọi điện thoại cho điện thoại viên và hỏi: "Tôi có thể nói chuyện với phòng của cô Erin Andrews được không?". Họ nối đường dây. Trên điện thoại hiện lên số phòng nên tôi biết phòng của cô ta". Ông tức tốc lên hành lang của tầng lầu căn phòng này và gặp may. Căn phòng bên cạnh đang được nhân viên quét dọn sau khi người thuê trả lại phòng. Ông xuống quầy tiếp tân và thuê được căn phòng này ngay.

Chuyện lén tôi đề cập tới đây chỉ là chuyện quay phim chụp hình lén trong các phòng khách sạn. Tôi có lý do của tôi. Dân ta sau những ngày vất vả hội nhập kiếm sống nay đã vung vẩy đi chơi đây đó, phải dùng tới khách sạn. Chuyện bảo nhau đề phòng là chuyện bắt buộc. Nhưng quay lén không phải chỉ xảy ra tại khách sạn mà còn xảy ra tứ tung nhiều nơi nhiều chỗ. Trên bãi biển, trong phòng thay áo quần và phòng vệ sinh công cộng, phòng thử quần áo trong các cửa tiệm, thậm chí dưới váy các nàng trên xe buýt. Nhưng chuyện quay lén tôi kể tiếp theo đây thì hết cách đỡ.

Ngày 3 tháng 4 năm nay, 2019, đài truyền hình CNN đưa tin bệnh viện Sharp Grossmont ở La Mesa, tiểu bang California, đã quay lén khoảng 1800 sản phụ trong lúc lâm bồn. Vụ quay lén này xảy ra trong thời gian 11 tháng, từ mùa hè năm 2012. Luật sư Allison Goddard, đại diện cho 80 phụ nữ bị quay lúc vượt cạn khẳng định: "Đây là hành động vi phạm quyền riêng tư căn bản nhất... Tôi đã thấy, ví dụ như, một vụ mổ C-section. Phim cho thấy bệnh nhân sắp được giải phẫu. Quý vị có thể thấy trang phục bệnh nhân bị kéo lên và nhét ở dưới vú. Quý vị có thể thấy nguyên cái bụng của sản phụ". Bà đã có trong tay 5 băng *video* do bệnh viện nộp và đang yêu cầu nộp thêm khoảng hơn 100 băng nữa. Có băng quay rõ cho thấy một em bé chào đời và một ý tá xoa âm hộ của sản phụ để đẩy các cục máu đông ra. Bà nói tiếp: "Thật là khủng khiếp nếu một ngày nào đó, một trong những băng này lọt vào tay kẻ xấu và xuất hiện trên *internet* thì sẽ không có cách nào kiểm soát được". Ông Carlisle Lewis, Phó Chủ Tịch kiêm luật sư của bệnh viện thừa nhận "có một số *video* quay cảnh bệnh nhân trần truồng, mê man và đang được giải phẫu". Các phụ nữ bị quay lén cho biết họ cảm thấy "xấu hổ, hoảng sợ, tức tối và bất lực".

Thật tội cho các nạn nhân thuộc giới quần thoa của...lén.

Nạn nhân của lén chỉ là giới quần thoa. Đâu có ai thèm quay lén các ông Adam. Có khách tò mò đâu mà quay! Ngay tới khi làm công việc thiêng liêng nhưng đau đớn giúp cho nhân loại sinh sôi nẩy nở mà cũng bị lén. Thiệt hết chỗ nói!

04/2019

MẮM

Tôi có một chàng rể người Pháp chính cống, dân miền Nam nước Pháp. Ăn cơm gia đình ở nhà, chàng này luôn muốn thử các món ăn của Việt Nam. Thấy giữa bàn có chén nước mắm ớt, chàng múc một đầu muỗng nếm thử, khen ngon. Sau đó chàng làm tuốt, mắm ruốc, mắm tôm, không loại trừ một thứ nào. Khi tới lúc ăn là bắt buộc phải có chén nước mắm thì hết thuốc chữa. Nước mắm và mắm đã chinh phục khẩu vị của anh chàng tây chính cống.

Ông Nguyễn Đăng Hưng, một người Việt du học bên Bỉ từ năm 1960, cũng có hoàn cảnh tương tự. Ông có hai chàng rể và một nàng dâu người Bỉ chính cống. Cả ba đều bị nước mắm bắt hồn. Bữa cơm nào cũng phải có chén nước mắm đặt giữa bàn.

Nước mắm là một thứ quân xâm lược. Đụng vào chỉ có cách quy hàng. Có lẽ trên đời ít có người oai hùng như ông bạn Luân Hoán của tôi. Ông không quy hàng nước mắm. Ông đối nghịch cật lực với tôi. Tôi khoái tất cả các loại mắm. Cứ có mắm là…hạnh phúc. Ông Luân Hoán thì sợ nước mắm, nói chi tới mắm. Trên bàn ăn có hũ nước mắm là ông đẩy ra xa. Làm như nước mắm là thuốc vậy. Nhiều khi tôi tự hỏi không biết ông ấy có phải là người Việt không!

Người Việt hầu như ai cũng nghiện mùi nước mắm. Xa quê hương càng nhớ nước mắm hơn. Nhưng chưa xa quê hương đã sợ xa nước mắm thì có ông Nguyễn Đăng Hưng. Ông kể lại: *"Tháng 12 năm 1960 ngày tôi lên đường xuất dương du học, tôi đã theo lời dặn của ba tôi: "Vì không biết bên Bỉ người ta ăn uống ra sao, con nên đem theo nước mắm phòng những khi thèm thức ăn Việt Nam mà xứ người không đáp ứng được". Tôi chuẩn bị một chai dài chứa đến hai lít nước mắm, đóng nút thật kỹ lưỡng chắc chắn, mang theo trong valise hành lý. Tôi tranh thủ những lúc không làm phiền người Bỉ chung quanh, dùng bữa trong phòng trọ, rót ra chút nước mắm làm nước chấm khi có trứng chiên hay thịt nướng. Hai anh bạn đi cùng chung các xuất học bổng của Vương Quốc Bỉ, một người gốc Bắc, một người gốc Nam rất là vui mừng khi đánh hơi có mùi nước mắm trong phòng trọ của tôi. Hồi ấy chính quyền Việt Nam Cộng Hòa có cách xử lý phân phối học bổng rất công bình chia các xuất học bổng ra làm ba. Vì Chính phủ Bỉ năm ấy chỉ tặng Miền Nam có 3 xuất, ba du học sinh chúng tôi Nam Bắc Trung có dịp đi chung, học chung, sống chung, đoàn kết một nhà cùng thích nước mắm, tại đất khách quê người."*

Xa quê hương, yêu nhau bằng nước mắm. Chai nước mắm, dù có tới hai lít, được trù cho một người dùng, nay phải tăng lên thành ba người nên tốn bộn. Ba người thuê chung một nhà trọ tại Liège. Chủ nhà là một người Nga. Chỉ ít lâu sau, chai nước mắm đã vơi hơn phân nửa tuy ăn rất tần tiện. *"Bỗng một ngày chủ nhật đẹp trời, trong khi chờ đợt kết quả thi tuyển, chúng tôi cùng nhau chuẩn bị một bữa ăn ngon, lấy lại sức, sau những ngày học hành căng thẳng. Khi lấy chai nước mắm ra dùng cho việc ướp thịt thì hỡi ơi, chai trống không, không còn một giọt. Hỏi ra mới biết lý do. Bà chủ người Nga trong lúc dọn dẹp phòng khi chúng tôi đi vắng đã tìm ra nguyên do của cái mùi khó chịu trong phòng: chai nước mắm. Bà ta nghĩ là bọn trẻ chúng tôi lơ đễnh không làm vệ sinh rốt ráo nên đã trút hết phần còn lại của chai nước mắm vào bồn cầu rồi không quên rửa chai sạch sẽ để lại chỗ cũ!"*.

Tình yêu nước mắm bị một cú nặng, ông Hưng nháo nhào xin *visa*, đáp xe lửa qua tới Paris, cách Liège gần 400 cây số để mua nước mắm. Thứ ông mua được không thể gọi là nước mắm. Hay ít nhất, không phải nước mắm Việt Nam. Ký giả Quang Lộc kể chuyện mới xảy ra vào tháng 2/2019 khi Hà Nội tổ chức cuộc họp thượng đỉnh Hàn- Mỹ giữa anh Trump và anh Ủn. Một ký giả Pháp qua làm phóng sự hội nghị, trên đường trở về Pháp, đã *tweet* cho ông Quang Lộc tỏ ý tiếc không mua được nước mắm đem về Pháp. Ông Lộc *tweet* lại: "Ông còn dừng chân ở Bangkok vài bữa, bên đó thiếu gì nước mắm". Ông ký giả Pháp trả lời: "Ồ không! Không! Thứ tôi cần là thứ nước mắm Việt Nam sản xuất trong các thùng gỗ kia!".

Bangkok làm chi có thứ nước mắm thùng gỗ. Đó là thứ

nước mắm mà mẹ tôi vẫn gọi bà bán nước mắm rong quen vào nhà để mua. Bà này có nhiều loại nước mắm đựng trong những chiếc lọ sành. Nước mắm được đong bằng những chiếc cóng tre có cái cần dài. Mùi nước mắm vang lên khi mẹ tôi nếm từng loại nước mắm. Nếm xong, so giá, mẹ tôi mới mua. Trên mâm cơm, chén nước mắm đẹp màu hổ phách, tỏa ra một mùi thơm nhè nhẹ pha lẫn mùi đặc trưng của nước mắm. Hoạt cảnh mua nước mắm của mẹ tôi chỉ mới xảy ra cách đây vài chục năm nhưng, với tôi, như đã là chuyện cổ tích. Ngày nay, nơi xứ người, làm chi còn thứ nước mắm chân truyền của thời đó.

Nói tới nước mắm Việt Nam phải kể ngay ra những Phú Quốc hay Phan Thiết. Tôi chưa từng ra Phú Quốc nhưng đã chạy xe trên quốc lộ xuyên qua Phan Thiết. Vào tới địa phận của thứ nước mắm chân truyền này, mùi nước mắm nồng nặc trong không khí. Phải thú nhận là ngày đó tôi không mặn mà chi khi phải chạy qua vùng này. Nhưng nay nhớ lại, bỗng thèm cái mùi quê hương đó.

Nước mắm thủy chung giữ được hồn người Việt nhưng cũng lả lơi quyến rũ được người ngoại quốc. Nhà thơ Mỹ Bruce Weigl là một người dại...mắm. Ông đã ở Việt Nam trong thời chiến. Bữa đó, ông đang ở tại một căn cứ của Đệ Nhất Lữ Đoàn Kỵ Binh Hoa Kỳ cách Huế 35 cây số về phía Bắc thì bị hỏa tiễn tấn công. Sau đợt pháo kích, ông ngửi thấy một mùi nồng nặc mà mũi ông chưa bao giờ ngửi thấy trong cuộc đời nhiều chuyển dời của ông. Lúc đó ông nghĩ là phải có một xác chết của người hay thú vật đã bị thối rữa nằm gần đó. Ông kể lại: *"Tôi không kìm nén được cơn ho dữ dội, cơn ho đã khiến tôi phải hít thở rất sâu, và điều đó làm tôi mắc nghẹn và tiếp tục ho không thể kiềm chế. Tôi di chuyển càng nhanh càng tốt xa khỏi cái lều đã bị tên lửa đánh trúng, nơi mà những người lính Việt đã trữ một lu nước mắm trên 80 lít, một thứ không thể thiếu trong bữa ăn của người Việt. Sau đó tôi mới biết điều này, và biết rằng lu nước mắm đậm đặc đó bị mảnh tên lửa bắn vỡ. Nước mắm tràn vào lều, chảy xuống chiếc mương nhỏ gần đó. Nhưng có điều gì trong cái mùi nồng nặc đó làm tôi thích và nó lưu lại trong tôi".*

Ông được những người lính Việt cho ăn thử. Họ xới một chén cơm, chan vào chút nước mắm và mời ông ăn. Ông xuýt xoa: "Thật là ngon: một sự phối hợp tuyệt vời giữa sự đậm đà và ngọt ngào, và sự trù phú của một dòng sông chảy về bóng tối nơi thời gian chiếm hữu".

Cuối năm 1968, Bruce Weigl trở về Lorain, tiểu bang Ohio, quê hương của ông, mà không quên được mùi nước mắm. Một bữa ông câu được ba con cá hồi loại lớn. Khi làm cá, ông ngửi thấy cái mùi tanh tanh và cơn nhớ nước mắm nổi lên. Ông nhớ lại câu chuyện với một người lính Việt Nam về cách làm nước mắm tại nhà. Ông dựng một dàn phơi cá đã ướp muối, kê một chiếc chảo ở phía dưới để hứng thứ nước cá rỉ ra. Vài bữa sau, hàng xóm nhốn nháo kêu cảnh sát vì nghi có người chết ở xó xỉnh nào đó. *"Đứng giữa con phố, ban đêm, xung quanh tôi hàng xóm đang đứng tụ tập như thể một nghi lễ, những chiếc sân nhà đầy cảnh sát, tôi hít hơi thở sâu đầu tiên từ khi tôi ra ngoài. Tôi biết ngay vấn đề, và báo cảnh sát và một số hàng xóm đi theo tôi đến giàn phơi, đằng sau garage ô tô của cha tôi. Trước khi họ thấy cảnh tượng phơi cá của tôi, họ choáng váng bởi mùi nồng nặc và buộc phải quay chân. "Đấy là xác chết của anh" người cảnh sát thường tuần tra khu vực của tôi đứng đằng xa và nói, chỉ tay vào những con cá đang thối rữa. Sau khi mọi việc đã được giải quyết với cảnh sát và với những người hàng xóm tốt bụng của tôi, tôi hứa với họ rằng tôi sẽ tiêu hủy những con cá càng sớm càng tốt".* Hứa vậy nhưng ông đâu có thể rời xa được mùi mắm. Ông bỏ chúng vào nồi, nấu lửa thật nhỏ, thật lâu cho tới khi cá nát bấy biến thành chất lỏng. Ông dùng một chiếc rây lược bỏ xác cá và nấu tiếp cho tới khi *"màu của chất lỏng trở nên giống màu mặt trời trước khi lặn xuống chân trời".* Ông đổ thứ nước mắm của ông vào một chiếc chai nhỏ, đậy nắp thật kín và giấu trong phòng ngủ. *"Tôi dùng nước mắm một cách bí mật cùng thức ăn, nhưng luôn luôn phải rất cẩn trọng vì mùi của nó rất nặng và vì cảnh sát đã đến thăm hỏi tôi chính vì cái mùi đó".*

Tội nghiệp nhà thơ! Người tình nặng mùi đã hớp hồn ông. Dân Việt Nam chúng tôi biết đó là cái mùi khó ngửi nhưng đó cũng là cái mùi mà chúng tôi gọi là "quốc hồn quốc túy". Phải bịt mũi mà thương. Cứ như cưới được bà vợ yêu có mùi nồng nàn từ vùng phía dưới nơi tiếp nối giữa thân mình và cánh tay. Khi đã quen hơi bén mùi rồi thì chịu. Không cách chi rời xa được. Cái mùi vừa muốn tránh xa vừa muốn xáp lại gần khiến cho tình yêu nước mắm của chúng ta thêm hấp dẫn.

Cái mùi của nước mắm đã đi vào một giai thoại văn học khi ông Cao Bá Quát hạ hai câu thơ: *"Ngán thay cái mũi vô duyên / Câu thơ thi xã, con thuyền Nghệ An".*

Nghệ An không phải là nơi sản xuất nước mắm nổi tiếng như Phú Quốc hay Phan Thiết. Làng nghề nước mắm ở Nghệ An là làng Vạn Phần. Hàng năm có tới hàng trăm con thuyền chở nước mắm từ Nghệ An đi bán khắp nước, cả tới Hà Nội. Bởi vậy nên Hà Nội mới có Vạn Mắm ở sát sông Hồng, nơi đón những thuyền mắm từ Nghệ An ra. Nước mắm Nghệ An là loại nước mắm ngon, "mắm Nghệ, lòng giòn, rượu ngon, cơm trắng". Thuyền là thuyền buồm nên phải di chuyển theo con gió. Vậy nên nước mắm có bán hết hay không, thuyền cũng phải theo gió đông nam quay trở lại Nghệ An. Số nước mắm ế được dân Kẻ Chợ mua với giá rẻ để bán lại dần. Vậy nên tới đời vua Thiệu trị, trong 36 phố phường Hà Nội mới có phố Hàng Mắm. Trong cuốn *"Một Chiến Dịch ở Bắc Kỳ"*, xuất bản năm 1892, Bác sĩ Hocquart đã viết về phố Hàng Mắm hồi đó: *"Con phố với những mái nhà lô xô, không nhà nào có cửa sổ. Những tấm phên nứa che nắng lấn ra mặt đường chỉ để lại một lối đi nhỏ. Họ bán các loại mắm, từ mắm tôm đặc, mắm tôm loãng đến nước mắm, cá khô, vịt muối. Mùi mắm xông lên nồng nặc"*. Mang cái mùi nồng nặc đó ra sánh với thơ, Cao Bá Quát quả là thâm. "Câu thơ thi xã" là thơ của thi xã Mặc Vân do Tùng Thiện Vương Miên Thẩm và Tuy Lý Vương Miên Trinh, con vua Minh Mạng thành lập.

Giai thoại thơ và mắm này ai cũng biết nhưng nhiều nhà nghiên cứu sau này đã đặt ra nhiều nghi vấn. Bởi vì đã có thời chính Cao Bá Quát cũng là một thành viên của Mặc Vân thi xã. Dzậy là sao?

Giáo sư Phan Đăng ở Huế luận như sau: *"Hội thơ này*

dù từng bị Cao Bá Quát chê: "Ngán thay cái mũi vô duyên / Câu thơ Thi xã, con thuyền Nghệ An !", chẳng qua là do tính khí kiêu mạn của ông, nhưng khi vào làm quan ở Huế, Cao cũng được vua Tự Đức và các ông hoàng thơ, các thành viên của Mặc Vân thi xã đánh giá rất cao về tài văn chương của ông và ông đã trở thành người bạn thơ của hội thơ này. Tương truyền vua Tự Đức cũng từng khen Cao rằng: "Văn như Siêu, Quát vô tiền Hán / Thi đáo Tùng, Tuy thất thịnh Đường". Có thể lời đánh giá này cũng nhằm đề cao thời đại mình, nhưng cũng không phải là ngoa".

Nhà nghiên cứu Nguyễn Thị Chân Quỳnh cũng thắc mắc: *"Tuy nhiên, không thiếu gì người chép Cao Bá Quát là bạn tri kỷ của Tùng Thiện Vương. Đặc biệt khi ông đổi đi làm Giáo thụ Quốc Oai, Tùng Thiện Vương nhờ ông đề Tựa cho tập thơ mới sáng tác, ông đã viết bài Tựa hai trang. Xưa nay người ta viết Tựa để khen, dù là khen dè dặt chứ không ai viết để chê. Một mặt Cao chê thơ Thi Xã, mà Tùng Thiện Vương làm Minh chủ, nặng mùi, mặt khác lại khen thơ Vương và làm bạn tri kỷ của Vương, mâu thuẫn là ở chỗ ấy. Sở Cuồng giải thích là trước kia Cao vẫn tỏ ý khinh thị hai anh em Vương nhưng nhờ hai Vương đều trọng tài ông và tính khí độ lượng nên về sau cảm hóa được ông trở thành bạn và gia nhập Thi Xã. Tuy cách giải thích cũng có lý nhưng tôi vẫn thấy bất ổn. Người ta chỉ nói Cao Bá Quát rất mực thông minh và kiêu ngạo không thấy ai nói ông "tiền hậu bất nhất". Đã chê tất phải thấy thơ không hay, rồi vì cảm tình riêng mà bỗng chốc thơ không hay lại hoá hay thì khó mà tin được. Mấy câu thơ trên chắc cũng là ngụy tạo".*

Vậy hai câu thơ này thuộc loại dỏm, tiếng thời thượng gọi là *fake poem* chăng? Tác giả Nguyễn Thị Chân Quỳnh tin như vậy. Bà đưa ra trường hợp một câu đối khác rất nổi tiếng được gán cho Cao Bá Quát. *"Ba hồi trống giục đù cha kiếp / Một nhát gươm đưa, bỏ mẹ đời!"*. Theo bà Chân Quỳnh, đôi câu đôi này có khẩu khí của Cao Bá Quát nhưng sự thực về cái chết của Cao Bá Quát lại khác. Ông không bị đưa ra pháp trường! Theo cuốn sử *"Đại Nam Thực Lục Chính Biên"* của triều Nguyễn thì năm 1854, Cao Bá Quát bị "suất đội Đinh Thế Quang bắn chết tại trận. Vua Tự Đức hạ lệnh bêu đầu ông khắp các tỉnh miền Bắc rồi bổ ra ném xuống sông. Sau Quang được thăng lên Cai Đội".

Vậy là những câu đối và câu thơ biếm nhẽ *"câu thơ Thi Xã, con thuyền Nghệ An"* đều là dỏm hết. Thơ chẳng vương mùi mắm. Thơ là thơ, mắm là mắm, chẳng thể nhập nhằng được. Ông Luân Hoán vững bụng nhé. Từ nay chẳng cần phải bận tay đẩy lọ nước mắm ra xa nữa!

04/2019

NẰM

Montreal chúng tôi vừa tổ chức kỷ niệm một sự kiện xảy ra từ nửa thế kỷ trước. Đó là cuộc… nằm của đôi vợ chồng nghệ sĩ John Lennon và Yoko Ono. Họ cưới nhau và hưởng trăng mật bằng cách nằm trên giường, mặc áo ngủ, tiếp khách tới thăm. Cả hai đều là nghệ sĩ trình diễn. Chị Yoko Ono là một ca sĩ Nhật làng nhàng. Anh John Lennon nổi tiếng hơn vì là một Beatles. Ban Beatles thì ai có tai nghe nhạc đều biết. Và say mê. Ban Beatles là một ban nhạc *rock* của Anh được thành lập tại Liverpool vào năm 1960 gồm bốn thành viên: John Lennon, Paul McCartney, George Harrison và Ringo Starr. Ban này được coi như một ban nhạc thành công nhất trong lịch sử nhạc *rock* thế giới. Từ thập niên 1960 cho tới tận bây giờ, những bản nhạc của họ trình diễn vẫn làm mê mẩn thính giả. Tuổi thanh niên của thế hệ tôi thấm đẫm nhạc của The Beatles. Ngày nay, mỗi khi bất thần nghe lại câu nhạc cũ, tôi vẫn phải lắng tai. Nhạc Beatles đã nằm trong tôi và những bạn đồng trang lứa. Và nó nhất định không chịu bỏ đi.

Chẳng biết tại sao hai nghệ sĩ này lại phô bày trăng mật của họ trước mắt thiên hạ. Có lẽ vì muốn chơi khác người. Montreal chúng tôi không phải là nơi được họ chọn lựa trong chương trình…nằm của họ từ lúc đầu và cũng không phải là nơi duy nhất họ bày giường cho mọi người coi. Vậy mà dịp kỷ niệm 50 năm này, thành phố đã ầm ỹ. Ầm ỹ đến nỗi Royal Canadian Mint phải đúc một đồng tiền bạc để ghi dấu kỷ niệm. Chuyện nằm của một đôi uyên ương, dù là uyên ương thứ vang danh thiên hạ, làm chi mà phải ghi dấu đậm đà như vậy. Tôi nghĩ một phần có lẽ họ đã khôn lỏi khi gán cho hành động của họ là hành động chống chiến tranh, kêu gọi hòa bình, giữa lúc phong trào phản chiến chống chiến tranh tại Việt Nam đang là thời sự nóng hổi. Vậy nên chiêu quảng bá của họ đã thành công. Cho tới nửa thế kỷ sau, khi cuộc chiến đã chấm dứt từ khuya.

Lennon và Ono làm đám cưới tại Gibraltar vào ngày 20/3/1969. Một tuần sau, họ biểu diễn nằm tơ hơ cho công chúng coi tại Amsterdam, Hòa Lan. Họ định chơi màn thứ hai tại Nữu Ước vào tháng 5 nhưng vì Lennon đang vướng vào vụ liên quan tới ma túy tại Mỹ nên không được nhập cảnh. Họ quay sang Bahamas nhưng nơi đây khỉ ho cò gáy coi bộ nằm hay không chẳng ai lý tới. Lúc bấy giờ họ mới nghĩ tới Canada nhưng là Toronto chứ không phải Montreal. Hai người lấy máy bay Air Canada bay sang Toronto. Tại đây họ gặp đại diện quảng cáo của họ là Derek Taylor. Ông này giới thiệu họ với nhà báo Ritchie Yorke. Nhà báo này là người am hiểu tình hình địa phương. Ông khuyên hai người không nên nằm tại Toronto vì nơi đây không phải là thủ phủ được công luận quốc tế chú ý nhiều. Vả lại thành phố này rất bảo thủ. Ông đề nghị họ nên tới Montreal. Ngày hôm sau họ rời Toronto ngay.

Montreal là nơi họ không chọn từ đầu nhưng lại là nơi tiếp đón họ rất nồng hậu. Tuổi trẻ thành phố đã tụ họp chờ đón họ trước khách sạn Queen Elizabeth. Theo xếp đặt của khách sạn thì họ sẽ dùng xe *limousine* từ phi trường Dorval về bãi đậu xe của khách sạn để tránh đám đông nhưng họ đã dùng *taxi* về ngay trước cửa khách sạn. Có khoảng từ 50 tới 75 thanh niên nam nữ đứng chờ hoan hô.

Họ mướn bốn phòng liên tiếp, các phòng số 1738, 1740, 1742 và 1744. Họ đặt giường tại phòng số 1742. Đó là một chiếc giường cỡ *queen size* trải mền trắng. Chắc thời đó chưa có cỡ giường *king size*, nếu có chắc họ phải chơi loại… vua! Vậy là tài tử giai nhân, giới văn nghệ truyền thông, giới *hippy* choai choai túa tới quanh giường trong suốt một tuần lễ họ nằm ở đây, từ ngày 26/5 đến 2/6/1969. Ký giả Ritchie Yorke viết trên báo The Gazette: "Trong căn phòng đông đúc, John và Yoko ngồi nắm tay nhau trên giường giữa những đóa hoa cẩm chướng trắng, đĩa nhạc, dụng cụ quay phim, ly rượu rỗng và chiếc điện thoại luôn luôn bận rộn người gọi". Không cần phải nói tới chuyện họ hát hỏng tưng bừng trong suốt thời gian nằm trên giường. Dĩ nhiên. Cặp vợ chồng *hippy* đã chọn đúng nơi để nằm. Cả Montreal lên cơn sốt trong một tuần lễ. Bất cứ cái gì dính dáng tới cuộc nằm này đều được ghi nhớ lại một cách thành kính.

John Lennon và Yoko Ono trên giường tại khách sạn Queen Elizabeth, Montreal.

Cậu nhỏ Jerry Levitan, lúc đó mới 14 tuổi, từ Toronto tới khách sạn và hóa trang thành một ký giả để làm một cuộc phỏng vấn nhỏ. Nhiều thập niên sau, cuộc phỏng vấn này đã khiến cậu bé 14 tuổi hồi đó xuất bản được một cuốn sách và một phim ngắn được đề cử giải Oscar.

Bà Christine Kemp, một nghệ nhân ở vùng phố cổ Montreal đã thêu một chiếc mền với hàng chữ *"All You Need is Love"*. Chỉ cần tình yêu! Dù đang có thai 5 tháng, bà cũng tới khách sạn Queen Elizabeth để tặng cặp nhân tình đang nổi tiếng. Họ đã trải lên giường chiếc mền này trong suốt tuần lễ trình diễn. Sau đó chiếc mền này bị mất tiêu. Không hiểu ai đã chôm chĩa. Mãi tới năm 2005, chiếc mền này mới lại xuất hiện trong viện bảo tàng Liverpool, nơi ra đời của ban nhạc The Beatles. Gia đình Hare Krishnas đã tặng chiếc mền này. Bà Christine Kemp đâu có chịu thua khi chiếc mền đã trở thành của báu có giá trị lớn. Bà đòi lại chủ quyền. Và bà đã thắng khi được chứng minh bằng tấm hình của ký giả Tedd Church chụp khi bà trao chiếc mền cho Lennon và Ono.

Sau vụ nằm tại Montreal, cặp đôi này được chủ tịch của hội sinh viên Đại học Ottawa, chàng Allan Rock, mời xuống Ottawa dự một diễn đàn về hòa bình thế giới. Chàng Allan Rock sau này đã hai lần làm Bộ Trưởng trong chính phủ của Thủ Tướng Jean Chretien. Lần đầu là Bộ Trưởng Tư Pháp từ năm 1993 đến 1997. Lần thứ hai là Bộ Trưởng Y Tế từ 1997 đến 2002. Sau đó ông giữ chức Đại Sứ Canada tại Liên Hiệp Quốc từ 2004 đến 2006. Ngay sau cuộc nằm tại Montreal, John và Ono đáp xe lửa xuống Ottawa. Allen Rock đón họ bằng chiếc xe Volkswagen Beetle màu vàng (cái tên tương tự như Beatles!). Họ có tới dinh Thủ Tướng Canada trên đường Sussex để chào vị Thủ Tướng nổi danh Pierre Trudeau nhưng ông này đi vắng. Họ để lại một thư thăm hỏi tỏ ý ngưỡng mộ.

Đã 50 năm kể từ ngày hai ca sĩ nổi tiếng này rời Montreal nhưng hơi hướm của họ còn nồng mùi mãi tới nay. Cuộc nằm của họ được kỷ niệm liêng chiêng mỗi thập niên. Một thập niên trước đây, năm 2009, nàng Ono đã một mình tới Montreal nhân dịp kỷ niệm này 40 năm. Ono lẻ bóng vì Lennon đã bị ám sát chết tại Nữu Ước từ năm 1980, lúc chỉ mới 40 tuổi.

Anh này chết trẻ sau khi lấy vợ già. Chàng Lennon sanh năm 1940. Chị Ono sanh trước đó 7 năm, vào năm 1933.

Hôn nhân của họ là rổ rá cạp lại. Trước đó anh đã có vợ tên Cynthia Powell từ năm 1962 tới 1968 thì ly dị. Chị bề bộn hơn chút xíu, đã có một anh chồng hai lần cưới. Đó là anh Anthony Cox, cưới năm 1962, hủy hôn năm 1963, ngay cùng năm đó cưới lại và ly dị vào năm 1969. Khi hai anh chị Lennon và Ono cưới nhau thì anh mới ly dị một năm trước, 1968. Còn cuộc ly dị của chị còn mới toanh. Vốn liếng con cái thì anh hơn chị. Anh có hai con là Julien và Sean. Chị chỉ có một con gái là Kyoko Ono Cox.

Trở lại Montreal vào năm 2009, nàng Yoko Ono đã ngậm ngùi nhớ lại: *"Montreal là nơi mà John và tôi đã đưa ra được một thông điệp rất quan trọng. Lúc đó, chúng tôi không nghĩ là nó quan trọng như vậy, nhưng nay mới thấy đó là nền tảng của cuộc sống của chúng tôi. Khi tất cả mọi người ra về vào khoảng 6 giờ chiều, John và tôi nhìn ra bầu trời. Cảnh thật đẹp. Tôi mãi nhớ những giây phút đó"*.

Nhắc tới bản nhạc thời danh được sáng tác trên giường ngày đó, bản *"Give Peace A Chance"*. (Hãy Cho Hòa Bình Một Cơ Hội), Ono ngậm ngùi: *"Không có cảm hứng và tinh thần của mọi người quanh chúng tôi hồi đó, bản "Give Peace a Chance" chắc không được sáng tác. Đó là một tác phẩm giữa John và tôi và tình thân của Montreal"*.

Tôi đã vào *Youtube* coi màn hát tập thể này. Căn phòng đông nghẹt, khoảng 40 người thuộc nhiều lớp tuổi. Nóng và bí khủng khiếp. Lennon ôm cây đàn gảy say mê. Một người đập trống. Và tất cả vỗ tay theo nhịp hát. Bài ca giản dị như một khẩu hiệu nhưng bừng lên khi hát cộng đồng. Trên tường là một tấm *carton* lớn được chính Lennon ghi lời bài hát bằng bút nỉ đậm nét. Lennon dạy hát và giữ nhịp vỗ tay cho mọi người. Bản nhạc sau đó được phổ biến rộng rãi và được coi như "quốc ca" của những người tranh đấu cho hòa bình.

Tấm *carton* ghi lời nhạc do chính Lennon viết tay sau này đã gây ra một cái đuôi ít…hòa bình. Câu chuyện do chính người trong cuộc, anh Tommy Schnurmacher, lúc đó còn là một sinh viên, kể lại. Anh là một *fan* của ban Beatles. Khi ban Beatles tới Montreal trình diễn vào năm 1964, anh muốn đi coi hết sức nhưng không đủ tiền mua vé lúc đó rất đắt. Tới 5 đô rưỡi lận! Anh ôm hận cho tới 5 năm sau. Khi nghe đài phát thanh CFOX vào tháng 5/1969 loan tin John Lennon và Yoko Ono cùng con gái của họ tên Kyoko tới ngụ tại khách sạn Queen Elizabeth, anh nhảy cỡn mừng rỡ. Không tận mắt nhìn được cả bốn người trong ban Beatles, ít nhất anh cũng có thể gặp một người. Cũng được đi. *"Tôi phải nhận là tôi không thích mái tóc dài của Lennon nên xếp anh vào hạng ba trong bốn người mà tôi thích nhưng dù sao đây cũng là một Beatles!"*.

Anh Tommy rủ cô bạn gái Lilian cùng tới khách sạn nhưng cô này bận học không đi được. Anh rủ cô bạn học cùng lớp Gail Renard đi với anh. Cô này tỏ ý ngại sẽ không có cách nào vô được với hàng ngàn *fan* chen chúc nhau. Rồi còn cả tá an ninh vây quanh đôi danh ca này. Mặc cho lời can gián của Gail, anh Tommy nhất định phải tới. Anh nói với Gail là anh đã có một thẻ nhà báo giả và đã mua một hộp bút màu cho cô nhỏ Kyoko. Họ đón xe buýt số 124 tới đường Victoria rồi bắt qua buýt số 65 tới đường Queen

Mary, đi bộ năm khu phố tới khách sạn. Tới nơi mới thấy sự lo xa của Gail là vô ích. Không có một *fan* nào trước cửa cũng như trong hành lang khách sạn. Phòng của họ trên tầng thứ 17. Hai người tới chỗ thang máy. Gail giơ tay bấm nút số 17 nhưng Tommy chặn lại và bấm lên tầng 18 vì sợ tầng 17 bị chặn. Họ đi thang bộ xuống tầng 17 và thấy trước cửa phòng số 1742 có một chiếc xe đẩy dùng để dọn phòng của khách sạn. Họ lấy hết sức can đảm gõ cửa. Lập tức xảy ra hai chuyện. Một ông an ninh cốt đột không biết từ đâu ra, nắm cổ áo của Tommy. Ngay lúc đó, cửa phòng mở và Ono bồng đứa con gái đứng ngay cửa. Ông an ninh vội nói: "Xin lỗi cô. Tôi không biết làm sao mà hai người này lên được đây. Nhưng không sao, tôi sẽ tống cổ họ đi ngay". Ono chưa có phản ứng chi thì cô bé Kyoko nhìn thấy hộp bút màu trên tay Tommy, nói ngay lập tức: "Con muốn hộp bút màu này!". Tommy trả lời: "Nếu tôi bị trục xuất khỏi nơi đây thì bé không có hộp màu này!". Không một chút lưỡng lự, Ono can thiệp ngay: "Không ai bị tống ra khỏi đây cả. Đây là bạn tôi. Mời vào!". Chưa đầy một phút sau, Ono hỏi: "Các em muốn gặp Lennon phải không? Anh ở phòng bên". Tommy run lên. Thần tượng ở kề ngay bên. Hai người ở lại suốt ngày. Và suốt tuần lễ sau đó.

Sở dĩ họ được mời lại trong suốt tuần là vì cô bé Kyoko. Bị giam suốt ngày trong phòng khách sạn, cô bé buồn ra mặt. Tommy nói với Ono là anh có một đứa em gái cùng tuổi với Kyoko tên Cynthia, anh ngần ngại hỏi: "Tôi có thể mang bé Kyoko về nhà chơi với Cynthia không?". Ono bằng lòng ngay dù chẳng biết tên, số điện thoại và cũng chẳng biết anh thuộc hạng người nào. Vậy là anh và Gail là *babysitter* cho bé Kyoko trong suốt một tuần lễ. Sáng tới đón, chiều mang trả về. Bữa trưa bé Kyoko được mẹ Tommy dọn ăn. Hai đứa bé chơi ở công viên trước cửa nhà. Có bữa họ còn cho Kyoko đi xe ngựa ở hồ Beaver. Chẳng có nhân viên an ninh nào canh chừng!

Khi rời Montreal, một nhân viên của Lennon trả cho Tommy và Gail 150 đô tiền công giữ trẻ. Và tặng mỗi người một đĩa nhạc có chữ ký tặng. Ngoài ra, Tommy được một tấm hình có chữ ký và Gail được tấm *carton* ghi lời bản nhạc *"Give Peace a Chance"* do Lennon viết tay treo trên cửa sổ căn phòng để mọi người nhìn vào khi hát. Chính tấm *carton* này đã làm mất tình bạn giữa Tommy và Gail.

Năm 2008, tại một cuộc bán đấu giá ở Luân Đôn do nhà bán đấu giá Christie tổ chức, tấm *carton* này được bán với giá 420 ngàn bảng Anh, khoảng 800 ngàn đô Canada. Người ta cho rằng chính Gail là người bán. Trước đó, cô đã dọn qua định cư ở Luân Đôn và rất thành công trong nghề nghiệp. Tommy đã có lần qua chơi Luân Đôn và ở nhà của Gail. Gail cũng gặp Tommy mỗi lần cô về thăm gia đình ở Montreal. Tommy đang làm một chương trình phát thanh trên đài CJAD. Một sếp của anh, khi nghe tin, đã xúi anh kiện để chia phần số tiền 800 ngàn đô này. Anh gạt đi. Ông này thuyết phục: "Cậu thử làm một *show* về chuyện này xem thính giả phản ứng ra sao? Tôi bảo đảm là phần đông sẽ đồng ý cậu nên kiện. Cứ nghĩ coi, nếu không có cậu thì cô Gail này làm sao gặp được Lennon!". Ông ta có lý. Thính giả xúi anh phải kiện.

Đồng tiền 20 đô kỷ niệm do Canada phát hành năm 2019.

Luật sư chuyên về bản quyền âm nhạc Richard, bạn của Tommy, cũng khuyên anh phải kiện. "Cậu không nghĩ là sau này cậu sẽ hối tiếc sao? Chính cậu là người tạo ra cuộc gặp gỡ và bây giờ cậu bị ra rìa. Đây hiển nhiên là một ca làm giầu bất công. Cả cậu và Gail làm *babysitter* Kyoko phải không? Cậu có nghĩ là John và Yoko muốn thưởng cho cô Gail thứ có giá trị hơn không? Dĩ nhiên là không! Tôi sẽ cãi không công cho cậu. Cậu không phải tốn một xu nào cả. Tôi làm vì thấy đây là một sự bất công!".

Richard gọi cho hãng bán đấu giá Christie trình bày sự việc và yêu cầu hãng giữ lại số tiền đó. Nhưng sau đó, Tommy nghĩ rằng nếu kiện sẽ rất phức tạp và tổn thương tình cảm giữa hai người nên anh quyết định bỏ vụ này. Phần Gail lại khác. Sau vụ bán đấu giá, cô đã viết một cuốn sách kể lại cuộc gặp gỡ cặp nghệ sĩ và tấm *carton* ghi bài hát với thủ bút của Lennon. Trong suốt cuốn sách này, cô không một lần nhắc tới tên Tommy Schnurmacher! Như vậy có *fair* không? Cứ để cô nàng Gail tự biết. Riêng Tommy, anh viết: *"Tôi học được một bài học rất quan trọng từ chuyện này. Tôi mắc phải lầm lỗi khi không theo trực giác ban đầu bỏ đi câu chuyện này. Kết quả tôi mất một người bạn. Hơn thế nữa, Gail còn gạch tôi ra khỏi danh sách bạn nàng trên Facebook. Nhưng bỏ ngoài những chuyện không vui đó, tôi đã có một tấm hình có chữ ký của John Lennon. Và tôi có niềm tự hào đã tránh được một cuộc chiến về bản nhạc* Give Peace a Chance".

Tị hiềm, tranh dành nhau thì còn đâu hòa bình! *Give Peace a Chance!* Anh Tommy Schnurmacher đã phải hy sinh mới cho hòa bình một cơ hội. Còn hai anh chị John Lennon và Yoko Ono cho hòa bình một cơ hội mà chẳng tốn sức chi. Cứ nằm khểnh ra, khỏe re!

06/2019

NGANG

Cây thập giá có một thanh ngang trông như hai cánh tay giang ra. Bài viết của nhà thơ Phùng Quán nói về những ngày tù tội khổ nhục trong nhà tù Cộng sản của cha chánh xứ nhà thờ Lớn Hà Nội Gioan Lasan Nguyễn văn Vinh cũng có cái tựa: "Chiếc Thanh Ngang Trên Thập Tự Giá".

Tôi nghĩ cái tựa này rất đắt. Chính cái thanh ngang, nơi hai đầu dính chặt bàn tay bị đóng đinh treo cả thân hình của Chúa, là vật chịu đựng tất cả những hy sinh của cuộc tử nạn. Thời xưa, tại Hy Lạp, chỉ có một cây cột để tra tấn và hành hình tử tội. Về sau, người ta mới thêm cây ngang để treo tử tội. Người ta bắt tử tội phải vác cây ngang này từ nhà tù đến pháp trường để phán quan treo lên hành hình. Lối xử tử này là cực hình kinh hoàng nhất cho tử tù vì cái chết lần mòn kéo dài từ 3 tiếng đồng hồ tới 5 hay 6 ngày trước khi tắt thở.

Tác giả Châu Thanh viết về cuộc hành hình như sau: *"Theo luật La Mã, sau khi bị tuyên án tử hình trên cây thập* tự, người tử tội phải chịu một loạt cực hình trước khi chết. Trước hết là một trận đòn kinh khủng bằng roi da gồm nhiều sợi dây gai đính móc sắt hay móc kim khí, hoặc đính các mảnh xương sắc bén. Trận đòn đau đớn dã man đến nỗi thường được gọi là cái chết thứ nhất. Theo nhà văn Hy Lạp Plutarque (46-99 sau Công Nguyên), sau trận đòn ác liệt ấy, tử tội phải vác cây gỗ làm chiều ngang của cây thập giá đến pháp trường. Người tử tội cũng phải đeo trên cổ một tấm bảng ghi rõ tội trạng. Khi đến pháp trường, người tử tội bị lột hết áo xống rồi bị cột chặt hai cườm tay, bị đóng đinh vào cây gỗ mình đã vác theo. Sau đó, toán lính mới kéo cây gỗ ấy lên, đóng thẳng góc với một cây cột đã chôn sẵn tại pháp trường. Ở khoảng giữa cây cột có ghép thêm một miếng gỗ như cái nêm làm chỗ tựa để người tử tội khỏi bị tuột xuống dưới sức nặng của mình, và cũng để giảm bớt phần nào sức kéo làm toạc vết đinh đóng ở hai cườm tay. Cực hình ấy kéo dài giờ này sang giờ khác dưới ánh nắng thiêu đốt ban ngày và nhiều khi giữa gió lạnh buốt ban đêm. Máu liên tục nhỏ từng giọt chậm chậm từ các vết thương do roi da đính móc sắt, các bắp thịt bị đinh xé toạc, và trong khi da co lại dưới ánh nắng thiêu đốt, các đốt xương gãy bị kéo rời ra lại càng làm cho cơn hấp hối của người tử tội trở thành cực kỳ đau đớn".

Chính cái thanh ngang mới là cực hình của người bị hành hình. Nguyễn Đình Toàn, trong bản nhạc "Hãy Thắp Cho Nhau Một Ngọn Đèn", cũng đã chỉ nhìn thấy thanh ngang trên cây thập giá:

Đêm quê hương

Đêm treo trên một cành ngang
Chôn nhau xong làm dấu nhớ chỗ ai nằm.

Tôi nhớ tới bài văn của Phùng Quán và bản nhạc của Nguyễn Đình Toàn khi tại Montreal chúng tôi đang ồn ào về chuyện cây thánh giá. Montreal như một thành phố trên thiên đàng. Nhà thờ nằm san sát nhau. Có khi đầu phố một nhà thờ cuối phố một nhà thờ. Có khi nhà thờ bên này đường đứng nhìn nhà thờ bên kia đường. Đường đâu có phải đường thường mà là đường thánh không. Mỗi thánh chiếm một đường với cái tên hết thánh nam *saint* đến thánh nữ *sainte* treo cao nơi đầu phố. Thỉnh thoảng, trên hè phố, người ta bắt gặp những cây thập tự giá nằm đó đây.

Cây thánh giá đầu tiên của tỉnh bang Quebec đã được dựng lên từ ngày nhà thám hiểm Jacques Cartier lần đầu tiên đặt chân tới vùng đất mới này vào tháng 7 năm 1534. Và có đụng độ ngay. Cartier gặp tù trường bộ lạc da đỏ Donnacona khi đó đã sống trong vùng Thung Lũng Saint Lawrence hàng thế kỷ trước. Khi Cartier rời vùng Gaspé, ông cho thuộc hạ dựng một cây thánh giá gỗ cao 7 thước rưỡi trên có khắc dòng chữ *"Vive le Roi de France"* (Vạn Tuế Vua Nước Pháp) và ba bông hoa huệ, huy hiệu của nhà vua. Trong du ký, Cartier kể lại là viên tù trưởng này đã bắt chéo hai ngón tay thành hình thập tự giá rồi chỉ khắp chung quanh có ý nói là tất cả đất đai nơi đây thuộc về ông ta. Nếu muốn dựng cây thánh giá thì phải xin phép ông. Nhưng Cartier đã hạ cơn giận của ông ta bằng cách biếu quà cáp và nói đại là cây thánh giá chỉ là một cách đánh dấu để người Pháp biết vị trí tìm về.

Cuộc chiến đầu tiên về cây thánh giá từ gần 500 năm

trước đã gợi nhớ tới cuộc tranh luận gay gắt ngày nay. Thời thế có đổi thay nên bản chất cuộc chiến cũng thay đổi. Thánh giá gây nên nỗi ngày nay có tới hai cây lận. Một cây trong phòng họp chính của Tòa Đô Chánh Montreal và một cây trong phòng họp của Quốc Hội tỉnh bang Quebec. Cốt lõi của cuộc tranh luận là: thánh giá là biểu tượng của tôn giáo hay di sản văn hóa. Người ta tạm phân chia ra thành hai lọai thập tự: nếu có tượng Chúa treo trên thập tự thì là biểu tượng tôn giáo; nếu không có tượng Chúa là di sản văn hóa. Cả hai cây thánh giá đang gây tranh cãi ồn ào đều có tượng Chúa.

Nói tới cây thánh giá ở tòa Đô Chính Montreal chúng tôi trước. Cây thánh giá này được treo ngay chỗ trang trọng nhất trong đại sảnh từ năm 1937 lận. Tính ra đến nay đã 82 năm, một thời gian đủ dài để có thể coi như một di sản văn hóa. Ít nhất đó là ý kiến của những người có tuổi. Họ đã sống quá lâu với cây thánh giá.

Bất ngờ là một ký giả Hồi giáo, bà Fariha Naqvi-Mo-hamed, lúc nào cũng đội khăn, lại về phe với mấy ông bà có tuổi này. Bà viết: "Là một người thiểu số nhãn tiền nhưng cũng là một người Quebec đầy kiêu hãnh, tôi phải quan tâm tới chuyện này. Montreal từ xưa là một thành phố đậm tính cách tôn giáo. Chúng ta không cần phải tước bỏ căn cước của mình để theo thời. Chúng tôi không cảm thấy bị xúc phạm bởi những biểu tượng tôn giáo của người khác. Những biểu tượng tôn giáo và sự khác biệt là gia tài của thành phố chúng ta".

Bà Đô Trưởng Montreal Valérie Plante lại nghĩ khác: "Chúng ta phải thấy rằng cây thánh giá đã được treo trong một môi trường và thời gian khác hẳn thời kỳ của chúng ta bây giờ. Chúng ta đang ở trong thời kỳ mà các định chế xã hội phải phi tôn giáo. Gỡ bỏ cây thánh giá không có nghĩa là chúng ta thiếu tôn trọng gia tài tôn giáo của tỉnh bang chúng ta".

Ông cãi qua, bà cãi lại, chuyện bất đồng ý kiến là chuyện thông thường nhưng không dễ giải quyết. Đúng lúc gay cấn thì tòa nhà đô chính tới thời kỳ phải đại tu. Thời gian đóng cửa là ba năm kể từ ngày 15/4/2019 vừa qua. Vậy là bà Đô Trưởng coi như trúng số. Sau ba năm không chắc cái ghế của bà còn vững nhưng cây thánh giá đã bị gỡ bỏ để sửa chữa đã được bà định cho một chỗ ở mới: phòng bảo tàng. Tòa nhà khi được chỉnh trang sẽ có một phòng bảo tàng để lưu giữ tất cả những di tích lịch sử của nó. Cây thánh giá là một trong những cổ vật này!

Giáo hội Công giáo không vui khi được biết cây thánh giá sẽ không còn được treo tại tòa Đô Chính nữa. Tổng Giám Mục Christiane Lépine, người cầm đầu giáo hội tại Quebec, đã tiếc rẻ: "Thánh giá luôn luôn là một biểu tượng sống của sự cởi mở và tôn trọng mọi người, kể cả những người không cùng chung tín ngưỡng và truyền thống tôn giáo".

Tại quốc hội của tỉnh bang Quebec, tọa lạc tại thành phố Quebec, cũng có một cây thánh giá ngự trên chỗ trang trọng nhất trong phòng họp chính. Phòng này được sơn màu xanh nên được gọi là "Phòng Xanh" *(Salon Bleu)*. Cây thánh giá này được Thủ Hiến Maurice Duplessis treo trong phòng họp từ năm 1936. Từ đó đến nay, thánh giá đã bị đe dọa lấy xuống nhiều lần. Bộ Trưởng bộ Di Trú Simon Jolin-Barrette quả quyết là lập trường của chính phủ về cây thánh giá này không thay đổi: "Đối với chúng ta, đây là một biểu tượng lịch sử như tất cả các biểu tượng tôn giáo khác trong Phòng Xanh. Chúng tôi ghi nhận quyết định của thành phố Montreal. Họ có quyết định riêng. Chúng tôi cũng có quyết định riêng. Cây thánh giá vẫn còn đó".

Thánh giá vẫn còn đó nhưng hơi bấp bênh. Năm 2008, đã từng có một ủy ban được thành lập để xem xét vấn đề này. Đó là Ủy Ban Bouchard-Taylor. Họ đề nghị gỡ bỏ thánh giá. Nhưng quốc hội đã bác bỏ đề nghị này vì "dân Quebec đã sống mật thiết với truyền thống tôn giáo và lịch sử được tượng trưng bằng cây thánh giá".

Thủ hiến tỉnh bang hiện nay là ông Francois Legault mới được bầu vào năm ngoái, 2018. Khi tranh cử ông nhất quyết chủ trương giữ lại cây thánh giá nhưng nay, với sự gỡ bỏ thánh giá của thành phố Montreal, ông…quay. Ông hé lộ là thánh giá tại quốc hội Quebec cũng có thể bị gỡ bỏ.

Trong khi tôi viết bài này, nhà thờ Đức Bà ở Paris bị cháy. Mọi người ngơ ngẩn như mất một người thân. Tôi nghĩ mình cũng có thể tự coi là một người thân của ngôi thánh đường danh tiếng này sau vài lần tới chiêm ngưỡng. Năm 1995, tôi đã tới nơi đây lần đầu tiên. Khi đó chân cẳng tôi còn ngon lành, tôi đã leo mấy trăm bậc thang lên tuốt nơi gác chuông nhà thờ. Chuông nhà thờ thì nơi đâu cũng vậy, mắc chi phải phí sức lao động leo trèo. Nhưng mấy quả chuông nơi đây khác. Nó đã được anh gù Quasimodo đu lên trong cuốn phim "Anh Gù Nhà Thờ Đức Bà", phỏng theo cuốn tiểu thuyết nổi tiếng thế giới *Le Bossu de Notre Dame* của

Victor Hugo, xuất bản năm 1831, mà tôi đã say mê đọc khi còn là một sinh viên. Anh gù Quasimodo xấu xí, yêu nàng Esmeralda hết mực trong một thứ tình yêu vô vọng. Xấu trai, tật nguyền, nhưng anh lại được độc giả của truyện yêu thích. Một trong những người đó là kiến trúc sư Eugene Viollet-le-Duc, người đã đảm nhận công việc trùng tu nhà thờ Notre-Dame de Paris vào năm 1844. Chính ông là người xây ngọn tháp cao vút nằm chính giữa nhà thờ mà hình ảnh ngọn tháp đổ xuống trong biển lửa ngày thứ hai tuần thánh vừa qua làm mọi người xót xa. Nhưng có một chuyện ít ai biết là trên một góc vách cao bên cửa Bắc của tháp có một tượng bán thân anh chàng gù Quasimodo. Tượng rất nhỏ, nằm trên cao và ở trong góc giữa hai bức tường, nên ít ai chú ý đến. Vậy là chàng gù đã tiêu tan trong trận hỏa hoạn lịch sử này!

Ngôi thánh đường lịch sử, trái tim của kinh thành ánh sáng Paris, được khởi công xây cất vào năm 1163, mãi tới năm 1300 mới hoàn tất. Đứng vững trong hơn 800 năm, qua hai cuộc thế chiến, nhiều cuộc cách mạng và thiên tai, vậy mà chỉ trong nửa tiếng đồng hồ phù du, gần như tất cả đã thành tro bụi. Vào đúng ngày thứ hai đầu tuần của Mùa Chay tưởng niệm Chúa chết trên thập giá. Tháp chuông phía trước may mắn còn đứng vững. Anh gù Quasimodo chắc không phải di tản. May hơn nữa là khung nhà thờ không sụp đổ khiến việc trùng tu sau này dễ dàng hơn.

Sau trận hỏa hoạn kinh hoàng, cây thánh giá bên trên bức tượng "La Pieta", một tuyệt tác của điêu khắc gia Michel Angelo, vẫn đứng vững và tỏa sáng. Tôi rất mê bức tượng "Mẹ Sầu Bi" này. Tượng diễn tả cảnh Đức Mẹ ôm xác con

Thánh giá và tượng La Pieta trong cảnh đổ nát sau vụ hỏa hoạn.

dưới chân thánh giá sau khi đã tháo đinh mang xác Chúa xuống. Nét điêu khắc tuyệt vời phả hồn vào tượng rất linh động. Tác phẩm bằng đá cẩm thạch nhưng thân xác Chúa mềm nhũn như thật. Michael Angelo đã tạc được tác phẩm bất hủ này khi mới 24 tuổi và có khắc tên trên phần áo Đức Mẹ. Nhìn những tấm hình chụp thánh giá và tượng sau trận hỏa hoạn đã làm nát lòng người. Những đống đổ vỡ nằm ngổn ngang trước tượng làm nổi bật thần thái an bình và tự tại của bức tượng. Như một tín hiệu giữ vững lòng tin giữa biển lửa ngút ngàn.

Tại Montreal chúng tôi có ngôi nhà thờ Notre Dame Basilica nằm tại khu phố cổ. Thánh đường được xây cất vào năm 1672 và đại tu vào năm 1824. Đứng trông từ ngoài hay vào bên trong đều khiến chúng ta gợi nhớ đến nhà thờ Notre Dame de Paris. Cứ như hai chị em. Những ngày chị lâm vào cảnh khốn khó, dân Montreal chúng tôi tới với cô em Notre-Dame Basilica. Cũng là một cách thăm em để nhớ tới chị. Chỉ vài giờ sau đám cháy bên trời tây, hàng trăm người đã đổ xô tới ngôi giáo đường chị em này. Không chỉ có những giáo dân mà có cả những người không Công giáo, tiếc thương một công trình kiến trúc lịch sử, tới để bày tỏ cõi lòng. Một trong những người không Công giáo này là bà Winnie Kirouac. Bà cho biết không hiểu sao bà bị thôi thúc tới dự một thánh lễ tại Notre-Dame Basilica. Bà nói trong khi nước mắt tuôn tràn: "Chúng ta vừa mất một kho tàng đẹp đẽ của thế giới. Tôi phải tới đây để thấy như được thông cảm với bên Paris". Tổng Giám Mục giáo phận Montreal Christian Lépine buồn rầu nói: "Sự việc làm động tới trái tim của tất cả chúng ta. Chỉ có một điều an ủi là không có ai bị thiệt mạng trong đám cháy này. Những gì chúng ta thấy trước mắt như một thảm kịch".

Tất cả đã ra tro bụi nhưng cây thánh giá bên trên tượng "Mẹ Sầu Bi" vẫn đứng vững tỏa ánh vàng chóe. Như một biểu tượng của hy vọng. Trong hy vọng, chúng ta treo tất cả những tiếc thương và đau đớn lên cây thập tự bất khuất này. Dĩ nhiên trên "cành ngang" như ngôn ngữ của Nguyễn Đình Toàn!

04/2019

NOEL

Noel đã qua từ mấy tuần trước, nay nói chuyện Noel coi bộ lạc hậu. Lạc hậu đứt đuôi chứ còn chi nữa. Nhưng nếu nói chuyện hậu Noel thì lại hết lạc hậu. Nhưng trước khi nói chuyện hậu, lại vẫn cứ nói chuyện Noel đang diễn ra. Nói ngay cho khỏi bỡ ngỡ là có tới hai cái Noel lận. Một Noel của Công Giáo La Mã và các nhánh Tin Lành vào ngày 25/12 đã qua, nay là Noel của Chính Thống Giáo diễn ra vào ngày 7 tháng giêng năm mới 2019. Sở dĩ Chúa phải sanh ra tới hai lần là vì có sự khác biệt giữa lịch cũ và lịch mới. Thiên Chúa Giáo La Mã và Tin Lành xài lịch mới là lịch Gregorian. Chính Thống Giáo xài lịch cũ là lịch Julian. Theo lịch Julian thì Chúa sanh ra trễ mất 13 ngày so với lịch mới.

Tín đồ của Chính Thống Giáo phần đông là người Nga, người Ethiopie và người Ukraine. Giữa Nga và Ukraine đang có chuyện cơm không lành canh không ngọt. Nga đã chiếm đứt bán đảo Crimee của Ukraine. Nếu hỏi tôi đứng về phe nào, tôi có thể trả lời ngay: phe Ukraine. Phần vì chẳng có tí cảm tình nào với anh Putin, phần vì ông bác sĩ chữa mắt cho tôi là người Ukraine. Mới tuần rồi, tôi gặp ông và được ông cho biết là sắp về Ukraine ăn lễ với gia đình. Người Ukraine lưu lạc ở Canada khá đông. Theo thống kê chính thức của Canada năm 2016, có tổng số 1.359.655 công dân Canada gốc Ukraine, chiếm 3,8% dân số Canada. Những công dân này hưởng lợi thấy rõ: họ mừng Chúa sanh ra cả hai lần theo lịch cũ và lịch mới! Lần trước vui với xã hội họ đang sống, lần sau sum họp gia đình theo truyền thống. Nhưng, buồn năm phút, là họ chỉ tặng quà nhau có một lần vào ngày 25/12 theo nơi họ đang sống. Ngày 7/1 họ không có tục lệ tặng quà vì đây là dịp hoàn toàn chú tâm vào tôn giáo, chính tôn giáo mới là lý do mừng lễ.

Ăn mừng Noel theo tục lệ Chính Thống Giáo tại Ukraine có nhiều điều khá thú vị. Bà Diane Zalusky, gốc Ukraine, hiện sống tại Montreal, cho báo chí biết một vài điều thú vị này. Trong những điều thú vị có một điều tôi không thấy thú vị lắm là họ phải kiêng ăn thịt, cá và các thức ăn chế biến bằng sữa 40 ngày trước ngày Noel. Trong ngày Noel, chuyện kiêng cữ coi bộ cũng tiếp tục không có chi thú vị vì món ăn truyền thống của họ là 12 món, chẳng món nào có thịt cả! Con số 12 này là để nhắc lại con số 12 tông đồ theo Chúa ngày xưa. Thực ra là 13 người theo Chúa nhưng Juda đã phản bội Chúa nên bị xịt ra không tính. Theo truyền thống thì họ phải ăn chay trong suốt bốn tuần lễ mùa Vọng, mùa sửa soạn đón chờ Chúa, nay họ phiên phiến chuyện này. Con dân Chúa ngày nay đều phiên phiến như vậy vì Chúa…già quá rồi, con cháu không sợ bị phạt đòn!

Nhưng trong ngày Chúa ra đời, dân Ukraine vẫn theo truyền thống, không có tí thịt nào trong 12 món ăn! Có lẽ lúc đó Chúa đã nằm trong máng cỏ nên dân…ngán! Họ dùng rau quả, mật ong, nấm, dưa, khoai tây và các loại hạt để chế biến món ăn. Tùy theo từng gia đình, họ có 12 món khác nhau, nhưng căn bản phải có món *kutia*. Đây là một món ăn ngọt gồm lúa mạch, mật ong và các loại hạt. Món này thường chỉ được làm đặc biệt trong dịp Noel. Theo truyền thống, họ sẽ múc một muỗng *kutia* và thẩy lên trần nhà. *Kutia* càng dính lâu trên trần thì năm đó gia đình càng thịnh vượng.

Trong bữa ăn mừng Noel, dưới khăn trải bàn, người Ukraine đặt một vài cọng cỏ khô tượng trưng cho máng cỏ của Chúa Hài Đồng. Họ cũng để riêng ra một lon lúa mạch tượng trưng cho sự phát đạt của năm mới. Đầu bàn ăn họ sẽ để một ghế trống, không ai được ngồi vào, dành cho những thành viên trong gia đình đã chết để linh hồn họ có thể về chung vui cùng gia đình.

Lễ Noel của người theo Chính Thống Giáo kết thúc vào ngày lễ Hiển Linh, đánh dấu sự kiện Chúa chịu phép rửa tội trên sông Jordan. Năm nay lễ Hiển Linh của Chính Thống Giáo rơi vào ngày 19/1 nhưng của Công Giáo La Mã lại vào ngày 6/1, ngày dẹp cây Noel.

Cây thông Noel là thứ mà hầu như mọi gia đình, theo Thiên Chúa Giáo, Chính Thống Giáo hay không, đều chưng trong nhà trong dịp lễ cuối năm. Ngày xưa, cây thông tượng trưng cho sự phục sinh. Chúa được sanh ra trong mùa đông giá lạnh, cây cối khô tàn hết, chỉ có cây thông vẫn xanh tốt như sự phục sinh trong ngày Chúa xuống trần. Ngày nay người ta coi cây thông như một dấu chỉ sự vui mừng của những ngày lễ hội cuối năm.

Chừ mà nói chuyện cây thông thì đúng là nói chuyện hậu Noel. Bởi vì cây thông vẫn còn hiên ngang dành chỗ trang trọng nhất trong mọi nhà. Nhà tôi cũng vậy, năm nào cây thông cũng lấp lánh trong phòng khách. Khi con cái còn nhỏ, chuyện chưng cây thông là chuyện bắt buộc, cho trẻ nhỏ vui trong không khí đầm ấm của gia đình. Khi con cái đã ra ở riêng hết, tưởng là không có cây thông cũng được, nhưng không phải vậy. Góc nhà thường bày cây thông thấy như trống vắng, lạt lẽo. Lại phải vác cây thông ra lui hui gắn đèn, trang trí cho vui cửa vui nhà. Có cây thông đèn màu chớp tắt là thấy niềm vui của ngày lễ. Vậy là chẳng năm nào thiếu cây thông. Thông trưng bày trong nhà có hai loại: thông giả và thông thiệt. Tôi thường chơi thông giả, vừa tiết kiệm, vừa tiện lợi. Tới ngày là bày ra, hết dịp là cất vào kho.

Thông thiệt lích kích hơn nhiều nhưng có điều lấn hơn vì là….đồ thiệt và có tỏa mùi thông. Có năm, lũ con đã lớn, chê đồ giả, chúng hè nhau đi mua thông thiệt về chưng. Trước hết phải đi mua cái chân để thông thiệt. Cái chân giả của thông giả trong nhà kho không xài được vì không có chỗ đổ nước vào tưới cho thông khỏi héo. Chọn mua thông cũng hên xui may rủi vì thông được quấn tròn bằng bao nhựa, chẳng biết hình dáng ra sao. Thôi thì may nhờ rủi chịu, cầu xin Chúa cho được cây thông vừa ý. Vác được thông về nhà, tháo ra, dựng lên, gắn đèn, gắn *boule* xanh xanh đỏ đỏ trông cũng giống…thông giả thôi! Mùi thông thì khi có khi không tùy vào chọn được thông mới hay thông cũ. Nhưng dùng đồ thật có cái thú vị của người dùng thứ chính cống bà lang trọc. Khi lễ tàn, dẹp cây thông thật coi bộ khó khăn hơn dẹp cây thông giả nhiều. Không còn chỉ là chuyện tháo ra, bỏ vào hộp để sang năm xài tiếp mà là chuyện vất vả hơn nhiều. Tôi đã từng vất vả như vậy. Cây thông khi đưa vào nhà được quấn chặt trong bao nhựa gọn bâng, chui qua khung cửa dễ dàng. Nay cho nó bung ra, cánh cửa như hẹp lại, chẳng cách nào cho nó qua lọt. Vậy là phải có màn chặt nhỏ ra. Thực ra cưa thì dễ dàng hơn nhưng ở bên đây, không làm thơ mộc thì cưa kéo làm gì có trong nhà. Vác con dao lớn nhất trong bếp ra, băm băm bổ bổ, cành thông nhầy nhụa không chịu đứt. Mệt hơn nữa là nhựa thông rỉ ra như những dòng nước mắt. Thông khóc thì người cũng khóc theo. Khóc vì phải ra sức chặt chặt chém chém, mảnh cây văng ra đầy nhà, quét dọn phát mệt. Con dao cong vòng, lưỡi dao mẻ từng miếng lớn. Thiệt không có cái dại nào hơn.

Khi con cái ra ở riêng, mỗi lần Chúa sanh ra, tôi lại trở về với đồ giả. Nhưng sao thiên hạ vẫn thích chơi đồ thiệt? Thành phố Montreal ước tính mỗi năm có 25 ngàn cây thông được người dân rước về chưng. Năm nay, người chậm chân phải vất vả lắm mới kiếm được những cây thông vào giờ chót, một hai ngày trước Noel. Chuyện mua thông cũng như chuyện ngày xưa chúng ta đi mua hoa ngày tết ở Sài Gòn. Càng tới gần ngày lễ, hoa càng mất giá. Cho tới chiều 30 tết, khi chợ hoa đã dẹp là lúc người ta chụp giật. Thường thì hoa vào giờ tàn này giá rất rẻ. Bán mà như cho. Những chậu hoa vớt vát này mang về chưng trong nhà cũng bảnh tỏn như những chậu hoa mua với giá ngất ngưởng trước đó vài ngày, khi chợ hoa còn đang khoe sắc. Ai biết đó là đâu trừ khi chủ nhân vui miệng muốn khoe thành tích mua rẻ của mình. Đang nói chuyện thông lại quẹo qua chuyện hoa, cái hồn của những ngày lễ cuối năm vẫn bám riết lấy tâm can những người phải xa xứ chúng ta. Trở lại chuyện thông vậy.

Tôi vẫn nghĩ mấy nhà trồng thông quanh năm chỉ trông nhờ vào dịp Noel, làm sao sống? Nhưng thông là sức sống của tỉnh bang Quebec chúng tôi. Theo thống kê năm 2016 thì Quebec đã xuất cảng tới 1 triệu 300 ngàn cây thông trong tổng số khoảng 2 triệu cây thông xuất cảng của Canada. Chơi đứt tới hơn nửa. Số tiền thu được từ số thông này là 43 triệu đô. Có tới 93% số thông này xuất cảng sang Mỹ, số còn lại, chẳng bao nhiêu, được mang qua Pháp, Phi Luật Tân và Úc. Kể cũng lạ. Phi Luật Tân thiếu thông đã đành, đến như Pháp và Úc đều là xứ lạnh, thông thiếu giống chi, vậy mà cũng bỏ tiền ra mua thông của Canada khiến tôi không hiểu nổi. Hay là thông Canada có mùi riêng? Tại Quebec chúng tôi có cả một hiệp hội các nhà trồng thông đàng hoàng. Tên của hiệp hội này là *"Quebec Association of Christmas Tree Growers"*. Họ cho biết số thông trồng tăng thêm khoảng 20% mỗi năm. Tới năm 2018, tổng số thông được trồng là 1 triệu 900 ngàn gốc.

Hiệp hội trồng thông Quebec không cho biết số thông bán ở Canada là bao nhiêu gốc nhưng con số ở thành phố Montreal chúng tôi thì khoảng 25 ngàn cây. Sau lễ, chuyện thanh toán số thông này cũng là mối bận tâm của thành phố. Thường thường thành phố ấn định ngày thu hồi thông theo từng khu vực trong thành phố. Đúng ngày hẹn, dân chúng chỉ cần mang thông ra bỏ ở đầu đường vào trước 7 giờ sáng, xe thu hồi của thành phố sẽ tới hốt. Dĩ nhiên không thể tránh được có những nhà ngủ quên hoặc mang ra trễ. Tôi đã từng thấy có những cây thông lăn lóc theo gió nơi góc đường sau ngày thu hồi. Bỏ bứa như vậy là bậy. Nếu lỡ hẹn với xe thu hồi, dân chúng có thể mang thông tới những trung tâm tái chế tại các khu vực gần nhà. Số thông thải ra này nặng chừng 350 tấn. Ước tính phí tổn thu hồi khoảng 43 đô mỗi tấn. Tổng số chừng 15 ngàn đô. Thành phố không mất trọn số tiền này. Họ thu lại một phần nhờ bán lại cho các xí nghiệp để chẻ nhỏ thành củi hoặc dùng để làm giấy. Cũng có khi họ nghiền nát thành chất bón đất dùng cho các nhà vườn. Hoặc cắt thành từng mảnh nhỏ dùng để trải trên các lối đi tại công viên.

Chuyện thu hồi thông của thành phố bị ông Dan Kraus chê là lích kích. Ông giải quyết vấn đề gọn nhẹ hơn nhiều. Ông này là ai mà ngon lành vậy? Ông là nhà sinh vật học cộng tác với cơ quan Bảo Tồn Thiên Nhiên Canada (*Nature Conservancy of Canada*). Cách sử dụng thông vất bỏ của ông được ông cho là có lợi cho môi trường hơn: *"Bạn có thể để thiên nhiên tái chế cây thông của bạn ngay đằng sau sân nhà. Cách làm này sẽ cần thời gian lâu hơn việc kéo cây thông ra đầu đường nhưng bạn có thể cho cây thông của bạn một đời sống thứ hai bằng cách tặng cho thiên nhiên như một món quà"*. Đầu tiên bạn vứt thông trong một góc vườn của bạn. Điều này làm thay đổi sinh thái sau nhà bạn ngay lập tức. Chim chóc sẽ có nơi trú ẩn trong những đêm đông lạnh cóng hay những ngày mưa gió bão bùng. Nếu bạn vùi trong cây một máng ăn với các thứ hạt làm thực phẩm cho chim thì phúc đức quá. Sau đó, khi mùa xuân tới, lá thông sẽ khô héo hết, cây thông giờ như một cây chết. Mùa xuân là mùa hoa khoe sắc, bạn có thể cắt hết những cành thông chết và đặt chúng nơi những luống hoa. Thân thông được nằm dưới đất là nhà của nhiều loại sinh vật trong vườn. Thu sang là giai đoạn cuối cùng của cội thông. Thông sẽ bị phân hủy biến thành đất. Côn trùng, vi sinh vật và vi khuẩn sẽ làm những bước cuối cho việc trở về với đất của thông. Và Noel tới, bạn sẽ mua một cây mới. Và sẽ có một chu trình mới. Vạn vật đều xoay chuyển như vậy. Cây thông của bạn đã biến thiên theo đúng sự xoay chuyển của thiên nhiên!

Thông thiệt, khi tàn, có những lích kích như vậy. Thông giả lại có những vấn đề khác. Thống kê Canada cho biết, trong năm 2016, Canada đã chi ra tới 61 triệu đô để nhập cảng cây thông giả, phần lớn từ Trung Quốc. Thường thì người ta dùng cây thông giả khoảng sáu năm. Nếu tính về tai hại cho môi trường thì cây thông giả hại gấp ba lần cây thông thiệt. Cây thông thiệt tự nó không có hại cho môi trường vì nó đã được biến chế hợp lý để dùng trong thiên nhiên. Cái hại lớn nhất của thông thiệt, theo tính toán của hãng chuyên cố vấn về môi trường Ellipsos, có trụ sở chính tại Montreal, chỉ là việc xe xả khói khi chuyên chở thông từ nơi sản xuất tới nơi bán và từ nơi bán tới nhà của người tiêu thụ. Nhưng nếu, thay vì sáu năm, người ta giữ và dùng cây thông giả trong 20 năm thì…huề. Cả hai đều gây hại môi trường nhẹ nhàng như nhau. Nhưng mấy ai hoài cổ tới nỗi dùng một cây thông tới 20 năm. Kể ra cũng có. Tôi thấy có một nhà trong xóm tôi, từ mấy chục năm nay, năm nào cũng chưng hai cây nến có bóng đèn bập bùng trên lọn bấc giả trước cửa nhà. Cây thông trong nhà cũng via không kém. Có lẽ họ nghĩ năm nào Chúa cũng sanh ra, chẳng có chi mới nên họ cũng chẳng cần đổi mới làm chi cho tốn tiền.

Giá tiền một cây thông giả từ vài chục tới vài trăm, tùy theo kích thước lớn nhỏ và tùy theo sự rậm rạp của cây. Kiểu cách của cây được…tối tân hóa mỗi năm. Đẹp hơn. Nhất là dàn đèn, ngày một đổi mới. Đi *shopping* dịp lễ, thấy cũng muốn tậu một cây mang về nhà cho thêm mới lạ. Chuộng của mới là thói quen ngàn đời của nhân loại. Nhưng có lẽ ước muốn có một cây thông mới xếp hạng cuối cùng, sau các ước muốn sắm quần áo, giầy dép, tủ bàn mới nên chúng ta thường bỏ qua. Cây thông mỗi năm chỉ xài một lần, được cất kỹ trong hộp, mở ra trông vẫn như mới thì cần chi tốn tiền thêm cho hao tài.

Năm đầu mới qua Canada tôi mua một cây thông giả cỡ nhỏ, chẳng đèn đóm chi. Những phụ tùng làm cho cây thông rực rỡ đều phải mua thêm. Được vài năm, thấy cây thông có gắn sẵn đèn rất tiện lợi, khỏi chăng dây điện rất lộn xộn, mất mỹ thuật, nên đổi. Dĩ nhiên kích thước có lớn hơn. Cây thông cứ nhích dần theo thời gian. Cho tới cách đây vài năm, khi Target dẹp đồng loạt hơn hai trăm cửa hàng tại Canada sau chỉ hai mùa Noel hoạt động. Họ bán tống bán táng hàng còn tồn đọng. Dân chúng đi mua như trảy hội. Tôi cũng theo đoàn người đi lượm của rẻ. Bất ngờ thấy một cây thông năm trong hộp loại xịn, giá chỉ còn 30% giá bình thường, bèn lượm ngay. Cây thông quả có đẹp hơn cây cũ nhiều, cao tới sát trần nhà. Hết chỗ cho thông lớn nên có lẽ cây thông này sẽ "sống" lâu trong nhà tôi. Nhưng chắc không tới hai chục năm. Tính tôi vốn thích của mới.Và lạ!

01/2019

PHÂN

Ngày đầu năm 2019 này, chàng Ủn bên Bắc Hàn ra một lệnh mới để cứu vớt nền nông nghiệp đang gặp nhiều khó khăn của một đất nước đã chế tạo được hỏa tiễn nguyên tử. Lệnh bắt mỗi người dân phải nộp 90 kí phân mỗi ngày. Như vậy, mỗi cỗ máy người phải hoạt động hết công suất để đạt chỉ tiêu đề ra. Nhưng dù cỗ máy già hay trẻ, hoạt động liên tục không ngừng nghỉ, cũng không thể đạt chỉ tiêu này được. Nghe tưởng là chuyện đùa nhưng bản tin do đài truyền hình Fox loan tải ngày 29/1/2019 cho biết đây là chuyện đứng đắn. Nếu không nộp đủ chỉ tiêu thì sao? Người dân có hai lựa chọn. Thứ nhất, nộp 270 kí phân ủ hay phân súc vật. Thứ hai, nộp tiền thế vào. Đây mới là cái tổ con chuồn chuồn. Anh chàng béo tốt phương phi có mái tóc không giống ai muốn moi tiền dân!

Chuyện các chế độ xã hội chủ nghĩa bám vào phân là chuyện chẳng có chi lạ. Cộng Hòa Xã Hội Chủ Nghĩa Việt

Nam cũng đã từng ngó vào đống phân của người dân như vậy. Tôi mới được đọc một bài viết của tác giả Phạm Thế Việt viết về chuyện này. Đọc mới biết nhà nước xã nghĩa ngoài Bắc hồi đó là một nhà nước nhân đạo. Chỉ tiêu đề ra chỉ bắt mỗi gia đình nộp mười kí phân người, gọi cho lịch sự là phân Bắc, mỗi tháng. Chẳng hiểu sao lại có chuyện Bắc Nam ở đây. Chẳng lẽ phân của miền Bắc xã hội chủ nghĩa siêu việt hơn?

Tác giả Phạm Thế Việt viết như sau trong bài "Nợ Cứt": *"Ngày đó hợp tác xã ra một chiến dịch thu gom phân bắc (cứt người), mỗi gia đình một tháng phải đóng đủ mười cân, nếu không đóng đủ thì bị cắt gạo. Thật là một chiến dịch có một không hai trong xã hội loài người. Vậy nên, khi chiến dịch ra đời, cái cầu tiêu trở nên vô cùng quan trọng và cấp thiết. Người người, nhà nhà mua xi măng mua gạch về xây cầu tiêu. Cầu tiêu phải làm bằng xi măng thì cứt mới không bị phân huỷ, chứ ỉa xuống đất vài ngày là bọ hung ăn hết, lấy gì mà đóng cho nhà nước. Vậy nên, cái cầu tiêu quan trọng hơn cái nhà. Chuyện ỉa đái lúc này cũng cực kỳ quan trọng, dù ai đó có bị tào tháo rượt ở đâu thì cũng phải nhanh nhanh ba chân bốn cẳng chạy thẳng về cầu tiêu nhà mình mà giải quyết chứ để mất đi một cục là mất đi lon gạo chứ chẳng chơi. Nhiều người đi làm ngoài đồng, ngày trước, khi mắc ỉa thì chạy vô bờ, vô bụi làm đại cho xong, nhưng bây giờ, làm như vậy có mà đói chết. Vậy nên, phải tìm cách, có người làm đại vào bao ni lông, có người cuộn trong lá chuối, có người cẩn thận hơn đi vào trong cái cà mèn đựng cơm để mang về cho an toàn mà đổ xuống cầu".*

PHẨN - 227

Nạn nhân đầu tiên của cái lệnh "có một không hai trong xã hội loài người" này là mấy chú chó. Cơm khoai đã không có mà ăn, nay lại bị cắt mất nguồn lương thực tưởng là không có ai tranh dành này, chết là cái chắc. Nhưng oái oăm thay, chính người chết trước chứ không phải chó. Tác giả Phạm Thế Việt lúc đó còn nhỏ. Nhà có bốn người, một người lớn và ba đứa con nít. Sản xuất hết ga cũng không đạt đủ chỉ tiêu. Túng thì phải tính. Mẹ ông Việt bắt buộc phải chơi trò gian lận. *"Nhà tôi có bốn người, một người lớn và ba đứa con nít, cố gắng lắm không để thất thoát cục nào, vậy mà đến tháng vẫn không đủ cân nộp, má tôi sai anh em chúng tôi đi tìm đá sỏi bỏ vào cho đủ. Khi mang lên cân người ta kiểm tra và phát hiện nhà tôi gian lận nên lập biên bản và làm kiểm điểm. Họ còn ghi rõ ràng trong biên bản gian lận như thế nào, có bao nhiêu cục cứt và bao nhiêu cục đá sỏi. Quả đúng không sai, cái đời người nông dân u tối làm sao mà lừa được mấy ông nhà nước, mấy ông tinh vi vô cùng. Kết quả là nhà tôi bị cấm không cho nhận gạo một tháng. Trong một buổi họp người ta đưa tên má tôi ra kiểm điểm trước dân về việc gian lận lấy đá sỏi trộn với cứt để nộp cho nhà nước. Họ không cho má tôi phân bua gì hết. Nhưng không đành lòng nhìn cảnh con đói, bà đứng dậy thẳng thừng, dứt khoát. Bà nói: "Việc tôi làm gian lận tôi chịu trách nhiệm trước toàn thể mọi người, nhưng các người nhìn đi thì cũng phải nhìn lại, nhìn ngược thì cũng phải nhìn xuôi, các người có nhìn vào nhà tôi không, nhà tôi có bốn người, một người lớn và ba đứa con nít, tôi thì suốt ngày đi làm ngoài hợp tác xã, có cục nào tôi đã ỉa ngoài hợp tác xã hết rồi, còn con tôi ở nhà, nó là con nít nó ăn bao nhiêu, ỉa bao nhiêu, nó ỉa ra cục nào chó lủm cục đó thì lấy đâu đủ cứt để mà nộp cho mấy ông. Vậy mà bây giờ mấy ông kiểm điểm tôi, cắt gạo thì lấy gì tôi nuôi con, lấy gì ăn để mà ỉa mà đem cứt nộp cho mấy ông".*

Chuyện chính sách nhà nước đâu phải chuyện đùa, nhà ông Việt bị cắt gạo thật! Cho tới bây giờ, gia đình ông Việt vẫn chưa nộp đủ chỉ tiêu. Trong mớ giấy tờ lưu ở kho lưu trữ quốc gia, gia đình ông vẫn mang một món nợ. Món nợ mà ông gọi là "nợ cứt"!

Tôi thấy gia đình ông Việt không oan. Cái tội làm phân giả rành rành ra đó. Chối đằng nào được. Khi cái thứ tưởng là đồ phế thải đi vào chính sách nhà nước, chuyện đâu phải chuyện đùa. Cục phân có địa vị trong nghị quyết của nhà nước mà dám làm giả thì luật pháp nào bỏ qua được!

Phân, thứ mà Mao Trạch Đông ví với trí thức, thuộc vào loại trân quý của nhà nước xã hội chủ nghĩa. Vậy nên, từ trước tới nay, chúng ta hiểu câu ví von của Mao xếnh xáng là miệt thị trí thức là hiểu sai. Đó là một câu khen. Thiệt oan ức cho nhà lãnh đạo có tiếng là ở dơ.

Là thứ quý nên có người đi vơ vét. Có nhu cầu là có trao đổi thương mại. Phân người trở thành một món hàng. Hàng có hàng thật hàng giả. Cái thứ mà máy móc bất lực không sản xuất được, chỉ có con người là cha đẻ, tưởng không có cách chi làm giả, vậy mà trí tuệ con người làm được hết. Lấy đá sỏi bỏ vào như gia đình ông Phạm Thế Việt làm là cách làm giả thô sơ, thiếu kỹ thuật. Kỹ thuật là dùng đất sét thuồn qua ống nứa, giã nhỏ thân chuối trộn lẫn với nghệ bôi bên ngoài rồi cho vào phân thật.

PHÂN - 229

Từ ngày có chuyện giả mạo, thị trường phân náo loạn, người ta phải lập một ban "kiểm tra chất lượng". Vẫn theo bài viết của ông Phạm Thế Việt, ban kiểm tra được đặt tại dốc Bưởi, làm việc như sau: *"Trạm kiểm tra hoạt động từ mờ sáng đến trưa. Mùi uế khí từ tay các kiểm tra viên thọc thẳng vào sọt phân tìm của giả. Nhờ lành nghề và cương quyết, sau đó vài tuần, những đứa làm phân giả bị cắt giấy phép".* Những kiểm tra viên yêu nghề này là thanh niên làng Cổ Nhuế. Vậy là dùng đúng người đúng việc! Dân làng Cổ Nhuế có chuyên môn về hót phân, từ thời phong kiến. Cả làng sống bằng nghề này. Thành Hoàng của làng là một vị hót phân chính hiệu. Trên bàn thờ trong đền, người ta thờ đôi quang , chiếc đòn gánh và hai mảnh xương trâu cầm tay. Đó là những dụng cụ hót. Cả làng có chuyên môn cao. Cao đến nỗi ngày xưa, vua Lê Thánh Tông đã ban cho làng câu đối để treo ở đình làng: *Khoác tấm áo bào, giang tay gánh vác Thiên Hạ / Vung hai thước kiếm, tận thu lòng dạ Thế Gian.*

Oai danh như vậy trong thời phong kiến, sau cách mạng, oai danh của làng còn cao hơn nữa. Vì làng đã sản sinh được một vị Đại Tướng lẫy lừng: Đại Tướng Văn Tiến Dũng! Thanh niên làng có một tấm gương vĩ đại như vậy nên rất tự hào là con dân Cổ Nhuế: *Thanh niên Cổ Nhuế ta thề / Chưa đầy hai sọt, chưa về quê hương.*

Vinh quang của làng Cổ Nhuế đã mang lại cho làng sự độc quyền mà ông Phạm Thế Việt mô tả như sau: *"Không biết Đại Tướng đồng hương, ngày ấy có can thiệp vào chuyện này hay không, nhưng theo quy định của Ủy Ban Nhân Dân thành phố Hà Nội, dân ngoại thành không được phép tự do đi hốt cứt và lấy cứt nữa. Trước đây, ngoài những bãi cứt vô tổ chức, vô kỷ luật mà bất cứ ai cũng có thể hốt, người đi lấy cứt có thể đến làm vệ sinh cho các nhà xí hai ngăn ở thành phố để thu về cho mình một số cứt kiếm được. Bây giờ người nông dân ngoại thành bị bắt buộc phải mua phân tại chợ Cổ Nhuế, một chợ từ cổ chí kim, từ đông sang Tây đều không có, được thành lập năm 1989".*

Vậy là tất cả của cải do lòng ruột thế gian sản xuất được đều quy về một mối: làng Cổ Nhuế của Đại Tướng Văn Tiến Dũng. Việc buôn bán được quy định rất khoa học. Phân được chia ra làm bốn…giai cấp. Hạng nhất: phân lấy từ khu Ba Đình là khu nhà của các cán bộ cao cấp nên phân cũng cao cấp. Việc này theo đúng biện chứng. Cán bộ cao cấp được ưu tiên mua thực phẩm cao cấp tại chợ Tôn Đản. Chợ cũng được chia giai cấp như sau:

Tôn Đản là chợ vua quan
Vân Hồ là chợ trung gian nịnh thần
Bắc Qua là chợ thương nhân
Vỉa hè là chợ … nhân dân anh hùng.

Ăn ngon ăn sướng nên phân cũng "nạc" hơn. Nạc là danh từ chuyên môn chỉ cục phân rắn, chất lượng cao!

Hạng nhì: phân hốt được từ khu Hoàn Kiếm, nơi có nhiều nhà hàng, khách sạn và dân buôn bán tương đối có tiền.

Hạng ba: phân lấy từ khu Hai Bà Trưng và Đống Đa, nơi đa số dân cư là người lao động, thức ăn chỉ có rau nên phân "mờ". Lại một danh từ chuyên môn nữa. "Mờ" có nghĩa là lõng bõng!

PHÂN - 231

Hạng tư: phân hốt được từ khu ngoại thành. Phân thuộc loại xanh lè vì đã thiếu ăn lại chẳng có chi bổ béo.

Còn một loại phân nữa, thứ xịn. Tôi xin để cho tác giả Phạm Thế Việt kể cho thêm phần sinh động. *"Có lần tại chợ xuất hiện một sọt phân đề chữ: "Phân ngoại 100 phần trăm". Dân chúng không hiểu tại sao có bọn dám qua mặt Hải quan, dám nhập cảnh "phân ngoại" về xài. Về sau chủ nhân sọt phân giải thích: "Phân lấy từ bể phốt (fosse septique) của các sứ quán nước ngoài thì không phải là phân ngoại thì còn là gì? Đây là những điều tai nghe mắt thấy, tôi ghi lại gửi anh để có dịp kể lại cho bà con xa nước nghe chơi. Cho biết quê hương ta có những thứ mà người ta hoàn toàn không có. Tôi bảo đảm đây là sự thật "chăm phần chăm".*

Hà Nội năm xưa là thủ đô thanh lịch nhất nước. Đó là mặt tiền. Mặt hậu thì nhà nào cũng giống nhau. Nhà nhà có phòng vệ sinh thùng. Người ta chỉ đặt cái thùng dưới một bệ ngồi. Mỗi ngày có phu đổ thùng đi thay thùng. Những của cải trong thùng là thứ được đưa ra chợ phân bán. Theo nhà thơ Bảo Sinh thì tới khoảng năm 1970, Hà Nội mới có hố xí hai ngăn. Đây là một phát minh vĩ đại khiến dân thủ đô thấy như được sống trong cõi thần tiên. Thay vì đổi thùng mỗi ngày, vài tháng mới phải đổi một lần. Chiếc hố xí hai ngăn lập tức được coi như một thứ có giá trị hơn căn nhà ngói! *Chẳng tham nhà ngói năm gian / Chỉ tham nhà chàng: hố xí hai ngăn!*

Kiến thức của tôi về nhà xí rất khiêm nhường. Hố xí hai ngăn và hố xí tự hoại giống nhau hay khác nhau, tôi mù tịt.

Chỉ biết hố xí hai ngăn được ca tụng như chuyện đổi đời thì hố xí tự hoại cũng huy hoàng không kém. Tác giả Trần Xuân kể về chuyện một ngôi làng lần đầu tiên xây được nhà vệ sinh có hố xí tự hoại, nghe rất phấn khởi. Ông Chủ Tịch Xã kiêm Bí thư, chắc cũng có máu văn nghệ, cho kẻ thơ trên tường để dân xã chấp hành cho đúng. Bên nhà xí nam, ông cho kẻ bốn câu thơ bằng sơn đỏ rất rõ ràng:

Đi xong nước dội một gầu
Giấy chùi bỏ xuống ngăn sau gọn gàng
Cấm viết vẽ bậy lên tường
Vệ sinh công cộng ta thường chăm lo

Chỉ hai tuần sau, có kẻ văn hay chữ tốt đã thêm vào hai câu sau bằng than:

Nếu ai trót dại bãi to
Thì vui lòng nhớ dội cho hai gầu!

Thường vách tường nhà vệ sinh là diễn đàn cho những văn tài thích phát biểu ý kiến ý cò. Bên phía nhà vệ sinh nữ, một quý bà (hay quý cô?) đã thể hiện văn tài bằng hai câu:

Đi cho đúng lỗ mới tài
Nếu ấy ra ngoài kỹ thuật còn non.

Cả xã chỉ có hai hố vệ sinh nên tình trạng ùn tắc xảy ra thường xuyên. Trên cánh cửa, có người tốt bụng đã nhắc nhở:

Nhiễu điều phủ lấy giá gương
Đứa ngồi trong ấy phải thương đứa ngoài.

Tôi phải thú thật là khi viết về đề tại nhạy cảm này, tôi rất ngại. Chuyện nặng mùi là chuyện chẳng nên khuấy lên cho mọi người phải bịt mũi. Nhưng khi viết mới thấy chuyện đời thật huyền diệu. Tôi đã khám phá ra là chuyện thiếu văn vẻ như chuyện tôi đang đề cập tới cũng rổn rảng văn thơ. Hóa ra thơ có thể bắt nguồn từ những nơi bất ngờ nhất!

05/2019

QUASIMODO

Vụ cháy nhà thờ Đức Bà Paris ngày thứ hai đầu Tuần Thánh, 15 tháng 4, vừa qua khiến khắp thế giới ngẩn ngơ tiếc nuối. Nhưng nay lại có một phản ứng phụ khá tức cười. Người Pháp đổ xô tìm mua cuốn tiểu thuyết "Nhà Thờ Đức Bà" của văn hào Victor Hugo. Cuốn truyện viết từ năm 1831 bỗng nhiên được phủi bụi sau 188 năm. Không biết có phải dân Pháp tìm đọc lại vì cuốn truyện được coi như một tiên tri của trận hỏa hoạn mới xảy ra không? Đoạn…tiên tri đó như sau: ""*Mọi con mắt đều hướng lên phía trên nhà thờ. Cái chúng trông thấy thật kỳ lạ. Trên đỉnh tháp cao nhất, một ngọn lửa lớn bốc cao giữa hai gác chuông. Những cột lửa cuộn xoáy. Một ngọn lửa lớn lộn xộn, giận dữ, gió cuốn lên từng mảng trong màn khói mù mịt. Phía dưới ngọn lửa ấy, hai máng nước như hai miệng quỷ phun ra không ngừng trận mưa bỏng dẫy... Một sự câm lặng kinh hoàng giữa đám ăn mày. Chỉ nghe tiếng kêu báo động của những phụ tá linh mục bị nhốt trong tu viện. Quảng trường bập bùng hàng nghìn bó đuốc như sao. Cảnh tượng hỗn độn này, trước khi bị vùi trong bóng tối, bỗng bừng lên như cháy trong ánh lửa. Sân nhà thờ rực lên, rọi ánh sáng lên trời. Đống lửa trên sân thượng vẫn cháy, chiếu ánh sáng ra xa, chiếu vào thành phố. Bóng của những tòa tháp khổng lồ phóng to lên, trùm lên mái nhà của Paris. Trong ánh sáng chúng tạo thành những khoảng tối. Paris dường như bị chấn động. Tiếng mõ xa xa rền rĩ. Bọn ăn mày vừa hú lên, thở hắt ra, chửi bới, vừa leo lên".*

Bọn ăn mày của gần hai thế kỷ trước không còn tụ tập chung quanh nhà thờ để "hú lên, thở hắt ra, chửi bới và leo lên". Họ đã tan theo thời gian. Nhưng chúng ta phải trả họ lại với thời của họ. Thời đó, họ là chứng nhân cho chuyện tình của nàng *gypsy* Esméralda. Chuyện tình mà anh gù Quasimodo chỉ xách xe chạy vòng ngoài. Anh gù Quasimodo là một người tình tội nghiệp. Tình yêu của anh là mối tình vô vọng nhưng vô cùng mãnh liệt. Chắc tôi phải kể sơ qua cốt truyện của cuốn tiểu thuyết mà tôi đã đọc từ những ngày sinh viên Văn khoa, đúng nửa thế kỷ trước.

Esméralda là một cô gái du mục múa hát trước nhà thờ để kiếm sống. Với khuôn mặt nhẹ nhõm, xinh đẹp, vóc dáng gọn gàng, thanh mảnh, điệu múa nhí nhảnh, vui tươi, cô được tất cả mọi người mến mộ. Giám Mục Claude Frollo, tuy tu hành, cũng chết mê chết mệt vì cô *gypsy* quyến rũ này. Bị giằng xé giữa bản năng và luật lệ của một người tu trì, ông sống trong tình yêu trái khoáy. Ông ra lệnh cho Quasimodo, tên kéo chuông nhà thờ vừa gù vừa điếc vừa ngọng, bắt cóc cô gái cho ông. Việc không thành vì viên Đại Úy hào hoa phong nhã Phoebus đã cứu cô và bắt giữ Quasimodo. Ngày hôm sau, anh gù bị đánh bằng roi, gông cổ và bêu riếu trước công chúng. Anh khát nước nhưng viên lính canh giữ đã đổ nước quanh người nhưng không cho anh uống. Anh van nài trong vô ích. Đúng lúc đó, bất nhẫn trước cảnh này, cô nàng Esméralda leo lên bục, mang vò nước tới cho anh uống. Được cứu sống qua cơn khát cháy họng, Quasimodo đem lòng yêu cô gái *gypsy*. Anh chàng gù, tuy tật nguyền thể xác nhưng tâm hồn không tật nguyền, cũng rơi vào một tình yêu vô vọng.

Trong một vụ lộn xộn ngoài đường phố, Esméralda bị lâm nạn và được viên Đại úy đẹp trai Phoebus giải cứu. Nàng đem lòng yêu viên Đại úy đẹp trai này. Viên Đại Úy tuy không yêu cô gái của đường phố, nhưng tính lợi dụng để thỏa mãn xác thịt. Giám Mục Frollo nổi máu ghen, dùng dao đâm chết viên Đại Úy khi ông này tới phòng tù ti với người yêu. Sau đó, viên Giám Mục dùng quyền uy của mình để đổi trắng thay đen, quy tội giết người cho nàng Esméralda. Nàng bị xử treo cổ. Ngày hành hình, Quasimodo đu dây từ gác chuông nhà thờ xuống giải cứu và giấu Esméralda trong phòng trên gác chuông. Giám Mục Frollo tìm được Esméralda, đột nhập vào phòng, bị cự tuyệt nên cho lính bắt và xử tội treo cổ, lần thứ hai. Giám Mục Frollo, đứng từ trên cao, phá lên cười thỏa mãn khi Esméralda bị treo lên giàn giá khiến Quasimodo tức giận, xô ông từ trên gác chuông té xuống đất chết. Như điên cuồng, Quasimodo đi tìm và thấy xác Esméralda bị bỏ nằm trên sàn một nhà mồ. Anh gù ôm

Esméralda và nhịn đói chết chung với người anh yêu. Trong suốt cuộc sống, anh gù không dám mơ tới diễm phúc được ôm người anh yêu trong tay nhưng, cuối cùng, đã được ôm thân hình Esméralda khi nàng chỉ còn là một xác chết bất động. Sau này, lúc khai quật, người ta thấy hai bộ xương nằm ôm nhau, một bộ không bình thường. Khi các nhà khai quật định tách hai bộ xương ra thì bộ xương không bình thường bỗng tan thành tro bụi.

Cuốn tiểu thuyết *"Notre Dame de Paris"* đã nhiều lần được quay thành phim. Theo *Wikipedia*, bản tiếng Anh, có tất cả 14 phim được quay dựa trên cuốn tiểu thuyết bất hủ này. Trong số đó có mười cuốn mang tên *"The Hunchback of Notre Dame"* được quay từ năm 1911 đến năm 2002; hai cuốn mang tên *"Esmeralda";* một cuốn mang tên *"Big Man on Campus"* và một cuốn mang tên *"The Darling of Paris"*.

Người ta ghi nhận được nhiều điểm lý thú quanh những tác phẩm điện ảnh ăn theo cuốn tiểu thuyết. Cuốn được quay sớm nhất là cuốn *"Esméralda",* năm 1905. Đây là một cuốn phim câm do minh tinh Denise Becker đóng vai Esméralda và tài tử Henry Vorins trong vai Quasimodo. Dĩ nhiên thế hệ tôi chẳng biết các tài tử rất xưa này mặt mũi ra sao.

Cuốn *"The Darling of Paris"* cũng là một cuốn phim câm được quay vào năm 1917 với hai tài tử Theda Bara và Glen White do William Fox sản xuất. Phim này nay không còn giữ được trong các văn khố. Tên hai tài tử này, thế hệ tôi cũng mù…câm!

Cũng vẫn trong thời kỳ phim câm, nước Anh đã sản xuất,

vào năm 1922, cuốn *"Esméralda"* với tài tử Booth Conway trong vai Quasimodo và nữ tài tử Sybil Thorndike trong vai Esméralda. Phim này có hai điểm đặc biệt. Phim tuy mang tên *"Esméralda"* nhưng lại chú trọng vào nhân vật Quasimodo nhiều hơn. Nhân vật Esméralda đã bị lép vế lại do một nữ tài tử đã luống tuổi đóng nên mất hết vẻ quyến rũ.

Mười cuốn phim mang tên chính thống *"The Hunchback of Notre Dame"* được sản xuất từ năm 1911 đến 2002. Hai cuốn của năm 1911 và 1923 cũng vẫn chưa biết nói. Nhưng cuốn sau là một cuốn phim khá tốn tiền so với những phim cùng thời. Ngốn tới 3 triệu rưởi đô thời đó! Chỉ có hãng phim danh tiếng Universal mới chịu chi như vậy khiến cuốn phim được đánh giá là *"super jewel"*, (hột xoàn khổng lồ)!

Có ba cuốn là phim hoạt họa. Một cuốn do Úc sản xuất vào năm 1986. Hai cuốn do Walt Disney làm vào năm 1996 và 2002.

Tôi chú ý đặc biệt tới hai cuốn. Cuốn của lần quay năm 1939 có sự góp mặt của hai tài tử gạo cội của làng điện ảnh là Charles Laughton và Maureen O'hara trong hai vai chính Quasimodo và Esméralda. Đây là một phim đen trắng. Năm 1956, phim được quay lại với hai tài tử cũng nổi tiếng của thời đó là Anthony Quinn và Gina Lollobrigida trong hai vai chính. Lần này là phim màu.

Cuốn phim màu này được chiếu ở Sài Gòn đã thu hút một số khán giả kỷ lục. Dĩ nhiên hồi đó tôi không bỏ qua. Tới bây giờ tôi phải thú nhận là nhớ tới bộ phim hơn nhớ tới cuốn truyện. Và mê say anh chàng gù Anthony Quinn. Quasimodo Anthony Quinn được hóa trang nhẹ nhàng hơn

Quasimodo Charles Laughton. So hai anh gù thì anh gù Anthony Quinn…đẹp trai hơn nhiều. Cả hai phim đều không lấy tên theo tên cuốn truyện mà đổi thành *"The Hunchback of Notre Dame"*. Phim được trình chiếu ở Sài Gòn mang tên tiếng Pháp *"Le Bossu de Notre Dame"*.

Tuổi trẻ chúng tôi ngày đó say mê với vóc dáng của cô nàng Gina Lollobrigida trong chiếc áo đỏ bó sát rất quyến rũ. Cô *gypsy* duyên dáng với những nét múa lả lơi, đôi chân rực lửa, đôi mắt gợi tình, những vòng uốn éo lả, nhịp nhàng theo tiếng trống đã bắt hồn chúng tôi. Bóng dáng của cô nàng minh tinh Ý đầy sức sống từ phim này bám theo chúng tôi trong một thời gian dài. Vẻ đẹp của Lolo, tên gọi thân thương, vừa kiêu sa, quý phái, vừa tự nhiên. Với thế hệ chúng tôi, Gina Lollobrigida là đàn chị. Nàng sanh năm 1927, nhưng vẻ trẻ trung của Lolo hình như không giảm đi với thời gian. Nàng đã ngưng đóng phim từ năm 1968 nhưng tới nay, tuy đã 92 tuổi, nhan sắc của Gina hình như không bị thời gian tàn phá. Những bức hình mới đây vẫn cho thấy một Gina Lollobrigida tươi vui với hai thú vui nghệ thuật: nhiếp ảnh và điêu khắc. Thiệt đáng công ngưỡng mộ và say mê của chúng tôi ngày đó!

Không đẹp cũng khiến mọi người say mê là nhân vật chính Quasimodo. Quasimodo có tật gù bẩm sinh, là con của một người đàn bà du mục. Một đêm kia, bà cùng một đám du mục tìm cách đột nhập vào Paris nhưng bị Giám Mục Frollo chặn lại. Tất cả bỏ chạy, duy có bà này ôm một chiếc bọc nên bị Frollo đuổi theo bắt vì tưởng bà ôm gói đồ ăn cắp được. Khi đuổi người phụ nữ du mục này tới những bậc thang đá của nhà thờ, Giám Mục Frollo giật cái bọc khỏi tay bà và đạp bà té dập đầu xuống bậc thang chết tươi. Khi thấy trong bọc là một đứa bé đỏ hỏn, ông định thủ tiêu luôn đứa bé nhưng bị ngăn cản. Ông bị bắt buộc phải nuôi đứa bé trong nhà thờ. Ông đặt tên nó là Quasimodo, nghĩa là "Quái Dị"!

Lớn lên, Quasimodo được giao nhiệm vụ kéo chuông nhà thờ. Hắn sống ngay trên gác chuông và sùng bái Giám Mục Frollo. Lâu ngày chày tháng, tiếng chuông đã làm tai hắn điếc đặc. Với ngoại hình thiếu sót này, hắn ít khi bước ra khỏi nhà thờ vì mọi người khinh miệt hắn.

Khán giả của bộ phim chắc không khinh miệt như vậy. Hồi đó, sau khi xem phim, tôi còn rất khâm phục và say mê con người tật nguyền thân xác nhưng có một tâm hồn đầy đặn nhất trong phim. Có người tình si nào có được những hành động như Quasimodo? Yêu say đắm tới tôn thờ Esméralda nhưng khi nàng sai hắn đi tìm Đại Úy Phoebus, người mà nàng yêu, mang tới phòng nàng để nàng tâm tình, Quasimodo thi hành "mệnh lệnh" liền. Khi Esméralda và Phoebus sắp mặn nồng, Giám mục Frollo đã đâm chết Phoebus rồi đổ tội cho Esméralda. Nàng bị kết tội tử hình. Khi Esmeralda sắp bị treo cổ, Quasimodo đã đu dây từ trên tháp chuông xuống giải cứu và giấu nàng trong phòng của hắn. Esméralda bắt hắn ngủ trước cửa phòng để canh gác cho nàng. Nửa đêm, hắn mang tấm khăn vào đắp cho Esméralda khỏi lạnh, nàng choàng dậy, tưởng hắn muốn làm bậy, đuổi hắn ra. Hắn buồn bã đập đầu vào chuông gây nên những tiếng động như than van oan ức. Nghe tiếng chuông nho nhỏ, Esméralda ra khỏi phòng và hiểu sự tình.

Tiếp đó là cảnh thơ mộng nhất của cuốn phim. Esméralda hối hận, choàng quanh người chiếc khăn đỏ của Quasimodo tặng, nhảy một bản nhạc rộn ràng. Quasimodo khoái chí vì lần đầu tiên được Esméralda nhảy riêng cho mình, đã tung mình lên rung chuông loạn xà ngầu. Kéo dây chuông lớn, đu lên chuông nhỡ, đạp lên chuông nhỏ. Cả thân hình rút ngắn đùa với giàn chuông vang lên nỗi mừng vui thánh thót dồn dập.

Chính vì cảnh rung chuông ngoạn mục này mà tôi phải tìm tới gác chuông để tận mắt nhìn thấy những quả chuông đẫm ướt tình yêu của một người yêu trong vô vọng. Cuối năm 1994, tôi có dịp tới Paris lần đầu tiên và đã tới ngay nhà thờ Đức Bà. Đứng trước khuôn viên rộng lớn trước cửa nhà thờ, tôi ngẩng đầu nhìn lên tháp chuông, cố tưởng tượng hình ảnh chàng gù đu dây xuống cứu người chàng thầm yêu Esméralda trên giá treo cổ. Tôi lần vào phía trong, tới chiếc cầu thang nhỏ bé tối tăm. Ngày đó, tính ra cũng đã một góc thế kỷ, chân cẳng tôi còn tốt, tôi mạnh dạn leo. Cầu thang gồm những bậc đá nhỏ, qua thời gian, đã mòn vẹt ở giữa bởi những bước chân người tạo thành phần lõm ở chính giữa, trông như một chiếc quạt xòe ra, rất khó đặt vững chân. Thêm vào, đây là cầu thang xoắn, vòng vòng như chiếc lò xo khổng lồ rất khó leo. Tháp chuông gồm hai ngọn tháp, tháp Nam và tháp Bắc, cao 69 thước. Du khách phải leo 387 bậc tất cả. Khi đi chơi tôi thường mang giầy thể thao để cuốc bộ và leo trèo dễ dàng nên không có vấn đề chi. Nhiều vị nữ lưu điệu đàng diện giầy cao gót thì vô phương leo lên thăm anh chàng Quasimodo được. Bảng lưu ý đặt tại cầu thang cũng khuyên những người có sức khỏe không tốt không nên leo lên những bậc thang khó thương này.

Lên chừng nửa đường, tôi tới một phòng có trần rất cao dùng làm nơi bán quà lưu niệm và sách viết về *"Notre Dame de Paris"*. Từ nơi đây, người ta có thể tới thăm nơi chàng gù

Những bậc thang mòn vẹt.

Tác giả trên tháp chuông Nhà Thờ Đức Bà Paris, hình chụp năm 1994.

giữ Esméralda trong phim.

Leo thêm 147 bậc là ngất ngưởng trên đỉnh tháp phía nam. Tôi men theo một hành lang nhìn ra ngoài để ngắm cảnh Paris trên cao. Cả một Paris hùng vĩ, diễm lệ nằm dưới tầm mắt.

Sát bên người là những tượng quái thú ngổn ngang chung quanh. Những tượng quái thú này không chỉ để trang trí mà còn là những máng xối hứng nước từ mái nhà chảy xuống.

Lên tới nơi, men theo một lan can chật hẹp, tôi đi qua tháp phía Nam, nơi treo những quả chuông lớn nhỏ của nhà thờ. Lan can này được che chắn để du khách khỏi té xuống phía dưới nhưng đồng thời cũng để phòng ngừa những người ưa làm chuyện khác người muốn hy sinh mạng sống nhảy xuống để lấy tiếng để đời!

Cuối cùng, gác chuông đây rồi. Quả chuông đầu tiên tôi nhìn thấy là quả chuông lớn nhất, nặng 13 tấn, mang tên Emmanuel. Quả chuông bự tổ chảng này chỉ được rung vào những dịp đặc biệt như lễ Giáng Sinh, lễ Phục Sinh, hoặc khi có các Giáo Hoàng mệnh chung…

Tôi lặng người khi tới tận nơi, cúi người lom khom rờ tận tay những quả chuông đã nhìn thấy trên màn ảnh tại một rạp chiếu bóng ở Sài Gòn nửa thế kỷ trước. Ngày đó, tôi không hề có ý nghĩ sẽ có ngày tới tận nơi đây để nhảy vào cảnh xa vời vợi trên màn ảnh. Tôi đi vòng quanh những quả chuông, nhớ lại những hình ảnh xa xưa, nhớ tới những ngày của tuổi mộng mơ. Ngày đó, trên màn hình trước mắt, Quasimodo điên cuồng với những quả chuông. Chuông vang vang tiếng khoan tiếng nhặt, tiếng trầm tiếng bổng, buông thả niềm vui đang ào ạt dâng lên trong lòng anh chàng gù si tình.

Tôi nhìn quanh. Không thấy Quasimodo đâu!

06/2019

SI

Phải nói đầy đủ là *sida* mới đúng nhưng tôi ngại mọi người hiểu lầm ra một căn bệnh nên cắt bớt cho gọn. Thực ra sự cắt bớt này đã được dân chúng cầm dao xén từ lâu rồi. Cái chi dài dòng vướng víu, dân người ta không ưa. *Sida* là loại quần áo cũ được gửi qua viện trợ cho Việt Nam. Tại sao lại *sida*? Tôi phân vân, ới ông Google giúp một tay. Ông này rất được việc. Ông dẫn tôi vào *Wikipedia* để chỉ cho rõ sự tình. Té ra *sida* chẳng dây mơ rễ má chi với căn bệnh cả, mà chỉ là tên tắt của một tổ chức từ thiện Thụy Điển, tổ chức *Swedish International Development Cooperation Agency* (Tổ Chức Hợp Tác Phát Triển Quốc Tế Thụy Điển), viết tắt là SIDA. Tổ chức này quyên góp quần áo cũ của người dân, giặt giũ sạch sẽ, đóng thùng gửi tới viện trợ cho dân chúng Việt Nam. Lẽ ra dân chúng là người thụ hưởng nhưng những quần áo cũ người mới ta này chạy qua những cửa nào chẳng biết để bày bán ngoài chợ trên khắp nước. Dân chúng ham đồ ngoại nhưng rẻ rề nên xúm nhau mua, hình thành một món hàng mà họ gọi là "đồ *sida*" hay ngắn gọn là "đồ *si*". Thụy Điển chỉ viện trợ đồ cũ này trong một thời gian ngắn vào đầu thập niên 1990 nhưng cái tên thì đã nằm chết với loại đồ này. Tất cả các nguồn quần áo cũ sau này đều được gọi là *sida* hay *si* hết!

Thụy Điển không gửi quần áo cũ qua nữa nhưng quần áo cũ vẫn đầy rẫy trên các vỉa hè, trong các cửa hàng, tại những sập bán trong chợ, chúng do đâu mà có? Do chúng ta!

Cứ thỉnh thoảng tôi lại phải bê những bao quần áo không còn xài nữa tới cho những hội thiện như *Villages Valeurs*, *Renaissance* hay *Armee Salut*. Nhiều khi ngại, tiện tay bỏ vào những chiếc thùng quyên quần áo cũ của các hội thiện được đặt tại các bãi đậu xe hay các lề đường nơi có nhiều người qua lại. Gọi là quần áo cũ nhưng còn tốt chán. Bỏ đi chỉ vì chúng không còn đúng kích thước, hợp thời trang hay không thích nữa. Thế hệ chúng tôi, những di dân thế hệ đầu, nghĩ tới những ngày còn ở quê nhà ngồi vá từng manh áo rách, tiếc không muốn cho. Những người đã bị đầy đọa trong những cái gọi là trại học tập cải tạo còn tiếc hơn nữa. Khi đó, quần áo như những miếng giẻ rách khoác lên người, có đâu được ra hình cái quần tấm áo, mà vẫn phải cẩn thận giữ gìn cho khỏi rách thêm. Bây giờ, quần áo còn tốt, nỡ lòng nào bỏ đi, vậy là giữ khư khư trong nhà. Nhưng rồi chật nhà chật cửa, nhất là những khi dọn nhà, cũng đành phải mang đi cho. Thế hệ con cháu chúng ta, sống từ nhỏ ở bên này, chưa biết khổ, còn cho bạo hơn nữa. Nhiều khi, quần áo mua tùy hứng khi đi *shopping*, về giúi trong xó tủ, ít lâu sau mở ra thấy không thích nữa, tiện tay vứt. Quần áo cũ mà còn lủng lẳng mác mới! Các ông bố bà mẹ có tiếc của cũng đành chịu. Thân hình rệu rạo đâu có thích hợp với những thứ mốt của bọn trẻ. Đành ngậm ngùi bỏ vào bao mang đi cho, tự an ủi dù sao cũng làm việc thiện. Nhưng thiện ở đây mà không thiện ở đó. Có tới tay dân nghèo đâu mà thiện. Những quần áo đó về tới những nước nghèo khó là tiền không. Con buôn quốc nội đâu có tha. Nhiều người đã làm giầu vì những thứ chúng ta thải ra.

Hàng *sida* rất *hot* tại Việt Nam. Ký giả Nguyễn Thị Hàm Anh, ở trong nước, tả cái sự tình này như sau: *"Hàng Si luôn đông khách. Thứ nhất vì giá rẻ hiển nhiên, thứ nữa kiểu cọ đa dạng, chất liệu và màu sắc phong phú khác hẳn hàng trong nước, lẫn vào trong đó có hàng hiệu hẳn hoi chứ chẳng phải toàn hàng... vô danh. Hàng chất như núi tha hồ lựa chọn không thích bỏ đi mà không sợ chủ lườm nguýt, chẳng những quần áo còn có thú nhồi bông, dây lưng, giày dép, túi xách, mũ, ba lô... Boot cổ cao, cổ thấp là món hàng đa số dân sành điệu đều ao ước có ít nhất một, hai đôi, mà nếu không vào hàng đồ cũ thì không cách nào sắm nổi. Nhảy vào đó ngụp lặn cả buổi thế nào cũng moi ra được món đồ hợp ý với giá hời. Sau khi diện đồ, ra ngoài đường tung tăng, thiên hạ chẳng ai biết đó là hàng cũ hay mới... Trước kia mua đồ cũ ngoài chợ chỉ là dân nghèo, không thể sắm đồ mới nhưng nay đã khác. Ngoài khách ruột của hàng Si là các bà nội trợ, sinh viên... ít tiền, còn có dân văn phòng, công sở, thanh niên theo thời trang, người ưa thích các món đồ lạ trong đó có cả dân có tiền".*

Không phải tất cả quần áo cũ chúng ta tặng cho các hội thiện đều đi về các nước đang phát triển. Ngay tại nơi chúng ta ở, một phần dân chúng cũng vẫn phải xài đồ *second hand*. Tôi nhớ những ngày mới qua định cư, cả gia đình cũng lếch thếch tới nhà dòng của các sơ để lựa đồ cũ. Được cái quần cái áo hay đôi giầy đôi dép vừa ý mừng muốn chết. Hầu như tất cả dân tỵ nạn chúng ta đều trải qua những ngày đầu đặt chân đến xứ lạ cực khổ như vậy. Kể cả cô Lê Thị Thái Tần. Chắc ít người biết cô này. Giới công nghệ trẻ thì đều biết tới cô qua cái tên đã bị méo mó: Tan Le! Năm 2010, cô Thái Tần đã gây chấn động cả thế giới khi sáng tạo ra thiết bị đọc sóng não EPOC, giúp con người chỉ dùng suy nghĩ để điều khiển được các vật thể trong thế giới ảo và, sau này, trong thế giới thực. Cô đã kể lại trên diễn đàn nổi tiếng của nữ giới *TEDx-Women* thời gian khởi đầu những ngày tỵ nạn của cô khi tới Úc vào năm 4 tuổi cùng bà ngoại, mẹ và em gái. *"Chúng tôi rất nghèo, phải bớt chi tiêu vào khoản mua quần áo mới. Chúng tôi luôn mặc đồ cũ, mang hai đôi tất đi học để đôi này che lỗ thủng của đôi kia, mặc bộ đồng phục dài tới mắt cá chân vì phải mặc chúng tới 6 năm!"*. Mặc quần áo cũ, nhưng đầu óc lúc nào cũng mới. Cô Thái Tần tốt nghiệp trung học năm mới 16 tuổi và chỉ 3 năm sau cô tốt nghiệp Đại học hạng Ưu ở cả hai ngành Luật và Thương Mại. Sau 7 năm nghiên cứu, cô đã sáng chế ra chiếc mũ EPOC gây chấn động thế giới, thu về hơn 10 triệu đô. Nhưng danh giá hơn khi, vào năm 2011, tên cô lọt vào danh sách 50 gương mặt làm thay đổi thế giới do Forbes thiết lập.

Nghĩ tới những ân tình ngày khởi đầu đó thì chuyện ngày

nay chúng ta cho quần áo không dùng tới nữa là một cách trả ơn và giúp đỡ những người mới tới như chúng ta ngày xưa.

Tất cả các hội thiện nhận quần áo cũ đều có những cửa hàng bán lại ngay tại chỗ. Họ phân loại, giặt giũ và bày bán như những tiệm bán quần áo chính hiệu. Có điều cái giá bán ra là cái giá rẻ mạt. Tôi nghĩ đây là một hình thức hay. Dân mới tới hay dân nghèo cũng móc ví trả tiền đàng hoàng, khỏi mang mặc cảm đi xin. Số tiền thu được, các hội từ thiện dùng để trang trải phí tổn hành chánh hay tài trợ cho những chương trình phúc lợi tại các nước đang mở mang. Miễn là họ dùng số tiền thâu được vào đúng mục tiêu giúp đỡ những nơi khốn cùng là OK.

Giá bán đồ cũ rẻ mạt nhưng dù sao cũng phải móc bóp trả tiền. Nhiều người không muốn vậy. Họ đi lối tắt: tìm cách lấy quần áo ngay trong những thùng đặt tại các nơi công cộng. Âu cũng là tính người, những người ngại rút tiền từ trong túi ra. Hành động này đang làm mệt trí nhà chức trách tại Canada chúng tôi. Nhiều người đã vong mạng vì chết kẹt trong thùng. Những chiếc thùng này bốn bề kín mít, chỉ có một cửa sổ để những ân nhân đẩy những bao áo quần vào thùng. Chiếc cửa này được thiết kế giống như những thùng thư của bưu điện tuy kích thước có lớn hơn. Muốn đút những bao đồ vào, người ta phải mở chiếc nắp bên ngoài, đặt bao đồ lên tấm bửng. Khi đóng tấm bửng lại thì bao đồ sẽ rớt vào trong thùng. Như vậy đồ chỉ có vào chứ không có đường ra. Những người lấy trộm đồ trong những chiếc thùng này thường chui vào tấm bửng, hạ mình vào trong thùng để lục lợi quần áo. Nhưng, cũng như áo quần. Vào thì dễ, ra thì khó.

Họ mắc kẹt trong thùng.

Sáng sớm ngày 8 tháng giêng vừa qua, một bà tên Crystal, 35 tuổi, mắc kẹt trong một thùng của cơ quan từ thiện *League for Human Rights* tại Toronto. Bà kêu cứu nhưng khi lính cứu hỏa tới cưa thùng để đưa bà ra thì bà đã chết. Đó là cái chết thứ hai trong vòng 8 ngày và thứ ba trong vòng 2 tháng tại Canada vì thùng quyên quần áo. Nếu tính từ năm 2015 tới nay, trong vòng bốn năm, đã có tới bảy người hy sinh vì quần áo cũ! Có một điều lạ là chỉ ở Canada mới có những cái chết loại này trong khi tại Âu châu và Mỹ, dân số đông hơn gấp bội, mà ít khi xảy ra những cái chết lảng xẹc như vậy. Quan sát vị trí của những xác chết, người ta thấy phần lớn chết theo kiểu trồng chuối. Đầu chúi trong thùng trong khi chân còn mắc kẹt nơi tấm bửng. Trong tư thế như vậy, họ có muốn kêu cầu cứu thì âm thanh cũng khó lọt ra ngoài. Nhưng kêu làm sao được khi nguyên nhân chết thường là ngạt thở. Ở tư thế chúi ngược trong một thời gian dài, các bộ phận trong người đổ xô xuống, đè lên phổi làm tắc nghẽn đường thở. Nhưng cũng có những cái chết vì đột quỵ khi máu dồn xuống đầu trong một thời gian dài khiến vỡ mạch máu đầu. Dù chết vì nguyên nhân nào, những cái chết liên tiếp cũng khiến các hội thiện phải có biện pháp ngay. Cấp thời nhất là cất những cái thùng chết người này đi. Hội *Diabetes Canada* đã thu hồi toàn thể 146 thùng đặt tại tỉnh bang British Columbia dù biện pháp này đã gây ra thất thu và phải cắt bớt việc làm. Cũng tại tiểu bang này, thành phố West Vancouver đã ra lệnh khóa tất cả các thùng từ thiện đặt trong phạm vi thành phố. Thành phố Burnaby cương quyết hơn, ra lệnh cho gỡ tất cả các thùng từ thiện này. Hãng chế tạo những chiếc thùng này, *RangeView Fabricating*, cũng điên cái đầu. Tại sao họ chế tạo những chiếc thùng này từ bao chục năm qua mà chẳng có ai chết, nhưng từ năm 2015 tới nay lại chết lia chia. Ông Brandon Argo, quản lý hãng, phải lên tiếng: "Chúng tôi khuyên các hội thiện phải có hành động cho các vụ trộm này vì an toàn công cộng phải được đặt lên trên hết. Tại sao bây giờ mới có cái nạn này?". Vậy là trái banh trách nhiệm được đá qua đá lại, chẳng bên nào đưa ra được một biện pháp nào trước nạn lấy quần áo này. Tôi chẳng ân nhậu chi tới chuyện này nhưng thiết nghĩ những chuyện thương tâm này chỉ xảy ra từ trên bốn năm nay có lẽ vì xã hội Canada đã thay đổi. Số người nhập cư nhiều hơn và kinh tế cũng khó khăn hơn. Không cần biết tại sao, một giáo sư tại Đại Học British Columbia đã nghiên cứu và đưa ra một kiểu thiết kế thùng mới. Với thiết kế này, nếu có một vật nặng trên 9 kí nằm trên chiếc bửng, bửng sẽ tự động khóa không mở ra được!

Thế giới ngày càng thay đổi nhanh chóng và rốt ráo. Nhiều báo động cho thấy đã tới lúc không ai muốn dùng lại quần áo cũ nữa. Nếu vậy, chuyện này không thể coi nhẹ được. Thế giới sẽ…khủng hoảng! Đây không phải là chuyện hù dọa nhau mà là chuyện đang bắt đầu. Thành phố Panipat, cách thủ đô Ấn Độ New Delhi 55 dặm, được coi như thủ phủ của thu mua quần áo cũ thế giới. Có khoảng hai trăm doanh nghiệp hoạt động trong ngành này với số hàng trị giá tới 4 tỷ đô. Không chỉ bán đồ cũ, họ còn dùng sợi của quần áo cũ để làm thành quần áo mới. Thứ quần áo tái chế này thường được dùng trong việc cứu trợ khẩn cấp sau những thiên tai. Thời cực thịnh vào năm 2010, nơi này đã sản xuất tới 100 ngàn chiếc áo mỗi ngày, đáp ứng tới 90% nhu cầu cứu trợ trên khắp thế giới.

Chỗ nào có ăn là anh Trung Quốc lăn tới. Thấy Ấn Độ vớ bở, Trung Quốc, với những máy móc tối tân hơn, đã sản xuất được số lượng gấp nhiều lần Panipat, nhiều kiểu hơn, màu sắc bắt mắt hơn. Và họ hạ giá bán để cạnh tranh. Ấn Độ bán 2 đô rưỡi mỗi chiếc thì Trung Quốc chỉ bán 2 đô. Vậy là họ kéo được khách là các nhà cứu trợ trên khắp thế giới. Khoảng 50 nhà máy tại Panipat phải nhập máy móc của Trung Quốc để có thể còn có được miếng ăn. Họ phải dùng những nguyên liệu mới cho hợp với máy móc mới. Vậy là quần áo cũ thành ra thứ thừa thãi. Nguồn hàng này bỗng... bơ vơ. Người ta không biết chuyển số lượng lớn lao này đi đâu. Thêm vào đó, vì quần áo mới có giá rẻ gần bằng quần áo cũ nên dân chúng đổ xô mua quần áo mới. Từ năm 2000 đến năm 2015, số lượng quần áo mới sản xuất trên toàn cầu đã tăng gấp đôi. Trong khi đó xu hướng thời trang lại mau thay đổi nên số lượng quần áo hết mốt thải ra ngày càng nhiều khiến thị trường quần áo cũ khựng lại.

Tình trạng này ảnh hưởng lớn tới môi trường. Thứ nhất, số lượng quần áo cũ không có nơi thải là một thảm họa cho môi trường trái đất. Thứ hai, ngành may mặc vốn đã thải ra khí nhà kính nhiều hơn tất cả các khí thải do máy bay và tầu bè cộng lại, nay lại tăng tốc độ sản xuất, số khí thải tăng thêm rất nhiều.

Thiệt rắc rối! Khi chúng ta vác từng bao quần áo cũ đi

làm việc thiện, chúng ta tưởng đó là việc tốt, nhưng thực ra chúng ta đang góp phần vào việc làm ô uế môi trường trái đất. Vậy thì mần răng? Chúng ta cần chậm bước chân chạy theo mốt. Ăn chắc mặc bền như các cụ đã dậy. Nói vậy chắc các nàng ăn diện muốn bịt tai không thèm nghe. Chuyện điệu đàng là chuyện của chúng tôi, chuyện môi trường là chuyện của thiên hạ, ai cần biết tới.

Nhưng, cũng như các cụ đã dậy, cùng tắc biến. Tới hồi đi vào ngõ kẹt luôn có đường ra xa lộ thênh thang. Đường của chúng ta ngày nay đang rộng mở. Thời trang bây giờ là quần áo rách. Càng rách bươm càng mốt. Có thứ rách đến nỗi không thể coi là vật che chắn đàng hoàng được. Quần áo đã rách rưới như vậy thì cần chi thải. Vậy là cứ quần áo rách mặc riết, thay đổi chi nữa. Vậy là môi trường lại khỏe như vâm!

03/2019

TÂN

Tôi nghĩ chắc ai cũng thỏa tính tò mò nếu được nghe chuyện mà bà Hồ Xuân Hương bảo là "cấm ngoại thủy không ai được biết". Cái "đêm hôm ấy đêm gì" người ta làm ăn ra sao? Biết tổng là người ta sẽ làm cái chi chi, chắc cũng chẳng khác mình, nhưng vẫn cứ vểnh tai lên nghe một cách…tò mò. Nếu là chuyện phòng the của thế hệ cỡ ông bà cha mẹ mình hồi xưa thì sự tò mò tăng lên gấp bội. Tôi cũng dzậy! Dzậy thì hãy nghe ông Nguyễn Vỹ kể chuyện hấp dẫn này trong cuốn *"Tuấn, Chàng Trai Nước Việt"*.

Chuyện xảy ra vào năm 1915. Sau khi khách khứa ra về, ông Hương Cả, bố của chú rể, gọi con vào nhà trong nói chuyện. Giọng ông nghiêm nghị: "Cha đã chọn giờ tốt cho con động phòng trong đêm tân hôn của con. Con phải đợi đúng giờ Tý, ước chừng mặt trăng lên đến giữa sân, con mới được vô buồng làm lễ hoa chúc với vợ con". Chú rể Lê văn Thanh hí hởn dạ vâng. Vầng trăng đêm đó sao mà chậm chạp. Leo mãi mới chỉ lên tới nóc nhà. Trăng trong người chú rể lại leo nhanh như tên ăn trộm. Hai tốc độ tréo ngoe nhau phát tức. Chậm tới đâu thì cuối cùng trăng cũng phải vắt vẻo giữa sân. Nửa đêm giờ tý canh ba đây rồi. Lê văn Thanh mừng quýnh chạy vào nhà, mở cửa buồng hợp cẩn. Chàng cài then cửa lại. Cô dâu Nguyễn thị Hợi bẽn lẽn ngồi nơi góc giường, áo đơn áo kép vẫn đầy đủ như khi về nhà chồng. Chiếc bàn kê ở đầu giường bày một đĩa trầu cau đã têm, một bình rượu với đôi chén nhỏ, hai cây đèn bạch lạp cháy hiu hiu. *"Thanh đến trước mặt cô Hợi, nhưng không đứng gần. Với một giọng run run, gần như không ra tiếng , chàng nói ấp úng, nàng ngồi cúi mặt xuống nghe : "... Ơ... Ơ... làm lễ động phòng... hoa chúc..". Nói mấy lời đó, chàng cũng rụt rè e lệ. Nàng khẽ đáp : " Thầy...Ông lạy trước Nguyệt..". "Hai... đứa... mình phải lạy một lượt chớ". Nàng đứng dậy. Chàng bước đến bàn thờ Nguyệt Lão, lấy bình rượu rót ra hai chén, rồi thắp hai que nhang, đưa cô Hợi một que, chàng cầm một . Hai người đồng lạy. Xong chàng lấy một chén rượu đưa cô Hợi : "... Ơ... Ơ... uống rượu...". Nàng đưa hai tay lễ phép nhận chén rượu, và nâng lên uống cạn một lượt với chàng. Chén rượu nhỏ thôi, chắc là uống không say lắm. Chàng lại lấy một miếng trầu cau, trao nàng: " Ơ... Ơ... ăn trầu...". Nàng cũng đưa hai tay lễ phép nhận miếng trầu tươi cau tươi và đưa vô miệng nhai. Nàng nhai nhỏ nhẹ chậm rãi, rất có duyên. Chàng vừa ăn trầu, vừa cởi chiếc áo gấm và áo dài trắng treo trên tường , chỉ còn mặc chiếc áo cụt. Chàng lên giường nằm, miệng còn nhai trầu mỏm mẻm. Cô Nguyễn thị Hợi vẫn cứ mặc nguyên ba áo hàng mầu, ngồi ghé một bên mép giường , cúi mặt xuống ra chiều bối rối, hai tay mân mê tà áo ".*

Chú rể đã nằm xuống nhưng bụng vẫn mắc cỡ. Khẩu trầu trong miệng chú rể đã nát bươm mà còn chưa tính ra kế. Khá lâu sau đó, lấy hết bình tĩnh, chàng nói mà không dám ngó cô vợ mới cưới: "Cô Ba không cởi áo đi nằm kẻo mệt! Khuya rồi. Bây giờ là…giờ…Tý". Nàng rụt rè: "Dạ". Vẫn để nguyên ba lớp áo, nàng nằm ghé bên lề giường. Rồi mạnh ai nấy ngủ!

"Gà gáy hết canh năm, chàng chợt tỉnh dậy, thấy vợ nằm sát cạnh giường sắp té xuống đất , mới nằm lại gần nàng, nắm tay lung lay : " Cô Ba... cô Ba... nằm xít vô , kẻo té... nằm xít vô...". Nàng vẫn nhắm mắt như ngủ mê , nhưng cũng nghe lời chàng, nằm xích vào một tí, một tí thôi. Chàng hồi hộp sung sướng, khẽ đặt bàn tay lên cánh tay cô vợ trẻ mà chàng nhìn thấy xinh đẹp như nàng tiên giáng thế...Lê văn Thanh hồi hộp khẽ đặt bàn tay lên cánh tay áo hàng mầu lục của cô vợ trẻ... Cô Ba để yên , không nói gì nhưng khi chàng bạo tay hơn một tí, khẽ đưa bàn tay dần dần lên ngực cô, thì cô Ba hất tay ra, rồi co cánh tay của cô lên để che ngực, mặc dầu cô đã mặc ba lớp áo hàng mầu, chưa kể áo cụt trắng ở trong cùng chiếc yếm đen của cô cột chặt vào cổ và lưng. Thấy cô vợ mới cưới còn giữ gìn e lệ, Lê văn Thanh không dám làm ẩu, vội vàng rút bàn tay, nằm im phăng phắc".

Con gà chẳng cần biết bụng Lê văn Thanh đang như nồi nước sôi, vẫn nhẩn nha gáy lần thứ hai, rồi thứ ba. Trời đã hừng sáng. Tiếng kèn rạng đông bên trại lính khố xanh vang lên hùng dũng. Đêm hồ như đã tàn. Mặt trăng lặn mất tiêu.

Cô dâu Nguyễn thị Hợi vội vùng dậy, xuống bếp rửa mặt và đun nước pha trà cho ông cha chồng đã ngồi trên ghế tràng kỷ. Chú rể Lê văn Thanh cũng vội dậy hầu trà cha. Đêm tân hôn tưởng mặn nồng tình chồng vợ đã vụt mất tiêu!

Đêm thứ hai tình hình không chút tiến triển. Cô dâu vẫn chưa một lời nói, chưa một lần cười, mặt băng giá chết cứng trong nỗi sợ hãi. Chú rể phải tính kế. *" Chống tay trên chiếc gối gỗ, nửa nằm nửa ngồi khép nép bên lề giường, chàng rung đùi khẽ nói, cố gắng giọng hùng hồ như thầy đồ dạy học : "Đức Thánh, Ngài nói rằng :"Thiên hạ chi đạt đạo ngũ viết quân thần giã, phụ tử giã, phu phụ giã, môn đệ giã, bằng hữu chi giao giã, ngũ giã, thiên hạ chi đạt đạo giã... "* (*Ở đời có năm đạo: đạo vua tôi, đạo cha con, đạo vợ chồng, đạo anh em, đạo bạn bè giao hảo: ấy là năm đạo thiên hạ phải thực hành*). *Tôi tự xét tôi đi làm việc Nhà Nước, ấy là tôi đạt được quân thần chi đạo. Tôi ăn ở có hiếu với cha, ấy là tôi đạt được phụ tử chi đạo... Nay tôi đã gá nghĩa cùng cô Ba, thì tôi trộm xét cái thân bảy thước này không đến nỗi vô ích với đời, tôi đã thành đạt cái nam nhi chi khí. Tôi thương cô Ba bao nhiêu, tôi lại nhớ câu trong Kinh Thi bấy nhiêu: "Thê tử hảo hợp, như cổ sắt sắc cầm , nghi nhĩ thất gia lạc nhĩ thê noa... Phụ mẫu kỷ thuận hỹ hồ"* (Vợ con hoà hợp như tiếng đàn sắt đàn cầm, nhà cửa đoàn tụ vợ con vui vẻ... cha mẹ được hoan hỷ lắm thay...) . *Ký Thanh ngâm mấy câu sách Nho, khoái chí gật đầu, rồi cao hứng xổ một mớ tiếng tây ba rọi: " Tục ngữ An Nam mình nói: "Thuận vợ thuận chồng, tát biển đông cũng cạn". Tây thì nói "Unis la femme et le mari, puisser de l'eau... dans le mer de l'Est... est vidé aussi... ". Lê văn Thanh vừa nói vừa nhai trầu mỏm mẻm, vừa cười tủm tỉm. Chàng nuốt nước trầu một cách ngon lành, trong lúc cô Ba ngồi nghe như vịt nghe sấm, thầm phục ông chồng tài hoa của cô".*

"Giã' tới phát mệt, lại xổ ra tới ba thứ tiếng mà tình hình chưa nhúc nhích, chàng năn nỉ: "Cô Ba nằm xuống nghỉ kẻo khuya rồi, cô Ba. Đã quá giờ Tý rồi đó". Chàng vờ ngủ, ngáy khò khò. Cô Ba nhẹ nhàng đứng dậy, cởi áo dài ra, chỉ còn mặc chiếc áo cụt trắng. Cô nằm ké bên lề giường. Chú rể ngủ chi nổi. Chàng chỉ giả vờ ngáy đợi thời cơ. Cô Ba nằm im không dám nhúc nhích. *"Thanh tưởng cô đã ngủ rồi, mới len lén nằm kề bên cô. Chàng khẽ đặt mũi lên đôi má ấm ấm của nàng, mịn và thơm như hai cánh hoa đào, chàng say sưa hít liên tiếp hai ba hơi. Nàng làm bộ ngủ mê để chàng muốn làm gì thì làm. Đêm nay, nàng không chống cự, từ chối một tí gì cả".*

Đọc tới đây tôi thở phào. Thật khó như đường vào đất Thục. Đó là chuyện ngày xưa. Thực ra cũng chưa xưa lấm. Mới đầu thế kỷ 20. Tới đầu thế kỷ 21 này, chuyện đã khác đi nhiều. Đêm tân hôn chẳng còn là đêm khám phá. Đất Thục đã tanh bành từ những ngày sống thử. Hôn nhân chẳng còn là điểm khởi đầu mà chỉ là một phương cách hợp thức tình trạng đã xảy ra từ khuya. Một cuộc khảo sát do *Voucher Codes Pro* thực hiện vào năm 2013 cho thấy chuyện đêm hợp cẩn ngày nay chẳng có gì ầm ỹ. Mặt trận miền Tây vẫn yên tĩnh! Có 2128 cặp tân hôn tại Mỹ tham gia trả lời. Kết quả có tới 52% cặp tân hôn không tù ti trong đêm tân hôn. Chữ "tân" coi bộ vô nghĩa. Chẳng còn chi mới mẻ đối với hai người trong cuộc. Bộ đồ trắng toát của cô dâu là một sự dối trá. Con ong đã tỏ đường đi lối về từ lâu. Họ vui chơi bên ngoài cửa phòng hợp hôn và giữ yên tĩnh trong phòng sau đó. Lý do là vì có tới 25% chú rể và 13% cô dâu say xỉn chẳng biết trời trăng chi cả. Có 17% quá mỏi mệt trước và trong ngày tổ chức lễ cưới khiến lơ là chuyện ái ân. Có tới 10% phải lo cho con cái họ đã có với nhau trước khi cưới. Ông George Charles, Giám Đốc Thương Mại của *Voucher Codes Pro* phải thốt ra: "Đêm tân hôn không còn là chuyện quan trọng như xưa nữa. Ngày nay người ta đã thay đổi. Họ không còn coi động phòng là một nghi thức thiêng liêng. Lý do là họ đã sống với nhau trước để coi có hòa hợp với nhau được không nên đêm tân hôn không còn được háo hức mong đợi. Một lý do khác có thể là việc tổ chức đám cưới ngày nay chiếm nhiều công sức của cặp hôn nhân khiến họ mệt mỏi ít màng tới những chuyện khác".

Chuyện nam nữ là chuyện trời đất đã xếp đặt. Anh có phận anh, chị có phận chị. Thường thì mọi chuyện xuôi rót. Nhưng trời cũng có lúc mắc lầm lẫn. Như đã lầm với một nhà thơ tình hàng đầu của văn học Việt Nam. Thơ Xuân Diệu đã là những lời tình của bao thế hệ. Thế hệ tôi bỏ rẻ mỗi anh mỗi chị cũng phải thủ trong người ít câu phòng khi dùng tới. Từ những ngày học sinh, mấy câu thơ sau vẫn nằm trong tôi, tới bây giờ cũng chưa quên được.

> *Hãy sát đôi đầu! Hãy kề đôi ngực!*
> *Hãy trộn nhau đôi mái tóc ngắn dài!*
> *Những cánh tay! Hãy quấn riết đôi vai!*
> *Hãy dâng cả tình yêu lên sóng mắt!*

Hãy khăng khít những cặp môi gắn chặt
Cho anh nghe đôi hàm ngọc của răng;
Trong say sưa, anh sẽ bảo em rằng:
"Gần thêm nữa! Thế vẫn còn xa lắm!".

Thơ là thơ và đời là đời. Tác giả của những câu thơ tình ra riết đó bị dư luận cho là một người đàn ông không bình thường. Cho tới khi ông lấy vợ. Năm 1958, qua mai mối của ông Hoàng Tùng, Tổng Biên Tập báo Nhân Dân, nơi bà Bạch Diệp làm việc, nhà thơ tình bất hủ và đạo diễn điện ảnh Bạch Diệp làm đám cưới. Chàng đã ngoài 40, nàng đúng 29 tuổi. Cuộc hôn nhân chỉ kéo dài được sáu tháng. Vì sao họ rã đám, người ngoài không ai biết. Mãi cho tới năm 2010, 52 năm sau, bà Bạch Diệp mới kể lại đêm tân hôn ngày đó với báo chí. Trong căn nhà nhỏ trên phố Đội Cấn, Hà Nội, bà Bạch Diệp cho biết: *"Từ nhỏ tôi đã bị cấm đọc tiểu thuyết lãng mạn, tiểu thuyết tình yêu, lại học ở trường Dòng nên gần như tôi không biết gì nhiều về tình yêu nhục dục, quan hệ vợ chồng. Lấy nhau nhưng đêm tân hôn và cả những ngày sau nữa không có chuyện quan hệ chăn gối nhưng tôi cũng không thắc mắc nhiều đến chuyện đó. Đến khi lấy nhau được 3 tháng thì bố tôi phát hiện chúng tôi chưa ăn ở với nhau. Đó là do một lần chúng tôi đi Quảng Ninh chơi về thì mẹ lôi tôi vào phòng hỏi: thế nào? Thì tôi ngạc nhiên hỏi thế nào là thế nào ạ. Thế là mẹ tôi hỏi thẳng chuyện chăn gối của hai vợ chồng. Tôi liền bảo: con tưởng phải một năm sau mới ngủ với nhau chứ, mới mấy tháng đã ngủ gì".*

Chuyện về đêm tân hôn chay và cuộc tình không xác thịt của Xuân Diệu và Bạch Diệp đã khiến ông bố của bà Diệp can thiệp. Ông gọi Xuân Diệu tới nói chuyện. Nghe Xuân Diệu kể, ông biết anh con rể bị bệnh tiên thiên bẩm sinh, không thể quan hệ vợ chồng được. Ông sẽ chữa bệnh cho anh trong ba tháng. Nếu không hết thì "phải bỏ con Diệp". Xuân Diệu ngày ngày chăm chỉ sắc thuốc uống. Nhưng thuốc thang cũng không xoay chuyển được tình hình. Cuộc hôn nhân chay của hai người tan vỡ sau đó.

Tiến Sĩ Lê Lương Đống, Quyền Vụ Trưởng Vụ Y Học Cổ Truyền, cho biết: *"Bệnh tiên thiên là bệnh mang tính bẩm sinh. Bệnh tiên thiên có rất nhiều dạng chẳng hạn như tim tiên thiên, thận tiên thiên, cơ địa tiên thiên. Những người bẩm sinh yếu tiên thiên có chung đặc điểm là từ bé đã ốm yếu quặt quẹo, bệnh tật liên miên, bị hết bệnh này đến bệnh khác, sức đề kháng kém, khỏi được bệnh này lại sinh ra bệnh khác. Kể cả khi người đó tập thể hình, có sức cơ bắp thì sức đề kháng vẫn kém. Với Xuân Diệu có thể do bị bệnh tiên thiên ở thận hoặc rối loạn vận mạch não, gây co thắt mạch máu não nên một nửa não thường bị co thắt gây đau đớn. Điều này cũng ảnh hưởng lớn đến cảm xúc phòng the. Hoặc có thể ông bị bệnh thận tiên thiên nên dẫn đến suy thận, yếu sinh lý, xương cốt rệu rã, hay bị sụn lưng ngay từ khi còn trẻ hay ốm vặt. Người mắc chứng bệnh này thường nhút nhát, cảm xúc cũng thất thường"*.

Ông mai Hoàng Tùng, tuy có nghe những đồn đãi về sinh lý bất thường của Xuân Diệu nên trước khi mai mối đã tới hỏi Huy Cận, người "tình trai" của Xuân Diệu. Huy Cận xác định Xuân Diệu bình thường. Bà Bạch Diệp nói: *"Xuân Diệu không hiểu hết mình, ông ấy nghĩ là vì không quan hệ* nên không quen, lấy vợ vào sẽ hết nên mới quyết định lấy tôi. *Nhưng nào ngờ, sự tình cũng chẳng chuyển biến được. Có lần tôi hỏi một người em dâu của Xuân Diệu thì được biết một người em của Xuân Diệu cũng mắc chứng bệnh đó ”.*

Sau cuộc hôn nhân đổ vỡ với Xuân Diệu, bà Bạch Diệp ở vậy tới hai chục năm. Sau đó bà gặp ông Nguyễn Đức Tường, chuyên viên bộ Công An, và hai người gá nghĩa. Bà đã có thai nhưng chỉ được vài tháng bị sẩy thai. Mất con, bà lại mất chồng khi ông ra đi vì bệnh ung thư sau khi ăn ở với bà được 15 năm.

Cuộc đời cô đơn của bà kết thúc vào ngày 17/8/2013 khi bà tạ từ cõi thế vì bệnh ung thư ngực, thọ 85 tuổi. Nhà thơ Nguyễn Bảo Sinh, tức Bát Phố, mới đây có *post* trên *Facebook*: *"Rồi Bạch Diệp cũng không thể dùng tinh thần vượt được bệnh tật. Bạch Diệp nằm bất động, chân sưng phù, hết đi chơi cùng bạn bè là hết niềm vui cuối cùng. Bạch Diệp nằm liệt giường, cô đơn không chồng không con, bạn bè đôi lúc mới có người đến thăm. Bát Phố nhớ như in hình ảnh Bạch Diệp ôm đôi mèo đến nhà bát phố. Bạch Diệp mắt đẫm lệ, nhờ Bát Phố chăm giúp đôi mèo mà Bạch Diệp quý như con. Bạch Diệp bảo: "Tôi sắp về Tây Trúc rồi, chỉ thương hai cháu mèo mồ côi không nơi nương tựa, nhờ Bát Phố nuôi hộ đôi mèo là tôi mỉm cười nơi chín suối. Suốt đời tôi không quên ơn này."*

06/2019

THIẾN

Bà Kay Ivey, Thống Đốc tiểu bang Alabama bên Mỹ, vừa ký đạo luật "diệt nhu cầu sinh lý" vào ngày thứ hai 12/6/2019. Nói nôm na ra là…thiến. Nghe mà sởn tóc gáy. Những ai sẽ bị thiến? Đó là những kẻ phạm tội tấn công tình dục trẻ em được ra tù sau khi đã hoàn tất thời gian giam cầm theo bản án. Những cha nội khoái hái trái xanh này thường tái phạm sau khi được thả khỏi chấn song sắt. Muốn trừ hậu họa, luật này quy định thiến đương sự cho chắc ăn. Nghe thiến, chúng ta nghĩ ngay tới dao kéo như thiến chó thiến mèo. Không! Thế giới văn minh ngày nay không dùng dao kéo, họ dùng hóa chất. Tiếng Anh gọi trò này là *"chemical castration"*. Luật mang mã số HB 379 này buộc các can phạm tội lạm dụng tình dục trẻ dưới 13 tuổi phải dùng thuốc diệt dục như *medroxyprogesterone acetate*. Thuốc này sẽ ngăn chặn cơ thể sản xuất chất kích thích tố nam cũng như các loại *hormone* để diệt ham muốn tính dục. Các chàng này sẽ dửng dưng khi thấy phái đẹp sau khi thuốc ngấm. Không có động cơ thì làm chi có hành động. Vậy là xã hội an toàn trên xa lộ. Theo luật mới tinh này thì phạm nhân sẽ phải chích hoặc uống thuốc trước khi mãn hạn tù một tháng cho thuốc ngấm và sẽ tiếp tục cho tới khi có phán quyết ngưng dùng thuốc của tòa. Nếu khi ra tù mà phạm nhân trốn dùng thuốc thì sẽ bị vô tù lại.

Khi mới đọc được tin này trên báo chí, tôi chú ý liền. Coi bộ chuyện này mới. Nhưng tôi đã bé cái lầm. Chuyện này đã cũ xì, tiểu bang California đã có luật này từ khuya, hồi thập niên 90 lận. Bạn tôi ở California thiếu chi nhưng hỏi ra chẳng ông nào biết chuyện thiến theo kiểu tân thời này. Đúng là chưa thấy quan tài chưa đổ lệ. Các ông ở Florida, Louisiana, Montana, Wisconsin, Georgia và Oregon, những tiểu bang đã có luật tương tự, cũng rứa. Thế mới biết các bạn tôi đều là những người sợ ghê răng nên tránh trái xanh. Một vài tiểu bang khác của Mỹ cũng đã có luật …thiến nhưng chỉ được áp dụng với một vài điều kiện. Như tiểu bang Texas buộc phải có sự yêu cầu của phạm nhân và không được dùng chuyện thiến làm một điều kiện để ra tù. Còn tiểu bang Michigan cũng đã có dự luật nhưng bị tòa kháng án phán luật này bất hợp pháp trong một vụ xử năm 1984 .

Nhiều quốc gia tại Âu Châu cũng đã có luật thiến này. Đức là nước đầu tiên cho phép áp dụng biện pháp diệt dục bằng hóa chất vào năm 1969. Đến nay đã có nhiều nước áp dụng như Thụy Điển, Đan Mạch, Bỉ, Ba Lan. Tới năm 2012, Nga mới nối gót theo sau. Pháp rắc rối hơn. Năm 1998, Pháp đã có luật quy định phạm nhân xâm phạm tình dục lần thứ hai với người dưới 13 tuổi có thể tự nguyện điều trị bằng thuốc hay bằng phẫu thuật. Nếu không tự nguyện thì không được giảm án hay được trả tự do có điều kiện. Như vậy lần đầu được tha tào! Quốc Hội nhận thấy luật này cởi mở quá nên đệ trình nhiều dự luật bắt buộc áp dụng những biện pháp này ngay khi bị kết án lần đầu nhưng tất cả đều bị bác.

Đại Hàn là nước đầu tiên tại Á châu áp dụng biện pháp thiến hóa học này. Luật có từ tháng 7 năm 2011 nhưng hai năm sau mới thi hành ca đầu tiên. Ngày 3/1/2013, tòa án quận phía Nam thủ đô Seoul tuyên án 15 năm tù giam và thiến bị can Pyo. Theo thông tấn Yonhap thì chàng này đã cưỡng hiếp năm thiếu nữ trong khoảng thời gian từ tháng 11/2011 đến tháng 5/2012. Khởi đầu Pyo làm quen bằng cách *chat* trên mạng *internet,* sau đó gặp và đe dọa với vũ khí để cưỡng hiếp. Y đe dọa sẽ phát tán hình ảnh trần trụi của các em lên mạng nếu không tiếp tục cho y thỏa mãn thú tính. Đây là một trường hợp gia trọng nên bị can còn phải điều trị 200 giờ bệnh lý, hồ sơ phạm tội sẽ bị công khai trong mười năm và phải đeo vòng điện tử trong hai chục năm sau khi mãn án ra tù. Năm 2016, Indonesia đã theo gót Đại Hàn trong vụ thiến này.

Nghe tới luật nọ luật kia, người ta có cảm tưởng số phạm nhân bị thiến là con số đáng kể. Nhưng thật ra luật này ít khi được áp dụng. Người ta không có số liệu chính thức nhưng cho tới nay tại tiểu bang California chỉ có hai trường hợp được thi hành. Hãng tin AP cũng cho biết là trong mười năm qua, tại hai tiểu bang Montana và Lousiana, mỗi nơi chỉ có một trường hợp áp dụng biện pháp diệt dục bằng hóa chất.

Sự lưa thưa áp dụng này khiến người ta đặt câu hỏi về

hiệu quả của biện pháp diệt dục bằng hóa chất. Thuốc có… thiến được không? Thuốc được dùng có thể là *cyproterone* hoặc *leuprorelin*. Có hai dạng: thuốc viên hoặc thuốc chích, dùng mỗi ngày, mỗi tháng hay mỗi quý tùy theo loại. Thuốc sẽ tác động lên nội tiết tố và chỉ làm giảm ham muốn tình dục. Người dùng thuốc vẫn có thể quan hệ tình dục bình thường. Khi ngưng dùng thuốc, tỷ lệ nội tiết tố *testosterone* lại tăng lên. Thuốc chỉ có tác dụng với những người phạm tội vì mức *testosterone* tăng cao. Còn những người phạm tội vì tức giận, hung hăng, muốn áp chế người khác hay vì thiếu nhận thức, thuốc cũng chịu thua.

Ít hiệu quả, thuốc lại có nhiều phản ứng phụ. Do ức chế, thuốc ảnh hưởng đến tinh thần phạm nhân. Ngoài ra người dùng thuốc còn bị tăng cân, bứt rứt trong người, xương cũng bị ảnh hưởng. Nhưng có nhân chứng lại cho là thuốc có tác dụng rất tốt. Một phạm nhân giấu tên, 30 tuổi, can tội có hành vi dâm ô với trẻ em ở Texas, đã kể lại với tạp chí *The Chronicle of Higher Education* vào năm 2011: "Cuộc đời tôi đã hoàn toàn thay đổi. Tôi thực sự bị nghiện. Tôi run lên với ý nghĩ phải tới nơi không có thuốc uống". Thuốc anh được cho dùng là thuốc *Lupron*, một loại thuốc điều trị bệnh ung thư tuyến tiền liệt. Anh thừa nhận bệnh thích hành dâm với trẻ em không hoàn toàn biến hẳn nhưng đã được kiềm chế rất nhiều.

Một anh người Canada chúng tôi, tạm gọi là Jesse, cũng là một nhân chứng. Năm 2004, Jesse bị buộc tội hiếp dâm và tàng trữ trái phép hình ảnh khiêu dâm của trẻ em. Ra tòa, anh chủ động xin được…thiến. Anh cho biết thường xuyên bị giày vò bởi những nhu cầu sinh lý bệnh hoạn. Thậm chí có lúc tinh thần sa sút tới độ muốn tự sát. Anh được chích một liều hóa chất sau 17 tháng bị giam giữ. Cứ khoảng bốn hoặc sáu tuần anh lại được chích thêm thuốc. Thuốc có tác dụng sau sáu tuần kể từ mũi chích đầu tiên. Anh trả lời phỏng vấn: "Thuốc hoàn toàn tiêu diệt mọi dục vọng!". Nhưng cần thời gian. Thời gian đầu, anh vẫn thấy ham muốn nổi lên khi cho coi cảnh làm tình trên màn hình. Dần dần, thú tính nguội dần cho tới khi nhìn cảnh làm tình thực thụ anh vẫn tỉnh bơ như không.

Học giả Chris Hanson, người Canada, đã nghiên cứu về dấu vết tình dục trong nhiều năm của những người phải chích thuốc diệt dục. Ông cho biết là trong khoảng thời gian đầu, từ bốn tới năm năm sau khi được chích thuốc, tỷ lệ tái phạm là 13,4%. Trong khoảng từ 15 tới 20 năm, tỷ lệ này tăng lên từ 35% tới 45%. Tuy nhiên con số thống kê tại vài nước châu Âu thì khác. Tỷ lệ tái phạm đã giảm từ 40% xuống chỉ còn 5%!

Nếu có một nơi nào mà nạn ấu dâm xảy ra đã tới mức báo động thì đó là Việt Nam. Theo số liệu của Tổng Cục Cảnh Sát thuộc Bộ Công An thì mỗi năm, trên cả nước, có tới khoảng từ 1600 đến 1800 vụ xâm hại tình dục trẻ em được phát hiện. Số nạn nhân khoảng 10 ngàn em. Chiếm đa số tới 57,46% nạn nhân là các em nữ ở độ tuổi từ 12 tới 15. Số các em nhỏ dưới 6 tuổi là 13,2%. Đáng buồn hơn là hầu hết các thủ phạm xâm phạm tình dục trẻ em lại là những người gần gũi, thân thuộc với các em như bạn của bố mẹ hay hàng xóm. Thậm chí còn là giáo viên, anh em ruột thịt, bố dượng, bố đẻ.

Báo Tuổi trẻ Online, ngày 14/6/2016, có đăng bài viết: *"Khi Người Thân Xâm Hại Chính Con Cháu Mình"*, trong đó có đoạn sau: *"Theo số liệu từ cơ quan điều tra, trong số 139 vụ xâm hại tình dục trẻ em thì có bốn vụ cha hiếp dâm con ruột; tám vụ cha dượng khống chế hiếp dâm con riêng của vợ; mười vụ là người thân có quan hệ họ hàng xâm hại tình dục các bé gái; một vụ là thầy giáo; 17 vụ là đối tượng quen biết với gia đình".* Đó là con số tại Sài Gòn.

Báo điện tử Nhân Dân, số ra ngày 19/4/2019, có bài: *"Ngăn Chặn Triệt Để Hành Vi Xâm Hại Trẻ Em"*, có đoạn viết: *"Các vụ án xâm hại trẻ em xảy ra nhiều nhất tại hai thành phố lớn là Hà Nội với 88 vụ (đã khởi tố 47 vụ, trong đó 44 vụ xâm hại tình dục); Sài Gòn: 77 vụ. Các tỉnh thành tiếp theo là: Đác Lắc: 52 vụ, Tây Ninh: 51 vụ, Đồng Nai: 46 vụ... Tình trạng xâm hại tình dục trẻ em đang có nguy cơ trở thành một vấn nạn xã hội khi thời gian gần đây số vụ việc bị phát hiện liên tục gia tăng, với hành vi gây án ngày càng táo tợn, nghiêm trọng. Chưa kể, đối tượng gây án còn có cả những người có học thức, trình độ, vị trí, thậm chí là người thân quen, gây phẫn nộ trong dư luận. Gần nhất, tại Sài Gòn, một bé gái 9 tuổi đang chơi trong công viên bị tên Lương Tuấn B. (28 tuổi, ở phường 6, quận 5) dụ dỗ rồi hiếp dâm. Cùng ngày, tên này còn thực hiện hành vi dâm ô với một bé gái khác. Đầu tháng 4/2019, một cựu công chức cư trú tại Đà Nẵng có hành vi dâm ô bé gái ngay trong thang máy một chung cư tại quận 4, Sài Gòn. Trước đó không lâu, tháng 12/2018, Hiệu Trưởng một trường phổ thông dân tộc nội trú ở huyện Thanh Sơn (Phú Thọ) đã bị khởi tố, bắt tạm giam vì hành vi dâm ô với nhiều học sinh nam. Tháng 6/2018, một bé gái 10 tuổi tố giác bị cha ruột lạm dụng tình dục trong một thời gian dài đã gây rúng động dư luận. Người đàn ông vô nhân tính này còn là nghi can dâm ô một bé gái 8 tuổi và một bé gái 13 tuổi khác. Trước đó, vụ án Nguyễn Khắc Thủy có hành vi dâm ô, xâm hại nhiều bé gái tại chung cư Lakeside ở thành phố Vũng Tàu (Bà Rịa - Vũng Tàu) khiến nhiều phụ huynh chưa hết bàng hoàng".*

Bà Vũ Thị Xuân Nhuệ, Phó phòng Hình Sự của Viện Kiểm Sát Nhân Dân của Sài Gòn, cho những con số này là chưa phản ảnh đúng tình hình. Bà nói: "Nhiều vụ xâm phạm tình dục trẻ em không được trình báo, và số bị can thấp hơn số vụ án là một thực tế đau lòng bởi nhiều vụ chưa xác định được đối tượng hoặc do đối tượng bỏ trốn". Những vụ được đưa ra xử trước tòa chỉ là một phần thực trạng. Rất nhiều vụ đã không được gia đình các em tố cáo vì ngại dư luận và vì muốn giữ danh giá cho gia đình và dòng họ. Một thực trạng đau lòng khác là sự xuống cấp của xã hội đã đẩy các em còn rất nhỏ, trong độ tuổi trên dưới 6 tuổi, vào những hành động tính dục quá sớm. Bà Nhuệ cho biết: "Quá trình điều tra cho thấy một số trẻ em quan hệ tình dục từ độ tuổi 10 đến 11. Điển hình là hồi tháng 9/2013, một nhân viên khách sạn ở Quận Bình Tân đã đưa hai em học sinh mới 11 và 12 tuổi vào khách sạn để quan hệ tình dục. Kết quả giám định pháp y về màng trinh cho thấy cả 2 trẻ này đều quan hệ tình dục từ trước. Tuy nhiên, cả hai trẻ đều không khai ra ai là người mà các trẻ này đã quan hệ trước đó".

Tình trạng nguy cấp này khiến cho Bộ Lao Động, Thương Binh và Xã Hội phối hợp với Quỹ Nhi Đồng Liên Hiệp Quốc UNICEF, vào ngày 18/4/2019, đã tổ chức một cuộc hội thảo về xây dựng kế hoạch hành động quốc gia phòng chống bạo lực, xâm hại trẻ em tại Hà Nội. Tại cuộc hội thảo, bà Nguyễn Thị Nga, Phó Cục Trưởng Cục Trẻ Em, đã tiết lộ một số chi tiết. Trong số các vụ xâm hại tình dục trẻ em được tổng đài khẩn cấp 111 can thiệp hỗ trợ, thủ phạm là người quen, hàng xóm chiếm tỷ lệ 59,06%; giáo viên, nhân viên nhà trường là 6,03%; các đối tượng khác là 13,79%. Đặc biệt thủ phạm là người thân trong gia đình như bố ruột, bố dượng, anh em chiếm tới 21,12%!

Như bất cứ một cuộc hội thảo chính thức nào, buổi hội thảo này cũng chỉ đưa ra những biện pháp chung chung như hoàn thiện hệ thống pháp luật về bảo vệ trẻ em, tạo nên một chương trình bảo vệ trẻ em có sự tham gia của tất cả các cơ quan chuyên môn và các tổ chức xã hội. Chuyện tân tiến như…thiến hóa học không được đề cập tới.

Tại một buổi tọa đàm ít chính thống hơn mang tên *"Nạn Xâm Hại Tình Dục Trẻ Em; Im Lặng Hay Lên Tiếng"*, luật sư Nguyễn Thị Bích Điệp đã đề xuất phương cách thiến hóa học. Theo luật sư Bích Điệp thì thế giới đã xử dụng phương pháp này, tại sao Việt Nam không áp dụng theo? Tiến sĩ Khuất Thị Thu Hồng, Viện Trưởng Viện Nghiên Cứu Phát Triển Xã Hội đồng tình với đề nghị trên nhưng còn e ngại: "Đây là một biện pháp rất tốn kém về kinh tế vì không phải chỉ thực hiện một lần mà giải quyết dứt điểm được. Hơn nữa nó có thể để lại nhiều hậu quả, hệ lụy đối với sức khỏe, tâm lý của những người bị xử phạt và cộng đồng xung quanh. Chúng ta cần cân nhắc kỹ lưỡng đến các vấn đề có thể gặp phải trước khi thực hiện". Cũng vỗ tay cho biện pháp chế tài này, Tiến sĩ Nguyễn Huy Quang, Vụ Trưởng Vụ Pháp Chế thuộc Bộ Y Tế, cũng đồng tình: "Ấu dâm là một dạng bệnh lý mãn tính ảnh hưởng đến suốt đời, rất khó để điều trị dứt điểm, liệu pháp tâm lý chắc chắn không thay đổi được bản năng tình dục. Nên theo tôi áp dụng hình thức "thiến hóa học" là cần thiết, tuy nhiên cần làm rõ một số vấn đề trước khi thực hiện. Đầu tiên, cần làm rõ khung xử phạt, đâu là đối tượng "ấu dâm" cần phải triệt tiêu ham muốn tình dục lệch lạc. Tiếp đến cần làm rõ thẩm quyền của cơ quan nào sẽ được quyết định "thiến hóa học" vì các quốc gia trên thế giới từng áp dụng có hệ thống pháp luật khác Việt Nam".

Thiến, tưởng là máu đổ thịt rơi nhưng xem ra nhẹ hều. Vậy mà nhiều nhà nhân quyền đã lên tiếng cáo buộc đây là hành động xâm phạm tới quyền con người. Ái dà! Chuyện này lớn hung, cần bàn rộng thêm. Tạm thời cứ…thiến!

07/2019

TIẾNG

Tôi yêu tiếng nước tôi từ khi mới ra đời người ơi / Mẹ hiền ru những câu xa vời... Tiếng nước tôi là tiếng mẹ đẻ, mỗi người chúng ta đều yêu mến và bập bẹ nói từ lúc nằm nôi. Khi lớn lên, ngoài tiếng mẹ đẻ, chúng ta còn học nói tiếng của mẹ... thiên hạ. Tùy theo hoàn cảnh và khả năng, có người nói được một, có người nói được nhiều thứ tiếng không do mẹ chúng ta đẻ ra mà chúng ta gọi là ngoại ngữ. Nói được ngoại ngữ là một cái tài được mọi người nể phục. Càng nhiều, sự nể phục càng tăng.

Sống tha phương tại nước ngoài, chúng ta ngày nay đều phải uốn miệng nói tiếng bản địa nơi chúng ta ngụ cư. Đó là cái bàn đạp cần thiết cho cuộc sống của chúng ta. Nhiều người trong chúng ta, nhất là thế hệ tỵ nạn đầu tiên, rất vất vả. Học thêm một ngoại ngữ không dễ dàng chi. Vậy nên chúng ta nể phục những người nói được nhiều ngoại ngữ. Người Việt Nam nổi tiếng nói được nhiều thứ tiếng là ông

Petrus Trương Vĩnh Ký. Ngoài chữ Hán và chữ La Tinh mà ông rất thông thạo, ông nói được tới 12 thứ tiếng khác. Khi mới 11 tuổi, theo học tại Phnom Penh, ông học chung với các học sinh thuộc nhiều quốc gia và học nói được những tiếng sau: Căm-Bốt, Lào, Miến Điện và Trung Hoa. Sau đó qua học tại Penang, Mã Lai, ông nói thêm được những tiếng sau: Ấn Độ, Anh , Tây Ban Nha, Mã Lai, Nhật Bản, Hy Lạp, Thái Lan, Pháp.

Thời của ông Petrus Trương Vĩnh Ký, vào cuối thế kỷ 19, nói được tới 12 thứ tiếng quả là dễ nể. Ngày nay, với nhiều phương tiện, với sự gần cận giữa các quốc gia, học một thứ tiếng ngoại quốc dễ hơn nhiều. Nhiều người có thể ba hoa bằng nhiều ngôn ngữ. Nhưng bao nhiêu là nhiều? Báo chí Canada vừa ồn ào về tài nói các thứ tiếng của một sinh viên trường McGill tại Montreal. Anh Georges Awaad, 20 tuổi, đã nói được 19 thứ tiếng. Đó là, ngoài tiếng Anh và tiếng Pháp, còn các ngôn ngữ sau: Quan Thoại, Tây Ban Nha, Bồ Đào Nha, Ý, Đức, Nga, Do Thái, Romania, Thụy Điển, Georgia, Armenia, Phúc Kiến, Hàn, Nhật, Ả Rập, Hòa Lan và *Esperanto*. Đầu năm nay, tổ chức Babbel, với sự cộng tác của *Student Life Network*, đã mở một cuộc tìm kiếm sinh viên Canada thông thạo nhiều ngoại ngữ nhất. Ngoài các vị giám khảo của tổ chức, còn những giám khảo riêng của từng thứ tiếng, đánh giá trình độ thông thạo của các ứng viên. Anh Georges Awaad vượt trội nhất để nhận danh hiệu này. Ông Ted Mentele của Babbel đã ra thông báo: *"Thay mặt cho một đội ngũ gồm hàng trăm nhà ngữ học trên khắp thế giới, chúng tôi rất ngạc nhiên trước việc sử dụng thành thạo ngoại ngữ của anh Georges Awaad, nhất là so với độ tuổi còn rất trẻ của anh".*

Ngay từ khi mới 10 tuổi, anh đã thích âm điệu của các ngôn ngữ khác nhau. Ông bà của anh, nói tiếng Ả Rập, là những người giúp anh học ngoại ngữ. Họ khuyên anh vào mạng *Google Translate*. Anh làm hơn thế: "Tôi là người thích âm điệu nên thích nghe các tiếng nói khác nhau qua âm nhạc, băng *video*, phim ảnh và lắng nghe tiếng nói chuyện của bạn bè và những người tôi gặp gỡ". Anh không nghĩ là anh có khiếu đặc biệt chi. Anh chỉ thấy thích vì thấy tiếng nói của một ngôn ngữ có vẻ ngồ ngộ. "Tôi nghĩ chỉ vì tôi say mê ngoại ngữ. Tôi chịu khó học vì tôi thực sự yêu mến chúng. Tôi không cảm thấy như phải làm một công việc khó nhọc chi". Ngôn ngữ thứ 20 anh sẽ học là tiếng Maya, được dùng ở vùng bắc Guatemala và nam Mễ Tây Cơ.

Vi vút được tới 20 thứ tiếng đã là dễ nể nhưng anh chàng Georges Awaad ở Montreal còn thua xa anh chàng Muhamed Mesic ở Tuzla. Tuzla là một thành phố công nghiệp ở Nam Tư cũ, nay là Bosnia và Herzegovania. Muhamed Mesic, 32 tuổi, nói thông thạo tới 56 thứ tiếng và nghe hiểu hơn 70 thứ tiếng. Khi anh chàng xuất chúng này mới được 5 tuổi, đi du lịch qua Hy Lạp với gia đình, anh đã làm gia đình ngạc nhiên. Anh nhớ lại: "Đó là lần đầu tiên tôi gặp những người nói thứ ngôn ngữ xa lạ mà mình không hiểu. Tôi nghe lỏm và dựa vào câu chuyện mà đoán ý nghĩa. Cuối kỳ nghỉ hè, tôi đã có thể giúp bố tôi nói chuyện với người thợ sửa xe Hy Lạp. Bố mẹ tôi bị sốc!". Khi anh được 9 tuổi, đất nước Bosnia xảy ra cuộc nội chiến. Những người lính Thụy Điển qua tham chiến khiến anh học được tiếng Thụy Điển. Chiến tranh kết thúc, anh tới Hungary và học nói được thứ tiếng này. Anh kể lại với ký giả báo *Jewish Journal*: "Trong chuyến đi đầu tiên sau chiến tranh này, bà tôi dặn không cần học tiếng Hungary vì không cần thiết. Khi trở về, tôi sợ phải nói với bà sự thật là tôi đã học được tiếng Hungary". Gia đình ngạc nhiên nhưng thấy việc học ngôn ngữ một cách chóng vánh của Muhamed có điều chi bất thường nên đưa anh đi khám. Bác sĩ cho biết anh bị hội chứng *Asperger*, một loại tự kỷ nhẹ, nên anh tiếp nhận được ngoại ngữ một cách bất thường, đôi khi ngoài ý muốn. Ngoài các ngôn ngữ phổ biến như tiếng Anh, Pháp, Tây Ban Nha, Nhật, anh còn mày mò học nói được những ngôn ngữ lạ hoắc như tiếng Kinyarwanda của Rwanda, tiếng Quechua của vùng núi Andes, Nam Mỹ. Làm sao một người có thể uốn lưỡi phát ra được nhiều thứ tiếng như vậy, anh Muhamed Mesic cho biết là khi người ta càng nói được nhiều ngôn ngữ thì việc học thêm các ngôn ngữ khác dễ dàng hơn. Lý do là rất nhiều ngôn ngữ có những điểm tương đồng với nhau.

Anh Muhamed Mesic chưa phải là thứ xịn. Người được coi như nói được nhiều thứ tiếng nhất thế giới là anh Willy Melnikov- Storkvist, của viện Vi Trùng Học, trực thuộc Viện Hàn Lâm Y Học Liên Bang Nga. Anh có thể sử dụng sơ sơ tới 104 ngôn ngữ khác nhau! Không chỉ sử dụng, anh còn sáng tác được thơ bằng nhiều ngôn ngữ. Anh có bị bệnh tự kỷ *Asperger* như anh Muhamed không? Không, nhưng anh bị thương. Khi tham chiến tại A Phú Hãn lúc quân Nga qua xâm chiếm xứ này, anh bị một mảnh đạn gây chấn thương não khiến anh bất tỉnh khoảng hai chục phút. Anh được giải ngũ. Trong ba năm sau đó, anh thường bị những cơn nhức đầu kinh khủng, nhưng bù lại, anh tiếp thu được ngoại ngữ một cách nhanh chóng. Anh là…hạm ngôn ngữ. Biết tới từng đó thứ tiếng, anh vẫn chưa vừa lòng. Anh còn tiếc: "Đáng tiếc là tôi không đủ thời gian để học hết sáu ngàn ngôn ngữ và thổ ngữ đang tồn tại trên trái đất này!". Sách kỷ lục Guinness đã công nhận anh là người biết nhiều thứ tiếng nhất thế giới.

Những người lẹt bẹt về ngoại ngữ như chúng ta chắc khó tưởng tượng được đầu óc của những người đa ngôn ngữ này ra sao. Họ nhét vào đâu từng ấy ngoại ngữ, khi sử dụng thì kéo ra sao cho thứ tiếng này không chồng lên thứ tiếng nọ. Khó dàn trời như vậy nhưng những người bỏ túi vài chục ngôn ngữ không phải là hiếm. Tiếng Anh có một danh từ để chỉ những người đa mang này: *polyglot*. Họ có mặt tại hầu hết các quốc gia. Chúng ta chỉ biết kính nhi viễn chi. Lục tục thường tình như chúng ta, biết rành rọt được một ngoại ngữ đã đủ mãn nguyện rồi.

Tại tỉnh bang Quebec, Canada, nơi tôi ngụ cư, người ta xài hai ngôn ngữ chính là tiếng Pháp và tiếng Anh. Muốn làm một công việc có tiếp xúc với dân chúng phải nói được hai thứ tiếng căn bản này. Chẳng cần kể đến những công việc chuyên môn khó khăn, chỉ làm những nghề lục tục thường tình như đứng bán hàng, rao hàng quảng cáo hay tài xế tắc-xi, nhân viên phát thư cũng phải hai thứ tiếng ở đầu môi. Dân bản xứ có tiếng mẹ đẻ là tiếng Anh hay tiếng Pháp thì dễ. Họ chỉ cần học thêm một ngoại ngữ. Học cũng dễ dàng vì môi trường họ sống đầy rẫy những người nói ngoại ngữ kia.

Dân nhập cư như chúng ta khó khăn hơn nhiều. Ngoài tiếng Việt mẹ đẻ, chúng ta phải học tới hai ngoại ngữ. Với thế hệ con em chúng ta, chuyện này cũng dễ vì chúng học tại nhà trường bản xứ. Con em chúng ta hầu như đều nhuần nhuyễn cả tiếng Anh lẫn tiếng Pháp. Nhưng thế hệ thứ nhất chúng ta vất vả quá chừng chừng. Tiếng Việt, tiếng Anh, tiếng Pháp lổn nhổn trong đầu. Mà chúng toàn là thứ lanh chanh. Cứ nói tiếng này thì tiếng kia nhảy lên miệng. Rất vô trật tự!

Không cứ tỉnh bang Quebec chúng tôi, theo một nghiên cứu của Giáo sư Francois Grosjean của Đại học Neuchâtel bên Thụy Sĩ thì trên thế giới này có tới 25% các quốc gia có hai ngôn ngữ chính thức. Vậy nên có tới một nửa dân số của quả địa cầu, khoảng 3 tỷ rưỡi người, biết hai ngôn ngữ. Nhưng dân Mỹ chỉ có khoảng 20% dân biết ngoại ngữ vì tiếng Anh của họ đi đâu cũng xài được, chẳng mất công học ngoại ngữ làm chi cho tốn sức lao động.

Phải chi không có vụ tháp Babel thì mọi người đâu có vất vả trẹo miệng học tiếng này tiếng kia. Ngày xưa, trước thời tháp Babel, thế giới chỉ có duy nhất một tiếng nói, khỏe cách gì đâu!

Chuyện tháp Babel được ghi trong sách Sáng Thế. Khoảng 5 ngàn năm trước, thế giới đã lâm vào một trận Đại Hồng Thủy, mưa như trút nước đổ xuống suốt 40 ngày đêm khiến cả trái đất bị ngập lụt. Theo Kinh Thánh thì đó là sự trừng phạt của Thiên Chúa vì loài người đã suy đồi đạo đức. Trước khi mưa đổ xuống, Đức Chúa Trời đã sai ông Noeh đóng một chiếc tàu khổng lồ để đưa gia đình ông và các loài vật, mỗi loài một cặp đôi, để tránh trận lụt. Sau khi đóng cửa tầu, mưa bắt đầu đổ xuống trong 40 ngày đêm khiến các ngọn núi cao nhất cũng chìm trong nước. Phải mất 157 ngày nước mới rút hết. Người và vật trên tầu an toàn bước ra.

Sau đó, hậu duệ của Noeh định cư tại một vùng đất tên là Shinar và chỉ có một ngôn ngữ duy nhất được dùng để giao tiếp với nhau. Họ chung sức xây dựng một ngọn tháp cao làm biểu tượng của loài người. Đó là tháp Babel. Họ vọng tưởng là sẽ xây được một ngọn tháp vươn cao tới trời, chạm tới thiên đàng mà không nhờ đến ân huệ của Chúa. Để dẹp tan cuồng vọng của con người, Chúa Trời đã dùng quyền năng làm cho các công nhân xây dựng tháp bất chợt nói nhiều thứ tiếng khác nhau. Họ không thể giao tiếp với nhau nên việc xây tháp bị ngưng trệ. Mặc dù Kinh Thánh không nhắc tới số phận của tháp Babel nhưng trong nhiều kinh sách của người Do Thái, Hy Lạp, La Mã chép lại là Chúa Trời đã phá hủy ngọn tháp này bằng gió.

Tháp bị hủy diệt, loài người tách thành nhiều nhánh có ngôn ngữ khác nhau, không hiểu được nhau, và cuối cùng hình thành những quốc gia riêng biệt.

Vậy ngôn ngữ khác biệt nhau của từng quốc gia là hình phạt của Chúa dành cho sự ngạo mạn của con người. Những người thay mặt Chúa nơi trần thế là các Giáo Hoàng, người coi sóc dân Chúa, muốn giao tiếp với đoàn chiên của Chúa, phải dùng nhiều ngôn ngữ. Các vị có tiếng là những người đa ngôn ngữ. Hai vị Giáo Hoàng gần chúng ta nhất nổi tiếng thông thạo nhiều ngôn ngữ là Giáo Hoàng John Paul II, ở ngôi từ 1978 tới 2005, và Giáo Hoàng kế nhiệm Benoit XVI, cai quản giáo hội từ năm 2005 tới khi từ chức vào ngày

28/2/2013, nhường ngôi cho Giáo Hoàng hiện nay là Francis I. Giáo Hoàng John Paul II, người Ba Lan, nói thông thạo các tiếng Ý, Tây Ban Nha, Pháp, Anh, Bồ Đào Nha, La Tinh và tiếng *Esperanto*. Ngoài ra Ngài có thể làm việc bằng tiếng Tiệp Khắc, Nga, Ukraine, Nhật, Tagalog và một số ngôn ngữ khác. Giáo Hoàng Benedict XVI, người Đức, thông thạo tiếng Ý, Pháp, Anh và Tây Ban Nha, biết các tiếng Bồ Đào Nha, La Tinh, Hebrew và tiếng Hy Lạp. Phải chi xưa kia Chúa nương tay không chia rẽ con người, để tất cả loài người đều chung một ngôn ngữ thì đại diện Chúa dưới trần thế ngày nay đâu có phải vất vả với nhiều thứ tiếng đến vậy.

Trong các ngôn ngữ mà các vị Giáo Hoàng thành thạo, có tiếng *Esperanto* của Giáo Hoàng John Paul II. Không có nước nào có tên là *Esperanto* cả. Đây là thứ tiếng quốc tế có tham vọng nối toàn thể con người trên thế giới vào chung một ngôn ngữ.

Quốc Tế Ngữ *Esperanto* do một học giả người Ba Lan gốc Do Thái là ông Ludwig Lejzer Zamenhof sáng tạo ra trong khoảng thời gian từ 1872 tới 1885. Đây là một ngôn ngữ được coi là khoa học, hợp lý và dễ sử dụng. Bởi vì đây là một thứ tiếng không bắt nguồn từ một dân tộc nào nên người sử dụng cảm thấy được bình đẳng. Thường thì ngoài tiếng mẹ đẻ, chúng ta học một thứ tiếng thông dụng nhất trên thế giới để giao tiếp với những người không chung quốc tịch với chúng ta. Ngày nay đó là tiếng Anh, thứ tiếng mẹ đẻ của hai quốc gia có nền kinh tế vững mạnh là Hoa Kỳ và Anh. Khi chúng ta nói tiếng Anh với người Mỹ hoặc Anh, chúng ta bị mặc cảm thấy mình nói không hay, không lưu loát bằng họ.

Đó là chuyện dĩ nhiên.Tiếng mẹ đẻ của người ta thì họ phải dễ dàng ba hoa. Biết vậy nhưng chúng ta vẫn thấy tự ti khi nói tiếng mẹ của người ta. Nếu bây giờ tất cả loài người đều nói tiếng quốc tế, thứ tiếng trung lập, chẳng phải của ai, họ sẽ cảm thấy bình đẳng.

Trên lý thuyết là vậy nhưng, theo một cuộc nghiên cứu vào năm 1996, sau hơn 100 năm hình thành và phát triển, quốc tế ngữ *Esperando* vẫn…lẹt đẹt. Chỉ có khoảng từ 2 trăm đến 2 ngàn người nói tiếng *Esperando* như ngôn ngữ thứ nhất. Có khoảng 2 triệu người trên 115 quốc gia và vùng lãnh thổ sử dụng *Esperando* như ngôn ngữ thứ hai.

Các nhà nghiên cứu cho biết quốc tế ngữ *Esperando* có văn phạm và từ ngữ hợp lý hơn các thứ tiếng hiện hành nên rất dễ học. Từ một ngàn từ gốc khi hình thành, ngày nay các từ điển *Esperanto* thường chứa từ 15 ngàn đến 20 ngàn từ. Tôi chưa bao giờ có ý muốn học tiếng *Esperando* nên kính nhi viễn chi. Tò mò, tôi vào thử coi vài tiếng thông thường xem nó ra sao. Cứ coi như chúng ta mua vui. "Chào" là *saluton*, "chào buổi sáng" là *bonan matenon*, "tên bạn là gì?" là *kiel vi nomigas?*. Và một câu tặng các bạn trẻ: "Tôi yêu anh/ em" là *Mi avas vin*!

Esperanto chưa được phổ biến rộng rãi có khi là một điều may. Bởi vì nếu toàn thể nhân loại nói chung một thứ tiếng rồi nổi hứng âm mưu xây lại tháp Babel thì Chúa Trời có nổi giận tiêu diệt thế giới này chăng? Dám lắm! Mấy ông bạn tôi mắng là khéo lo bò trắng răng. Ngày nay vệ tinh nhân tạo bay vù vù trên thượng tầng không gian, xây cái tháp Babel thì ăn thua chi. Hơn nữa, Chúa nay đã già hơn xưa nên chắc cũng độ lượng hơn. Chúng bay muốn làm chi thì làm, tao coi như trò con trẻ!

07/2019

TREVI

Trevi, tiếng Ý, có nghĩa là "ba con đường". Nhưng khi được dùng làm tên của một bồn phun nước thì nó là nơi mà du khách tới Rome thường tìm tới. Sở dĩ bồn phun nước này có cái tên bình dân như vậy vì nó nằm giữa ngã ba đường. Tôi đã tới Rome và tôi cũng đã tìm tới cái bồn nổi danh này. Tại sao tôi dẫn thân tới nơi này, đó cũng chỉ là chuyện a dua theo thiên hạ. Sách du lịch bảo phải tới thì tới nhưng khi tới tôi mới tự hỏi tại sao mình tới. Bởi vì tôi chỉ thấy một sự nhộn nhịp đến hoa mắt. Người ta chen chúc nhau bu quanh coi…nước chảy. Nhìn vào bồn thì lại là một sự lộn xộn khác. Tượng lớn tượng nhỏ chen chúc nhau, tượng đứng tượng ngồi. Tượng thì ở Rome thiếu giống chi. Đi tới chỗ nào cũng chạm mặt với tượng. Thực sự tôi không thấy đẹp. Có lẽ tôi không hiểu những ông bà đá nằm ngồi ngổn ngang sau vòi phun nước là những ông bà nào. Sách du lịch cho biết những tượng bằng đá vôi và cẩm thạch Carrara là

Ném tiền tại Trevi.

những nhân vật trong Kinh Thánh. Nổi bật chính giữa là thần Oceanus râu ria rậm rạp ngồi trên một chiếc xe hình vỏ sò được kéo bởi những chú ngựa và hai vị thần Triton. Bên trái là tượng Abundance đang khoe chiếc sừng dê kết hoa trái của nàng. Phía đối diện là tượng một vị thần khác đội vòng nguyệt quế, bưng một chiếc ly có con rắn đang vục đầu vào uống nước. Tôi không quen các vị thần này nên thấy họ chen chúc nháo nhào chẳng ra cái thể thống chi.

Tác giả Nguyễn Ngọc Chính có cái nhìn khá giống tôi khi tới thăm Trevi: *"Đài phun nước Trevi được tạo ra chủ yếu từ đá vôi và đá cẩm thạch Carrara, nổi bật giữa đài một quần thể những bức tượng các nhân vật trong Kinh Thánh được xen lẫn bằng những vòi phun nước theo kiểu Barroque. Đại khái chỉ đơn giản như vậy! Ấy thế mà hàng triệu du khách*

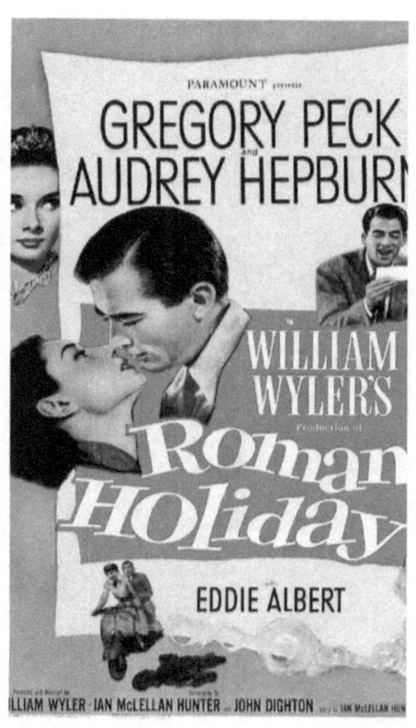

Poster phim "Roman Holiday"

đến Rome không thể bỏ qua Trevi. Tôi tự hỏi tại sao. Đẹp? Hẳn nhiên rồi. Hùng vĩ? Cũng đúng thôi. Theo tôi, lý do khiến Trevi hấp dẫn còn nằm ở những điều nhỏ nhặt, riêng tư của mỗi cá nhân thưởng ngoạn... Với tôi, Trevi đã tạo một ấn tượng đẹp từ thời xa xưa qua màn ảnh nhưng đến khi thấy được Trevi trên thực tế lại khác hẳn. Những thơ mộng, lãng mạn ngày xưa không còn nữa và thay vào đó là cảm giác về một địa điểm du lịch xô bồ. Xô bồ đến độ người hướng dẫn du lịch phải cảnh báo "Coi chừng móc túi!", chẳng khác gì ở xứ ta. Ấn tượng về vùng đất của Mafia lại có dịp trở lại trong suy nghĩ của tôi".

Những "điều nhỏ nhặt riêng tư" mà tác giả nhắc tới là những cuốn phim có những cảnh quay tại bồn phun nước

Audrey Hepburn đang rửa chân tại Trevi trong phim "Vacance Romaine".

Anita Ekberg và Marcello Mastroianni tại đài phun nước Trevi trong phim "La Dolce Vita".

Trevi này. Những kỷ niệm ông nhắc tới cũng là những kỷ niệm của tôi. Có lẽ thế hệ chúng tôi ngày đó đều chung một thú vui đi coi phim ngoại quốc. Cuốn phim tôi thích nhất là cuốn *"Vacance Romaine"*, theo đúng tên tiếng Pháp của phim chiếu tại Sài Gòn ngày đó. Thực ra nguyên tác tiếng Mỹ là *"Roman Holiday"*. Tôi khoái nhất phim này vì… Audrey Hepburn. Khoái cái dáng mảnh khảnh dễ thương của cô công chúa nghịch ngợm, trốn ra ngoài đi chơi vi vút với anh chàng ký giả khả ái Gregory Peck trên chiếc xe *vespa*. Cảnh trong phim dính với bồn phun nước Trevi là cảnh nàng Audrey bước vào bồn giơ chân ra rửa.

Audrey Hepburn chỉ rửa chân, còn Anita Ekberg chơi bạo hơn. Cô nàng có thân hình vệ nữ này diện nguyên một chiếc áo đen dạ hội, lội tới hông, đứng hôn anh chàng tình nhân đẹp trai Marcello Mastroianni, cũng ướt hết quần, trong một cảnh tình tứ của phim *"La Dolce Vita"* của đạo diễn trứ danh thời đó Federico Fellini. Cả chàng và nàng trong *"La Dolce Vita"* lẫn cô nàng Audrey Hepburn đều vi phạm luật khi bước vào trong bồn nước. Nước trong bồn là thứ nước suối tinh khiết mà nhiều du khách đã uống lấy hên.

Như đã trình bày ở trên, Trevi có nghĩa là "ba con đường". Ba con đường này là giao điểm của ba con đường đánh dấu điểm cuối cùng của *Aqua Vergine*, một trong những ống dẫn nước cho La Mã cổ đại. Năm 19 trước công nguyên, dưới sự giúp đỡ của một trinh nữ, hoàng đế Caesar Augustus đã ra lệnh đặt một đường dẫn nước tinh khiết dài 13 cây số tới đây. Đường ống dẫn nước này đã phục vụ dân thành Rome trong hơn 400 năm. Năm 1629, Giáo Hoàng Urban VIII nhận thấy bồn nước cũ chưa đủ tiêu chuẩn nên yêu cầu kiến trúc sư Lorenzo Bernini vẽ sơ đồ tân trang lại. Công việc bị bỏ dở khi vị Giáo Hoàng này thăng hà. Cho tới đầu thế kỷ 18, có nhiều bản vẽ khác của Pietro da Cortona, Nicola Michetti, Ferdinando Fuga và Edme Bouchardon nhưng không bản vẽ nào biến thành thực tế. Năm 1730, Giáo Hoàng Clement XII mới tổ chức một cuộc thi vẽ sơ đồ mới. Sơ đồ của Nicola Salvi được chọn và khởi công vào năm 1732. Salvi mất vào năm 1751 khi công trình mới hoàn thành được một nửa. Giuseppe Pannini tiếp tục công việc và hoàn thành công trình vào năm 1762. Bồn phun nước Trevi được chính thức khai trương bởi Giáo Hoàng Clement XIII vào ngày 22/5/1762.

Ngày nay nước ở Trevi vẫn được coi là nguồn nước suối thiêng mà người dân gọi là *Aqua Vergine*. Nước…thánh như vậy nên ai lội vào bồn là bị phú lít thành La Mã tuýt còi phạt liền. Nhưng Audrey Hepburn rửa chân hay Anita Ekberg lội nước tới ngang hông mà không bị phạt vì họ không phải là du khách mà là…tài tử chớp bóng. Nhà làm phim và thành phố chắc đã phải ăn chịu với nhau. Cô nàng tên Roberta, người Ý hẳn hoi, dân Milan, chỉ là du khách, cũng bày đặt bắt chước nhảy vào bồn bơi lội tung tăng vào ngày 22/4/2007, đã bị cảnh sát bắt phạt. Cô chống chế: "Tôi đang nóng và nước thì thuộc về tất cả mọi người!". Phạm luật, chẳng biết bị phạt bao nhiêu *lire,* nhưng cô nàng này nổi tiếng ngang xương khi những bức hình mát mẻ của cô được *post* trên *internet,* cho cả thế giới chiêm ngưỡng!

Mùa hè năm 2016, nhiều người đẹp bước vào bồn nước, õng ẹo tạo dáng mà không bị phú lít phạt chi cả. Không phải vì họ là những người đẹp thiệt, người mẫu chứ bộ, mà phú lít chùn tay, nhưng vì họ đã thuê mướn, có trả tiền thành phố đàng hoàng. Đó là *show* trình diễn thời trang của nhà thiết kế nổi tiếng Fendi, đặc biệt kỷ niệm 90 năm thành lập. Làm sao họ có thể đi một cách điệu đàng trên mặt nước được tuy họ chẳng có phép lạ như Chúa ngày xưa? Bởi vì ban tổ chức đã có sáng kiến đặt trên mặt nước những tấm kính lớn làm sàn *catwalk* cho các người mẫu. Họ đi trên mặt kiếng trông cứ như đi trên nước.

Cuốn phim dính dáng tới bồn phun nước Trevi nhiều nhất là phim *"Three Coins in the Fountain"*. Bồn nước Trevi là một…vai chánh trong cuốn phim này. Các vai chánh khác do các tài tử Clifton Webb, Dorothy McGuire, Jean Peters, Louis Jourdan, Rossano Brazzi và Maggie McNamara đóng. Ba phụ nữ Mỹ đến làm việc ở Rome, và những cuộc tình lãng mạn của họ là đề tài chính của phim. Phim đã đoạt hai giải Oscar vào năm 1955: giải hình ảnh và màu sắc; và giải ca khúc hay nhất.

Bản nhạc *Three Coins in the Fountain* do Jule Styne viết nhạc và Sammy Cahn viết lời, được ca sĩ thượng thặng Frank Sinatra trình bày. Có một giai thoại lý thú về bản nhạc này. Hai tác giả không được đọc kịch bản của phim. Họ được đặt hàng để viết và hoàn thành chỉ trong đúng một tiếng đồng hồ. Ca khúc bất hủ này không chỉ sống trong phim mà sống qua nhiều thế hệ với nhiều ca sĩ trình bày khác nhau. Ban *The Four Aces*, ca sĩ Dinah Shore, Sergio Franchi, Jack Jones, Steve Martin và Syeve Smith.

Cuốn phim nổi tiếng phần lớn nhờ bài hát được sáng tác

Bích chương phim "Three Coins in the Fountain".

vội này. Khởi nói, thế hệ tôi hồi đó nghêu ngao bài hát này không biết chán. Tới ngày nay, mỗi lần nghe lại bản nhạc xưa, vẫn thấy thấm. Có lẽ thấm vì nhớ lại thời tóc còn xanh ngày đó.

Three coins in a fountain
Each one seeking happiness
Thrown by three hopeful lovers
Which one will the fountain bless

Những đồng xu được ghi ở ngay trên tên phim là những đồng xu do du khách ném vào bồn với lời ước nguyện. Chính cảnh các cô gái ném xuống bồn nước những đồng tiền ước nguyền đã khuyến khích du khách sau này, mỗi lần tới bồn Trevi, đều không thể ra về mà không ném những đồng xu. Tôi cũng không thoát ra ngoài lệ này được tuy chẳng tin vào lẽ huyền nhiệm được mua với giá rẻ bằng những đồng xu lẻ. Tôi vung tay ném tiền như ném… đá. Ném như vậy không đúng… thủ tục. Trong phim, các cô gái ném tiền bằng tay phải, trượt qua vai trái, bay vào bồn nước. Theo một "truyền thuyết" khác thì nếu du khách ném một đồng xu thì sẽ trở lại thăm Rome một lần nữa, ném hai đồng xu sẽ phải lòng một người dân Rome, ném ba đồng xu là tín hiệu cho tiếng chuông đám cưới của mình. Tôi tới Rome đã được hơn chục năm nên không nhớ mình đã ném mấy đồng xu vào bồn nước Trevi. Chắc ném tới bốn đồng xu nên cả ba điều trên chẳng ứng vào điều nào hết!

Không biết thói quen ném tiền có từ trước hay chỉ có từ khi bộ phim này ra đời vào năm 1954 nhưng chuyện ném tiền vào bồn nước đã trở thành một thói quen tại hầu hết các nước.

Tôi đã để ý và thấy ngay tại cái bồn phun nước nho nhỏ trong khu mua sắm Place Versaille gần nhà tôi cũng có những đồng tiền lóng lánh dưới nước. Có một lần tôi bắt gặp một ông cầm một chiếc gậy chống khua khua vào bồn nước. Tò mò lại gần thì thấy ông đang quơ gậy để vớt những đồng tiền trong bồn. Chắc ông có gắn nam châm trên đầu gậy để dính tiền! Thấy chỉ là tiền xu, cao nhất là đồng *quarter* 25 xu, nhưng tích tiểu thành đại, cứ năng nhặt chặt bị, cũng kiếm được khá tiền.

Những bồn nước lớn và đẹp ở các nơi nhiều du khách lai vãng còn ngon lành hơn. Đài phun nước trong siêu thị khổng lồ *Mall of America* ở Minnesota thu được khoảng 2 ngàn đô mỗi tháng. Bồn tại 24 quán cà phê Rainforest Café

Hai người mẫu trên sàn catwalk bằng kính tại Trevi trong show trình diễn thời trang của Fendi.

ở Anh thu được 25 ngàn đô mỗi năm. Bồn nước trong Disney World ở Mỹ, năm 2014, thu được 18 ngàn đô. Đài phun nước ở công viên Bryant ở New York yếu hơn, chỉ khoảng 3.400 đô một năm. Đài phun nước Buckingham ở Chicago, thuộc hạng lớn nhất thế giới, lại chỉ lượm được có 200 đô mỗi năm. Trong khi đó, đài phun nước ở khu tưởng niệm 11/9 ở New York cấm không cho dân chúng ném tiền vào lại thu được tới 3 ngàn đô một năm! Bồn Bellagio ở Las Vegas thu được 12 ngàn đô mỗi năm. Tại đây, họ gom tiền bằng một máy hút khổng lồ hút mọi thứ ở đáy bồn, lựa riêng tiền ra, bỏ vào một khoang với khăn lau để cho máy làm sạch!

So với Trevi, số tiền xu lượm được của các nơi kể trên là đồ bỏ. Trevi hách hơn nhiều. Trung bình mỗi năm bồn nước Trevi thu được 2 triệu 300 ngàn đô! Người ta phải vớt tiền xu mỗi ngày. Họ không có máy hút như ở Bellagio. Mỗi tối, bồn được xả nước, công nhân dùng chổi quét thu tiền xu. Như một truyền thống trên khắp thế giới, số tiền này được coi như tiền công quả để giúp cho người nghèo. Tiền thu được từ bồn Trevi cũng vậy. Cơ quan bác ái Công giáo Caritas thụ hưởng số tiền lớn lao này để giúp đỡ những người nghèo và người vô gia cư trong thành phố Rome. Nhưng vào đầu năm mới 2019 này, Thị Trưởng Rome, bà Virginia Raggi, lại ra lệnh thu nạp số tiền này cho thành phố để chi tiêu vào việc bảo trì các di tích lịch sử và tài trợ cho các chương trình an sinh xã hội. Hội Đồng thành phố chấp thuận đề nghị của bà Thị Trưởng vào tháng 12/2018 làm Caritas tức giận. Số tiền đâu có ít, sơ sơ mỗi ngày lượm được 6 ngàn đô. Bị hất cẳng, các giới chức giáo hội công giáo thành phố phản ứng dữ dội. Nhật báo Avvenire của Hội Đồng Giám Mục Ý, đã gọi Hội Đồng thành phố là "kẻ thù của người nghèo". Linh mục Benoni Ambarus, Giám Đốc Caritas tại Rome, phát biểu với báo chí: "Chúng tôi không lường trước được hành động này. Tôi hy vọng đây chưa phải là kết quả cuối cùng". Phản ứng của Caritas được nhiều nhà chính trị, tu sĩ và báo giới hậu thuẫn. Thực ra thành phố đã ấn định lệnh thay đổi này có hiệu lực kể từ tháng 4 năm 2019 này. Họ đưa ra lý do khá hữu lý. Tiền của thành phố phải chi tiêu vào việc cải thiện thành phố. Biện pháp của họ được dân chúng tán thành trên các mạng xã hội. Thành phố thiếu tiền tu bổ đường sá đang xuống cấp. Rác rưởi và ổ gà là hai vấn nạn bị dân chúng than phiền. Hiện còn 4500 đơn kiện thành phố của những người lái xe đòi đền bù thiệt hại về vật chất cũng như thương tích gây ra vì ổ gà trên đường phố. Bà Thị Trưởng Virginia Raggi nhậm chức từ năm 2016 và số người ủng hộ bà ngày càng giảm sút vì số nợ công ngày càng phình ra. Tháng 10/2018, hàng ngàn dân thành phố đã biểu tình bên ngoài tòa Thị Chính để phản đối vì bà đã không giải quyết được các vấn đề của thành phố như rác thải, ổ gà, sự tắc nghẽn của các con phố nhỏ hẹp. Cũng từ cuối năm 2018, bà Virginia Raggi, thuộc phong trào dân túy *Five Star Movement*, đã ngắm nghé số tiền…ướt này nhưng lúc đó bị dư luận phản đối quá nên hoãn lại. Nay bà làm cái rụp khiến phe nhà thờ choáng váng.

Chủ nhân thật sự của món tiền các khổng lồ này là các du khách, dĩ nhiên không có tiếng nói. Cái thứ mất đoàn kết, thảy vội tiền rồi bỏ chạy tứ tung, mỗi người một ngả thì ý kiến ý cò chi. Mà họ cũng chẳng cần ý kiến. Chuyện vui chơi thôi mà. Được chơi, lại có tý hy vọng khi ném tiền, là vui rồi! Nhớ chi những đồng bạc các ném xuống nước cho mệt bụng. Ít nhất đó cũng là…lập trường của tôi, người đã bỏ lại bốn đồng bạc các trong một lần tới Trevi.

03/2019

NGOẠI TẬP

TÔ THÙY YÊN, NHÌN GẦN.

Tôi không đủ gần nhiều với anh Tô Thùy Yên để nhìn gần vào anh nhưng vẫn cảm thấy gần. Thứ tôi gần anh nhất có lẽ là tôi cùng tuổi với anh. Và anh Hoàng Ngọc Biên. Hai anh cùng bắt đầu cuộc hít thở không khí với tôi đã rủ nhau ra đi. Cách nhau chưa tới một tuần. Anh Biên ngày 16/5, anh Yên ngày 21/5. Tôi chỉ gặp sơ sơ anh Hoàng Ngọc Biên một vài lần khi còn ở Sài Gòn. Hình như chưa hề nói chuyện thẳng với nhau ngoài câu chào hỏi xã giao. Vậy nên gần thì chỉ gần anh bạn đồng tuế Tô Thùy Yên.

Anh Tô Thùy Yên qua Montreal hai lần. Toàn vì chuyện cưới hỏi. Lần trước anh qua dự đám cưới con gái anh Luân Hoán. Lúc đó vì là lần đầu gặp anh nên tôi cũng hơi e dè. Tôi vốn thích thơ của anh nên tự đặt mình vào địa vị độc giả. Cảm thấy hân hạnh có dịp may diện kiến anh tuy cả hai cùng lên đồ lớn, ngồi bảnh chọe cùng bàn.

Lần thứ hai anh qua Montreal tổ chức đám cưới cho con gái lớn Quỳnh Giao của anh. Chuyện cũng ngộ. Cả gia đình anh ở Texas nhưng lại cưới ở Montreal vì chú rể là con dân Montreal. Gia đình anh qua đông đủ, thuê cả một căn nhà lớn trên đường Langelier để trú ngụ trong thời gian lưu lại Montreal. Gọi là lớn nhưng cũng chỉ hơn chục người. Thấy lực lượng quân ta hơi khiêm nhường, anh hú các bạn văn. Vậy là bên nhà gái toàn những anh đực rựa địa phương như Trang Châu, Lưu Nguyễn, Luân Hoán, Hoàng Xuân Sơn, Hồ Đình Nghiêm. Không biết còn ai nữa mà tôi không nhớ. Lâu quá rồi. Đó là năm 2003. Cũng may anh em Montreal ai cũng có gia đình nên kéo theo được một đám rờ-mọt tươi mát cho ra vẻ một đám cưới. Nhưng đám bạn văn từ Boston qua tiếp viện thì toàn loại com-lê cà-vạt. Thành ra nhà gái vẫn đông nam nhân hơn. Tôi nhớ có Phan Xuân Sinh, Trần Doãn Nho, Đặng Phùng Quân, Lâm Chương. Trí nhớ cùn mằng của tôi chỉ vận dụng được đến vậy nhưng số người từ Boston qua đông lắm. Đủ để chúng tôi thì thà thì thọt ra họp bạn ngoài sân nhà hàng trong lúc bên trong vẫn…cưới. Sau đó có màn hậu đám cưới, một cuộc tao ngộ lý thú và bất ngờ.

Nói tới thơ Tô Thùy Yên là phải…ta về. Mà "Ta Về" phải qua giọng ngâm của Phan Dụy mới tỏa ra hết cái trầm hùng của những câu ma mị. Bữa đó có Phan Dụy nhưng chị lại giữ phần MC chứ không ngâm thơ. Bên cạnh "Ta Về", một bài nổi tiếng khác của nhà thơ là bài "Chiều Trên Phá Tam Giang". Nhiều câu nhức tim các độc giả thanh niên thời đó. *Giờ này có thể trời đang nắng / Em rời thư viện đi rong chơi / Dưới đôi vòm cây ủ yên tĩnh / Viền dòng trời ngọc thạch len trôi / Nghĩ tới ngày thi tương lai thúc hối / Căn phòng cao ốc vàng võ ánh đèn / Quyển sách mở sâu đêm.* Hầu như lớp độc giả trẻ không ai không biết tới bài này. Một phần họ biết là vì bài thơ đã được phổ nhạc và bài nhạc này rất ăn khách. Ra rả hát trên đường phố. Cách nổi tiếng như vậy không làm hài lòng nhà thơ. Vậy mà bữa đó, anh con trai của Tô Thùy Yên lên hát bài nhạc đó. Trước khi hát anh còn mắm muối là anh biết bài này thân phụ anh không muốn nghe nhưng anh vẫn hát, để giỡn chơi với…cha già!

Năm 2005, anh Tô Thùy Yên vẫn chưa già. Lúc đó anh và tôi mới 66 tuổi. Tôi vừa về hưu nên chân bắt đầu chạy.

Song Thao, Doãn Quốc Sỹ, Tô Thùy Yên.

Một trong những nơi tôi tới là Houston. Anh Tô Thùy Yên đón tiếp tôi rất nồng nhiệt. Trong suốt thời gian ở Houston, anh lái xe đưa tôi đi khắp nơi. Anh làm thơ thì không chê vào đâu được nhưng lái xe thì quả thật không thể khen được. Chiếc xe chạy cà giật cà giật rất hại tim. Anh chằm hăm tay lái thấy tội nhưng luôn tươi cười đưa tôi đi chỗ nọ chỗ kia. Chỗ đêm đêm anh thường đưa tôi tới là một tiệm cà phê bánh ngọt tây. Hình như là tiệm La Madeleine (ôi trí nhớ!). Anh đưa tôi tới gặp anh Doãn Quốc Sỹ. Lúc đó anh Doãn còn ở Houston và rất khỏe mạnh. Anh đưa tôi đến nhà chị Hàn Song Tường khi chị tổ chức mừng hai năm tờ Gió Văn, một tờ báo do toàn các nhà văn nữ chủ trương. Tờ báo nay không còn, chị Hàn Song Tường nay cũng đã đi xa.

Anh Tô Thùy Yên cũng đã đi xa. Tôi có một điều ân hận.

Ngu Yên, Song Thao, Hàn Song Tường, Tô Thùy Yên.

Mới đây tôi có kiếm ra được hai câu thơ của anh: *Ta rảo quanh làng hóng chuyện phiếm / Đời người cũng chuyện phiếm mà thôi.* Phiếm là nghề của tôi nên tôi khoái quá, bê luôn vào trang đầu của cuốn Phiếm 22, xuất bản cuối năm 2018. Lòng dặn lòng là sẽ phôn qua anh khi anh ra khỏi bệnh viện. Tới nay vẫn chưa phôn được cho anh. Đành nhắc lại đây mấy câu thơ của anh, để tiễn anh:

> *Đi như đi lạc trong trời đất,*
> *Thấy tận sơn cùng, xí xóa ta.*
> *Cõi chiều, đứng lại, khóc như liễu:*
> *Có thật là ta đã đi xa?*

05/2019

THÀNH TÔN, MỘT ĐỜI MÊ SÁCH

Thời giờ đi chơi như ánh chớp. Không biết sao cho đủ. Tới Cali, người đầu tiên tôi ới bao giờ cũng là Thành Tôn. Cà phê cà pháo, ăn nhậu sương sương, ké xe của anh đi gặp bạn này bạn khác, nhưng tiết mục phải có bao giờ cũng là tới nhà anh. Có thời giờ thì được chị cho ăn mì Quảng. Không có thời giờ thì dăm ba câu chuyện vội vàng. Nhưng phải là tại nhà anh. Chẳng phải vì anh mà vì sách.

Trong văn giới Việt Nam tại hải ngoại có hai người khổ sở vì sách là Trần Hoài Thư và Lê Thành Tôn. Trần Hoài Thư có tên cúng cơm là Trần Quý Sách. Tên nào cũng…khổ. Tên Hán Việt "Hoài Thư" hay tên thuần nôm "Quý Sách" đều vận vào người như nhau. Anh vất vả sưu tầm và phổ biến kho tàng văn chương thời Việt Nam Cộng Hòa. Những đầu sách anh đã tự tay in và phát hành và nhất là Thư Quán Bản Thảo là tim óc, mồ hôi và, đôi khi, nước mắt của anh. Với tên cúng cơm và bút hiệu, anh là một người quý sách có cầu chứng tại tòa. Cái tên Lê Thành Tôn không được chính thống như vậy nhưng anh cũng là người quý sách có tiếng. Tới thủ đô của dân tỵ nạn Việt Nam, cứ theo Thành Tôn là có thể liên lạc với toàn thể giới viết lách vẽ vời tại đây. Anh như con chim bay qua bay lại với những cuốn sách quặp nơi chân. Anh chuyển sách một cách say sưa, không bao giờ biết mệt. Trên tay anh, trên xe anh, lúc nào cũng có sách. Khi qua Mỹ định cư, hành lý của anh cũng chỉ toàn sách. Sách không phải như bánh kẹo, hũ mắm, con tôm, con cá mà người rời nước mang theo dễ dàng. Sách, nhất là sách của thời trước

1975, là thứ phải đút lót mới mang ra khỏi nước được. Anh đã phải chi tiền. Nhưng sách anh mang theo đâu có phải là sách cho anh. Anh mang qua cho tác giả những cuốn sách đó dù không biết họ ở đâu, làm cách nào cho châu về hiệp phố. Những sách đó anh đã thấy trên vỉa hè sách cũ, nhiều cuốn có chữ ký tặng của tác giả. Những đứa con vất vưởng lưu lạc đó, anh bỏ tiền ra thu thập chờ ngày xuất cảnh. Qua tới đất tạm dung, anh tìm từng tác giả, tặng lại họ những đứa con họ phải dứt tình bỏ lại để ra đi. Nhiều cuộc hội ngộ do tấm lòng với sách của anh thật cảm động. Tôi không biết có bao nhiêu tác giả đã nhận lại được sách của họ vì anh, với bản tính khiêm nhường và lòng quý sách, đã không nói cho tôi biết. Nhưng trong những lần gặp gỡ, nhiều tác giả đã cho tôi hay họ đã nhận được sách một cách cảm động như vậy. Tôi không phải là người thân cận với Thành Tôn, chỉ khi nào qua Cali mới gặp anh, nên chuyện tôi biết chỉ loáng thoáng đây đó, qua lời kể của người này người kia. Một bạn văn thân cận của anh, nhà thơ Trần Yên Hòa, kể lại: *"Có thể nói anh là một người có đầy đủ sách nhất. Điều này tôi chỉ biết qua nhận xét của tôi thôi. Anh mua đủ loại sách, dù có những quyển sách anh không thích nhưng anh vẫn mua về để làm tài liệu. Những sách cũ của các tác giả xuất bản ở Việt Nam trước 1975, qua cuộc đổi đời 75, khi ra đi không mang theo được. Thế mà hỏi Thành Tôn, anh lại có, như những tập thơ của Du Tử Lê chẳng hạn. Khi Du Tử Lê in toàn tập thơ Du Tử Lê, Thành Tôn đã cung cấp cho Du Tử Lê những tập thơ cũ mà Du Tử Lê không còn. Hay bây giờ, nếu một bạn văn nào đó cần tài liệu cũ, Thành Tôn đều có và cho mượn ngay.*

Đến nhà anh, anh cho xem những tác phẩm của các nhà xuất bản An Tiêm, Ca Dao, Lá Bối... mà anh đã đem theo và còn cất giữ, mới thấy được hết tấm lòng của Thành Tôn đối với chữ nghĩa, sách vở. Anh kể, khi anh đi Mỹ, quan trọng nhất là hai thùng sách anh mang theo, sau đó mới là những vật dụng cá nhân cho gia đình".

Nhà anh là một thư viện. Đó là nói về số lượng sách. Nhưng cam đoan không có cái thư viện nào bề bộn như vậy. Trong căn nhà nhỏ, sách lấn người. Phòng khách của anh tứ bề là sách. Vài chiếc kệ sách èo uột, khặc khè ôm sách, đứng sát vách tường như e dè với từng chồng sách chênh vênh trên bàn, trên ghế. Trong các phòng khác, sách cũng chiếm thế thượng phong. Ngoài hành lang, sách cũng lủ khủ trong những thùng giấy mà những khi mưa gió, anh phải di chuyển để sách khỏi ướt. Nhà chỉ có hai vợ chồng nhưng sách của anh coi bộ làm bá chủ. Chị nói nhỏ với tôi: "Chi chứ sách của anh là không bao giờ được đụng tới!". Sách được thể lên chân lên cẳng.

Cái quý của Thành Tôn là sự chia sẻ. Anh quý sách nhưng không giữ riêng cho mình. Anh tặng lại các tác giả. Anh sẵn sàng cung cấp tài liệu cho những ai cần tới. Anh cho biết có nhiều người đã quá quý sách của anh nên mượn và giữ luôn. Anh nói với nụ cười, dù sao họ cũng có tình với sách. Anh yêu sách như người ta yêu tình nhân nhưng cái khác của anh là sẵn sàng chia sẻ, nhường nhân tình cho người khác. Thế nhân thường tình cho anh là người dại dột nhưng anh trải lòng ra không một chút đắn đo suy nghĩ. Đó là tấm lòng của anh với sách. Quý nhưng không giữ rịt cho mình.

Người và sách.

Sách và người.

Anh còn một cách chia sẻ khác. Phục chế sách để nhân ra nhiều bản. Ngày mới sang, trước khi tặng lại cho tác giả cuốn sách anh quơ được ở vỉa hè, anh chế một bản khác để giữ. Bản chính anh mang tặng. Tới nhà anh thấy ngổn ngang đồ nghề chế sách của anh. Chỉ là những thứ tầm thường: kéo, dao cắt, keo, hồ, chỉ. Trông thô vụng và tuệch toạc. Nhưng dưới bàn tay khéo léo của anh chúng giúp anh gỡ tung bản chính cuốn sách, *scan* lại từng trang, rồi đóng lại như cũ. Nhìn cuốn sách đã bị anh…hành hạ không ai biết nó đã bị xâu xé tả tơi từng trang. Anh đưa cho tôi coi thử một cuốn. Không một vết tích sót lại của cuộc mổ xẻ tan tành trước đó. Tôi giỡn: anh là người quý sách nhưng cũng là người xé sách. Anh không vui với chữ "xé", nghe đau lòng quá. Anh dùng chữ "gỡ" nghe dịu dàng hơn.

Những trang sách được gỡ ra, anh *scan* lại trông y chang như bản chánh. Nhiều cuốn, bản *scan* còn rõ hơn bản chánh. Anh ngồi khâu, đóng lại thành một cuốn mới y chang như cuốn in trước. Cầm hai cuốn sách, một *origin*, một nhái lại, không phân biệt được chánh phụ. Dùng chữ thời thượng, phải nói là anh *clone* sách! Đỉnh cao của nghệ thuật nhân bản sách của anh là cuốn thơ "Rừng Phong" của Vũ Hoàng Chương. Những trang thơ là những chữ đen in trên nền giấy hoa tiên màu lá mạ. Anh khoe tôi cuốn này. Cầm cuốn sách "giả" trên tay, tôi không nhận thấy khác bản thật một chút xíu nào. Có lẽ đây là công trình mà anh tự hào nhất nên anh không chỉ khoe với tôi. Nhà văn Trần Doãn Nho cũng đã từng được chiêm ngưỡng cuốn này. *"Chàng khoe tôi một tập thơ mới tìm được của Vũ Hoàng Chương, "Rừng Phong," in năm 1955. Bên trong, trang đầu, có mấy dòng đề tặng của tác giả cho Nguyễn Sỹ Tế, có đóng dấu triện riêng của nhà thơ. Đã bao nhiêu năm lăn lóc mà tập thơ còn rất "phong độ." Hỏi chàng, chàng cho hay, đó là bản chế, chứ không phải là bản chính. Tôi sửng sốt, không tin. Chàng bèn đưa cho tôi một cuốn "Rừng Phong" khác, và bảo đó mới chính là bản gốc. Cầm hai tập thơ, thú thật, tôi không phân biệt cuốn nào là cuốn thật, cuốn nào là cuốn phục chế. Chàng cho biết tập thơ này do người yêu sách mua được trên vỉa hè Paris, gửi biểu ông Trần Huy Bích, chàng mượn và "chế" thành nhiều bản y chang như bản gốc, dành tặng bạn bè. Một trong "bạn bè" đó là Phạm Phú Minh. Có lần khi ghé thăm, Phạm Phú Minh mang tập thơ ra khoe. Biết đó là bản "chế," nhưng cầm lên, tôi vẫn phân vân, không rõ là "chế" hay thật. Đáng phục tài chàng!".*

Trong hành lý trở về Montreal của tôi có ba cuốn "Bốn Mươi Bốn Bài Thơ Tuyển" của nhà thơ Trần văn Nam, một cho tôi, một tặng Luân Hoán, một tặng Nguyễn Vy Khanh. Trần văn Nam là một nhà thơ kiêm nhà phê bình văn học rất quý những trang chữ. Mỗi lần tôi qua Cali, tới Factory, anh đều có mặt. Và có sách tặng. Gặp bạn văn, anh quý như vàng. Tôi cảm được qua những cử chỉ ân cần của anh. Nhà anh ở tuốt trên Walnut, khá xa Factory, lái xe cả tiếng, nhưng khi nào ới anh cũng có mặt tuy sức khỏe anh không được tốt. Năm nay, tới Cali, vắng anh. Anh đã ra đi một năm trước đây, ngày 10/1/2018. Tập thơ này có tìm đỏ con mắt ở các nhà sách cũng không thấy, bởi vì đó là tập thơ do Thành Tôn in ấn một cách thủ công. Anh cho biết, dự tính của anh

Tại nhà Thành Tôn.

là gom góp những bài thơ của bạn chưa in sách, tập hợp lại thành một cuốn, và chỉ chế một bản duy nhất để cúng bạn trên bàn thờ ngày giỗ đầu. Nhưng theo yêu cầu của chị Nam, anh chế khoảng chục bản để tặng tất cả các bạn văn có mặt trong buổi giỗ này. Nhu cầu ngày mỗi tăng nên anh phải chế ra tới cả trăm bản tặng các bạn văn khác. Tôi cầm ba cuốn về là vậy.

Cuốn thơ "giả" mà như thật nói lên cái tình của anh với bè bạn. Trước đó, anh cũng đã từng "xuất bản" như vậy với anh bạn nhà thơ Đạm Thạch. Đạm Thạch là một người dễ mến. Mỗi lần tôi qua Cali đều được anh cho ké xe đi nơi này nơi khác. Ít năm sau này, anh bị bệnh, về ở với con ở Arizona. Sanh nhật Đạm Thạch, Thành Tôn cũng sưu tầm những bài thơ đã in trên nhiều báo, chế lại thành một cuốn thơ, tặng bạn giữa sự ngỡ ngàng và cảm động rớt nước mắt của bạn. Thành Tôn là như vậy. Chẳng giữ chi cho riêng mình. Ai cần chi, ới một tiếng là anh ra tay liền, không một mảy may tính toán. Tủ sách trong nhà anh là một kho tài tiệu anh sẵn sàng chia sẻ với mọi người. Ông mê sách Trần Hoài Thư, khi thực hiện các tuyển tập thơ văn miền Nam trong thời chiến, bộ nào cũng vài ngàn trang, cũng đã phải ới ông mê sách Thành Tôn cung cấp thêm tài liệu. Sách báo miền Nam trước đây, Thành Tôn sưu tập hầu như đầy đủ. Thiếu số báo nào, đầu sách giá trị nào, anh đi tìm mượn bạn bè, về chế lại cho kho tàng sách của anh được đầy đủ. Để có dịp là anh lại tung ra cho hoặc cho mượn.

Trong những ngày gần đây, Thành Tôn có trò chơi mới: thực hiện sách báo *online*. Chuyện hơi lạ. Kiến thức *computer* của Thành Tôn tôi biết rất rõ: chỉ là vào trang mạng, lên Facebook đọc tin tức và tác phẩm của bạn bè. Chấm hết. Anh không có một dấu vết nào trên màn hình. Ngay cả *e-mail*, phương tiện liên lạc văn minh hiện nay, anh cũng mù tịt. Tôi xúi anh bao nhiêu lần anh cũng lắc đầu quầy quậy. Mệt! Vậy mà anh đang thực hiện việc số hóa bộ Hợp Lưu cho Khánh Trường. Tới nay cũng đã xong trên chục số. Cứ như chuyện giả tưởng. Hỏi ra mới biết anh chỉ giữ phần gỡ báo ra từng tờ và *scan* lại (nghề của chàng!), chuyện sau đó, anh được sự cộng tác quý báu của một bạn trẻ rất rành *computer*, anh Nguyễn Vũ. Anh rất tự hào về công trình này khi khoe là bản số hóa được thiết kế để giở từng trang chỉ bằng cái *click* của con chuột. Lại có tiếng động giở sách y như giở bằng tay thật. Khoe xong, anh cười: chuyện làm tiếng tốn

Nhà thơ Thành Tôn – tranh Đinh Cường

khá tiền nên chỉ có hai nhà sáng tạo được hưởng cái thú đã con ráy này!

Sách lấn người trong nhà nhưng anh vẫn mua sách mới. Dĩ nhiên chỉ những sách có giá trị. Tiền có trong túi anh chỉ dùng cho sách. Anh rất khó tính với sách. Sách phải hay, dĩ nhiên, nhưng phải trình bày đẹp, bìa sách phải bắt mắt và mỹ thuật. Ưng cuốn nào là anh phải bắt cho bằng được. Cứ như đi cua đào! Sách mới ra, cuốn nào đáng mua, cuốn nào thuộc loại gặp nhau mà làm ngơ, anh rất rành sáu câu. Thường mỗi lần qua Cali tôi đều tới nhà sách với anh. Anh giới thiệu sách rành rẽ. Nhà sách anh thường lui tới, hầu như hàng ngày, là nhà sách Tự Lực. Muốn kiếm cuốn nào, đừng hỏi nhân viên nhà sách, mà hỏi anh. Anh sẽ dẫn lách qua những kệ sách san sát, tới đúng chỗ có cuốn tôi hỏi. Muốn kiếm anh, nếu không có ở nhà, thì sẽ thấy anh ở tiệm sách. Có ngày anh ra nhà sách tới mấy lần, vì…sách vụ.

Anh là người phát hành sách cho nhà xuất bản Nhân Ảnh tại miền Nam Cali, trong đó có sách của tôi. Mỗi khi sách ra, anh hỏi nhà sách để biết số lượng, báo cho nhà xuất bản. Nhà xuất bản sẽ *order* sách. Nhận được sách, anh lễ mễ khiêng ra nhà sách liền. Trong ngày nhận được bao nhiêu lần sách do các công ty chuyên chở mang tới nhà, bấy nhiêu lần anh ra nhà sách. Có sách mang ra nhà sách, không có sách anh cũng tới Tự Lực. Để kiểm xem cuốn nào đã bán hết, đề nghị *order* thêm. Tất cả những công việc này, anh đều làm tự nguyện, không nhận bất cứ sự đền bù nào. Tất cả chỉ vì tình yêu sách của anh.

Những ngày ở Việt Nam trước năm 1975, anh sống ở Đà Nẵng, cũng nhận làm phát hành sách tại miền Trung cho các nhà xuất bản ở Sài Gòn. Một tay anh, với chiếc xe đạp, thồ sách đi giao. Có khi sách tuột giây buộc, rơi lả tả xuống đường, phải vất vả nhặt lại. Cũng…chùa! Thì các nhà Lá Bối, An Tiêm chẳng của nhà chùa sao?

Tại hải ngoại, thời sách còn thịnh hành, anh vất vả cơm áo, vậy mà vẫn loanh quanh nơi nhà xuất bản kiêm nhà sách Văn Nghệ của ôngVõ Thắng Tiết (không còn là thầy Từ

Mẫn của nhà xuất bản Lá Bối ngày xưa), trần thân với sách.
Cũng…chùa, tuy thầy Từ Mẫn đã rời nhà chùa!

Tấm lòng của anh với sách khiến mọi người quên anh
từng là một nhà thơ. Anh từng góp thơ trên Bách Khoa và
Văn trước năm 1975 tại Sài Gòn. Thử đọc vài câu trong bài
"Nói Với Cô Bé Ngồi Quán":

Ngậm lòng, quán vắng, ơn nhau
Ly trơ ghế nóng, bé chau mắt nhìn

Vào đây như một đức tin
Khói tan đốm thuốc, đời vin tay nào
Miệng cười kín nụ lao đao
Tình chia nghĩa sớt, câu chào riêng ai

Thơ anh lạ, rất cõi riêng. Nhưng anh không tiếp tục sáng tác sau ngày miền Nam tan tác. Anh cho biết: "Làm thơ như vậy đủ rồi. Bây giờ mình thấy làm thơ không hay, thôi không làm thơ nữa". Đúng phong cách Thành Tôn: làm cái chi cũng phải chỉnh chu! Trong văn nghiệp, anh chỉ kịp xuất bản một tập thơ, Thắp Tình, vào năm 1969. Tập thơ này cũng rất… Thành Tôn. Anh tự thực hiện từ đầu tới cuối: trình bày bìa, sắp chữ, đạp máy in và đóng thành sách.

Từ ngày xanh tóc đó anh đã…nghịch ngợm với sách, tới bây giờ, trắng tóc, anh cũng vẫn nghịch ngợm như xưa. Một đời sưu tầm sách, phục chế sách, chuyền sách, chia sẻ sách. Người ta nợ sách đèn, anh chỉ nợ sách. Trong tình yêu, nợ và mê thường quấn vào nhau!

03/2019

PHAN NI TẤN VÀ "CÓ MỘT THỜI Ở QUÊ HƯƠNG TÔI".

Trong bài tựa cuốn *"Có Một Thời ở Quê Hương Tôi"*, cuốn sách mới nhất của Phan Ni Tấn, tác giả Lê Hữu kể lại chuyện có lần hỏi Phan Ni Tấn: "Tay nhạc tay thơ, tay nào phải tay nào trái?". Chàng cười cười trả lời: "Vợ cả vợ hai, vợ nào…cũng là vợ cả!". Phan Ni Tấn vừa cưới thêm vợ ba. Đó là…văn xuôi.

Nói tới Phan Ni Tấn người ta chỉ biết anh đàn hát, thơ thẩn. Nay bỗng dưng anh…trở mặt in ra một cuốn mà anh gọi là "tập truyện", dày ngót nghét 200 trang, gồm tới 36 bài viết. Ngoài một vài bài có thể gọi là "truyện", tôi thấy phần lớn gần với "chuyện" hay "hồi ký rời" hơn. Dù gọi là

gì chăng nữa thì đây là một cuốn sách rất hấp dẫn. Anh quả đã ghi thêm một nghề mới trong lý lịch văn học của anh. Thơ và nhạc của Phan Ni Tấn đã định hình vững chắc từ lâu qua 12 tác phẩm gồm sách và CD như hai cây nạng chống đỡ sự nghiệp sáng tác của anh. Nay anh thêm một cây gậy mới ra ràng để tạo thành thế chân vạc. Như ba cạnh của một hình tam giác. Không thể gọi là một tam giác cân được mà phải gọi là tam giác bằng với hai cạnh dài có một cạnh đáy ngắn hơn.

Tôi cố nhìn vào cái…đáy này coi nó ra sao. Trước khi nhìn, có lẽ tôi phải thủ thế trước. Tôi quen Phan Ni Tấn đã lâu, thấy anh hiền một cục, nhiều khi giỡn mặt nhau mà không thấy cần phải thủ thế nhưng sau khi đọc cuốn sách của anh, tôi phải coi chừng. Anh là một người có võ. Hơn nữa. là một thầy dạy võ. *"Giữa niên khóa lớp Đệ Nhị trường trung học Pleiku tôi bắt đầu học võ Bình Định. Tôi không học trường lớp võ nghệ nào ngoài ông thầy võ bất đắc dĩ của tôi là anh Bảy. Vậy thôi. Mà cũng tại cái giọng Bình Định nghe "nẫu nẹt" lạ tai nên người ta gọi anh là Bảy Nẫu. Anh là lính trơn, từ tiểu khu Bình Định chuyển về đây thuê nhà ở sát vách nhà cô Tư tôi ở khu chợ mới trên đường Tăng Bạt Hổ. Hằng ngày Bảy Nẫu thấy tôi hay tập tạ có vẻ có "căn cơ con nhà võ" nên chiều chiều ở đơn vị về anh hay lôi tôi ra sau hè dạy võ…Lúc đầu tôi tưởng học võ để cường thân kiện thể chớ không nghĩ đến việc gì khác. Ai dè gần một năm sau đột nhiên Bảy Nẫu nghiêm mặt thông báo tháng tới sẽ dắt tôi xuống chợ cũ đi thi đấu, bắt tôi ra sức luyện tập ngày đêm bất kể nắng mưa".*

Số bài đề cập tới chuyện võ nghệ coi bộ lấn lướt. Tôi vốn không ưa chuyện đánh đấm (có biết đánh đấm chi đâu mà ưa!) nhưng nghe chuyện của những cao thủ võ lâm trong chuyện kể của Phan Ni Tấn cũng đã con…ráy. Thú vị nhất là truyện "Con Rạch Bầu Nhum". Chú Tôi và thím Tìa sanh cùng ngày cùng tháng cùng năm. Dĩ nhiên không phải sanh đôi. Hai người chẳng ruột thịt chi. Họ là hàng xóm láng giềng với nhau. Cả hai đều là hậu sinh của hai gia đình võ nghệ Bình Định. Cả hai đều được học những miếng võ gia truyền. Lâu ngày chày tháng, họ bắt mùi nhau, nên duyên chồng vợ. Vợ chồng có lúc này lúc kia, chuyện thường. Nhưng với cặp vợ chồng con nhà võ này, chuyện hơi khác thường. Hục hặc nhau là họ rủ nhau ra sân đi quyền! *"Riết rồi thành thông lệ. "Căn" nhau đến sứt đầu lỗ trán xong hè hụi thoa bóp, nắn gân, sửa khớp, băng bó vết thương cho nhau đâu vào đó rồi…chú thím lại "yêu" nhau ra rít. Kết quả của "sự yêu" là sòn sòn năm một thím Tìa cho ra đời bốn cặp sinh đôi vị chi là tám mống khiến cả làng cả xóm phải lắc đầu le lưỡi. Trai cũng như gái, y chang tía má sắp nhỏ: khỏe như văm, và mạnh thì như trâu cui".* Thượng cẳng chân hạ cẳng tay với nhau, lần nào thím Tìa cũng hơn một đường quyền. Rồi chú Tôi bỗng sanh tật thích đá gà. Thím Tìa không ưa gà. Vợ chồng hục hặc nhau dữ. Dữ tới mức hai người quyết ăn thua đủ. Chú thề độc: lần này mà thím Tìa thắng nữa chú sẽ đi luôn. *"Vợ chồng ăn ở với nhau tới đầu bạc răng long, rốt cuộc lúc tỉ thí chú Tôi vẫn không làm sao thắng được thím Tìa. Cũng mấy chiêu thức quen thuộc đó, cũng ba cái khẩu quyết rành rọt đó, nhưng không biết ông già vợ truyền bí quyết gì mà qua tay thím Tìa nó trở nên biến ảo khôn lường, đã áp đảo chú Tôi thật mãnh liệt. Lúc bị thím đánh té ngồi trên đất, chú Tôi vừa tức vừa thương vợ nhiều hơn. Chú nhớ hoài cặp mắt nhơn hậu, biết cảm thông và tha thứ của người đàn bà nhà quê, là thím Tìa khi thím cúi xuống kéo chú Tôi đứng dậy. Cũng may, lúc đó vợ chồng con út đang làm cỏ lúa ngoài ruộng không hay biết gì".* Thua vợ, chú Tôi giữ lời hứa, qua Hà Tiên ở với vợ chồng thằng Tư. Sự đời có sanh có diệt, chú Tư theo ông bà ông vải. Đúng lúc vợ thằng Tư hớt hơ hớt hải chạy về Bầu Nhum báo hung tin thì con Út cũng chạy bay ngược qua Hà Tiên báo tin thím Tìa lìa đời. Hai vợ chồng sanh cùng ngày, cùng tháng cùng năm, chết cũng cùng năm, cùng ngày, cùng tháng. Chuyện nghe như…truyện. Truyện thì tác giả muốn cho chết trùng nhau lúc nào mà chẳng được. Nhưng Phan Ni Tấn lại kết câu chuyện tưởng như không thật này bằng mấy dòng chót: *"Chuyện tôi viết ra đây là do anh Hai Tụ, con của chú thím Tôi trong lúc trà dư tửu hậu đã kể cho tôi nghe năm 1972 tại huyện Tây Sơn, tỉnh Bình Định. Năm đó tôi cùng Đại Úy Vĩnh từ Kontum ra Qui Nhơn công tác với sư đoàn Bạch Mã, Đại Hàn, mới biết ở Tây Sơn có lễ hội truyền thống phát huy tinh hoa võ thuật. Tại đây tôi quen biết võ sư Hai Tụ. Từ đó đến nay ngót 45 năm tôi không còn nghe tin tức gì về anh".*

Hình như tác giả thích chuyện quyền cước. Tôi không đếm nhưng trong *"Có Một Thời Ở Quê Hương Tôi"*, các nhân vật đánh võ tùm lum tà la trên các trang sách. Tôi lọc ra hai truyện tiêu biểu. Chuyện võ của vợ chồng chú Tôi thím Tìa. Và chuyện *"Huyền Phổ Đại Huynh"*của một linh mục. Cuộc đời ông cha này khá ly kỳ. Ông là đệ tử của Hòa Thượng Tuyết Đình Phúc Dụ, phương trượng chùa Thiếu Lâm do vua Hán Vũ của nhà Bắc Ngụy xây năm 497 trên đỉnh Thiếu Thất tại Tung Sơn, Hà Nam, Trung Hoa. Khi trở về Việt Nam, đại huynh Huyền Phổ không mở trường phát huy võ thuật, không quy y tam bảo, lại cải đạo đi tu khoác áo nhà dòng. Cuộc đời của vị linh nục này khá đặc biệt. *"Thời linh mục Huyền Phổ còn tại thế, câu chuyện về Cha khá đặc biệt. Một tông đồ của Chúa lại là một cao thủ võ lâm ưu thời mẫn thế. Tuy đã ngoài bốn mươi, trong chiếc áo chùng đen, Huyền Phổ vẫn nhanh nhẹn, lừng lững như một con gấu trên đường vân du hành hiệp và truyền đạo. Một linh mục bụi đời với tấm thân gồ ghề, hình tượng hiệp nghĩa cõi ngựa ô thường xuất hiện giữa đám thảo dân hiền lành, nhỏ bé ở Lạng Sơn, Cao Bằng, Lào Cai, Sapa, Mèo Vạc, Mù Cang Chải, Tả Giàng Phình...Dắt ngựa rảo giữa chợ phiên linh mục Huyền Phổ luôn luôn thân thiện, hào phóng, vui tay phát quà bánh cho trẻ con, rao giảng tin lành cho người lớn, nên tên tuổi Cha đã mau chóng trở thành một trang dị khách, lưu truyền suốt chiều dài dẫy núi Hoàng Liên Sơn hùng vĩ"*. Cha Huyền Phổ rất ghét những kẻ gian hùng. Có bốn hạng người cha phải trừng trị nếu không cải hóa được. Đó là: giặc ngoại xâm, kẻ giết người, quân đầu trộm đuôi cướp và bọn hiếp đáp dân lành. Mang trên người chiếc áo chùng thâm, cha không thể giết người nhưng trừng trị bọn này tới nơi tới chốn bằng cách điểm vào huyệt đạo khiến chúng tê liệt, bại xụi, suốt đời trở thành kẻ vô dụng. Cha đã điểm huyệt hai tên lính Lê Dương cưỡng hiếp hai cô gái quê và "biến chúng thành thái giám". Ám khí của cha là những viên bi xe đạp. Cha đã dùng để bắn vào huyệt đạo của bốn tên Việt cộng đang hành quyết một người dân khiến chúng rũ người bất khiển dụng. Cũng với ám khí phóng ra, cha đã xử hai tên cướp trên phố Hàng Buồm, Hà Nội. Cha Huyền Phổ đã theo đoàn người di cư vào Nam năm 1954. Chuyện nghe như huyền thoại xảy ra từ thời ông cố tổ có những hiệp sĩ hành hiệp trên đường vân du nhưng tác giả lại thêm vào đoạn kết: *"Đó là một quãng đời ngang dọc, đầy sôi nổi và dũng cảm của linh mục Huyền Phổ, qua lời kể của Cố Đạo Francis Bay. Cố Bay, bạn đạo của cha Phổ, cũng là bạn đồng hành di cư vào Nam trên cùng một chuyến tàu "há mồm" với cha Phổ. Ở Ninh Thuận, trong lúc làm việc ở ga Kà Rôm, rảnh rỗi tôi viết ra truyện ngắn này. Hồi đó cố Bay kể sao tôi ghi lại y như vậy, nhưng trong kỳ nghỉ hè, đáp tàu lửa về Sài Gòn, tôi vô ý làm thất lạc cái cạp-táp trong đó có cốt truyện tôi viết về cha Phổ. Mãi đến 60 năm sau, ở Canada tôi mới viết lại truyện ngắn này. Để phù hợp với cách kể chuyện qua bút pháp riêng của tôi, tôi đã tự ý thay đổi một số chi tiết về cha, để - ở đâu đó, vời vợi trên cao sanh kia – hình ảnh sống động của Huyền Phổ lại tỏa rạng trong trí nhớ, trong tình thương của con người bằng vẻ đẹp bác ái của một Kitô hữu: linh mục Huyền Phổ và vẻ đẹp quả cảm của một trang dũng sĩ: Huyền Phổ đại huynh".*

Tôi thấy con người thật của Phan Ni Tấn ngoài đời trong những dòng chữ này: chân chất, hiền hòa, nói năng củ rủ như tâm tình. Nhưng trong cái vỏ hiền hòa đó sao tôi vẫn thấy ánh lên chút tinh ma của một tâm hồn sắc sảo, sống nhiều, rất rành đời. Đời của anh bạn họ Phan này không cho phép anh ngu ngơ. Anh là tên "tù cải tạo" rất sớm, trước chúng tôi, ngay từ khi Ban mê Thuột thất thủ vào ngày 10 tháng 3 năm 1975. Hai năm sau, anh trốn trại và xuống Sài Gòn. Ban ngày anh lang thang vô định, trốn chui trốn nhủi như chuột. Ban đêm anh màn trời chiếu đất. *"Có đêm ngủ ở chợ Thái Bình. Có đêm rúc trong xe nước mía ở Ngã Tư Bảy Hiền. Có đêm ngủ bậy trên cây vú sữa đường Lương Hữu Khánh. Có đêm ngồi co ro dưới chân Cầu Bông...Tôi ngủ bậy bao nhiêu, câu thơ thương cảm trong hồn tôi trào ra bấy nhiêu. Chim có tổ, người có tông; tôi cũng là người nhưng còn có cái gì đây! Người đời nhìn tôi thân tàn ma dại lúc bấy giờ chẳng ai ngờ mình cũng từng là một sĩ quan Quân Lực Việt Nam Cộng Hòa".*

Viên sĩ quan này là người xứ mô, chơi với anh tôi nghĩ anh là dân miệt dưới, Rạch Giá, Cà Mau chi đó. Vì thơ anh hay quanh quẩn nơi con nước lợ này. Văn anh cũng...miệt dưới không kém. Đọc chơi vài câu: *"Từ đó, đời thương hồ của con Ứng lại trôi giạt muôn phương. Lúc thì chợ nổi Cái Răng, lúc Ba Láng, lúc bến đò Châu Giang, lúc lại giạt xuống tận con kinh Xác Cò, quê ngoại thím Tư Đực, để biết đâu là cùng trời cuối đất. Thân gái mười hai bến nước, con Ứng gắn bó với đời ghe và sông nước nhiều hơn trên bờ. Có lần ở Ngã Bảy Phụng Hiệp, nó đang lui cui chụm lửa nấu cơm chiều ở đuôi ghe, chợt nghe thím Tư Đực la hoảng: "Í mèn ơi, A Ứng! Thiếu chút xíu là tao quên trớt quớt. Mầy cầm tiền chạy lên quán chệt Chịa mua cho thím chai dầu lửa coi".*

Nhưng tôi bé cái lầm, anh là người xứ đất đỏ Ban Mê Thuột. Làm sao tôi biết được chuyện này khi chưa bao giờ thấy anh đóng khố thổi khèn? Nhưng anh cũng chỉ là dân ngụ cư nơi xứ đất đó thôi. Anh khai thân thế như thế này: *"Quê nội tôi ở Cần Giuộc. Quê ngoại lại ở Huế. Một bổn hai quê cho nên trong tôi chảy hai dòng máu Trung Nam Kỳ. Nó không chảy ngược xuôi như dòng sông Cái Lớn ở quê vợ Rạch Giá, mà nó hòa quyện vào nhau nhẹ nhàng chảy vào đời tôi".*

Dòng máu Trung kỳ của anh là thứ dữ. Đó là dòng máu của bà Hồ Thị Chỉ, cố tổ của anh. Bà Hồ thị Chỉ là con gái quan Thượng Thư Hồ Đắc Trung, khi nạp cung được phong làm Nhất Giai Ân Phi, chính phi của vua Khải Định. Vua có 12 bà vợ nhưng bà được sủng ái nhất vì vừa có sắc, vừa nết na, lại giỏi tiếng Pháp, giữ vai thông ngôn cho nhà vua. Có một chi tiết khá thú vị về bà cố tổ của tác giả: bà là Nhất Giai Ân Phi, coi như Hoàng Hậu, vì thời nhà Nguyễn không sắc phong Hoàng Hậu. Vậy nên khi bà Từ Cung, một cung nữ trong triều, sanh ra Bảo Đại, ông được coi như con của bà chính phi Hồ Thị Chỉ. Chuyện Bảo Đại có phải là con của vua Khải Định không còn là một nghi vấn. Vì vua Khải Định là *gay*! Khi vua Khải Định thăng hà, Bảo Đại lên ngôi đã đầy bà Hồ Thị Chỉ ra ngoài cung và phong bà Từ Cung là Hoàng Thái Hậu.

Tới đời ông ngoại anh là quan thất phẩm, quan lại trong triều gọi là "Ông Cụ Thất". Bà ngoại anh là "Bà Cụ Thất". Sau khi ông ngoại anh mất, bà ngoại anh dắt đàn con 8 đứa ra Nha Trang, rồi lên Ban Mê Thuột lập nghiệp. Tuổi thơ của anh ở nơi vùng đất đỏ này.

Vậy anh là dân…chàng hảng. Một chân ngoài Huế, một chân ở Cần Giuộc. Sau anh mọc thêm một chân nữa ở Ban Mê Thuột. Vậy nên "quê hương tôi" nằm dài từ Trung vào Nam, rất tốn chỗ. Bạn bè thấy anh có vẻ Nam hơn Trung lại là chuyện khác. Chuyện anh bị nắm cẳng!

Chuyện mần răng, tôi phải giây mơ rễ má một chút, lạng qua chuyện cô Ba. *"Cô Ba là con thứ hai của ông bà Chín Hiến, gồm sáu người con. Ông Chín Hiến, người Triều Châu, là một thương gia giàu có nức tiếng ở chợ Thứ Ba. Ngoài lẫm lúa, quanh năm chứa đầy kho, bao gạo chỉ xanh trăm ký chất từ nền xi măng lên tới trần nhà, ông còn làm chủ ba chiếc ghe chài, một dẫy nhà lầu ba căn đồ sộ. Năm 1948 ông Chín Hiến lập gia đình với một phụ nữ Việt, người Tiều gọi là An-nàm-nán. Thím Mười, vợ ông Chín Hiến, tánh tình hiền lành, chất phác, suốt ngày chăm chút mảnh vườn, thửa ruộng, tần tảo nuôi con. Trong sáu người con, ba trai, ba gái, ngoài tùa hia Cuôn là anh Hai, cô Ba là trưởng nữ trong gia đình. Cô tên Khả Khiếm, nhưng người làm trong nhà vốn quí mến cô, thường thân mật gọi là cô Ba. Cô Ba có nước da đen giòn của người miền biển, mái tóc mượt mà rẽ ngôi, thả dài ngang lưng, miệng lúc nào cũng cười tươi tắn. Cô Ba giống mẹ, có tài quán xuyến từ trong ra ngoài. Hồi nhỏ cổ đã có năng khiếu về nữ công gia chánh. Từ thêu thùa, may vá đến nấu nướng đều giỏi giang. Tổ chức tiệc tùng hay đám cưới đám hỏi nào mà thấy cô lăng xăng trong bếp là ai nấy thảy đều an tâm".*

Thập niên 80, gia đình cô Ba vượt biển qua Canada. Cả

gia đình chịu khó làm ăn nên người nào cũng thành công, nhà cửa đàng hoàng. Cô Ba rồi cũng có chồng. Gia đình yên ấm, hạnh phúc. Chồng cô Ba là ai, lại phải đọc tiếp đoạn cô Ba…về già. *"Cô Ba đã bước vào tuổi 60. Ở cái "lục thập nhàn", thân hình có vẻ đẫy đà, tóc tuy có bạc, sợi rụng ít nhiều mà sao trông cổ vẫn còn mặn mà hết sức; vẫn nói cười cởi mở, vẫn mần ăn buôn bán nuôi mỗi thằng con thôi, mà cũng thành ông kỹ sư này ông kỹ sư nọ. Còn đức ông chồng của cô Ba nghe nói đã nghỉ hưu mấy năm rồi, hình như mắc cái bệnh đãng trí gì đó. Nghe thiên hạ xì xầm "thằng cha cựu sĩ quan gốc núi này ở Việt Nam sức mấy mà với tới cô Ba!". Mà đụng tới sĩ quan sĩ quyết vào thời buổi chiến tranh là thím Mười trề môi: "Lấy mấy ông sĩ quan chỉ mau thành góa bụa chớ sướng ích gì". Vậy đó, chạy lạc ra xứ người cái gì cũng đổi khác hết trơn. Có điều, hổng cần biết thằng chả là ai mà quơ nhắm cô Ba là tốt số quá chừng rồi! Con Miên, ở đợ trước kia cho ông bà Chín Hiến ngồi bắt chí cho đứa con gái, lắc đầu chép miệng nói: "Thằng chả hên thiệt à nghen. Chắc kiếp trước có tu".*

Cô Ba tôi thấy quen quen. Mà thằng cha sĩ quan gốc núi tôi thấy cũng quen quen. Hình như tôi có gặp hai người này nhiều lần. Cũng có lẽ mắt tôi kèm nhèm, nhìn người nọ lộn qua người kia. Tuổi tôi, lộn là thường!

Gấp cuốn *"Có Một Thời Ở Quê Hương Tôi"* lại, thấy vui. Bạn ta một thời ca hát, một thời thơ thẩn, nay lại bắt đầu một thời văn vẻ. Bắt đầu nhưng, như Tây họ nói, là một *coup de maitre*. Chơi cú đầu đã xịn liền. Tôi khoái cái văn phong không giống ai của ông bạn lang thang hết đường núi đường

Từ trái: nhà thơ Phan Ni Tấn - nhà văn Trương Vũ - Song Thao (Montreal, 11/2012)

Nhạc sĩ Phan Ni Tấn và Song Thao (Montreal, 09/2017)

rừng tới đường sông đường nước. Lối kể tỉnh bơ, tưởng là của người đứng bên lề, nghiêng người ngó chơi, nhưng lại kẹp thêm mấy miếng tình hết sức tình vào.

Tôi đã nói tới cái tam giác đều tạo bằng hai cạnh thơ và nhạc dài ngoẵng cùng cạnh văn mới khởi đầu ngắn ngủn trong sự nghiệp văn học của ông bạn họ Phan. Nhưng hình như không phải vậy. Cái cạnh văn coi bộ cũng có thể ngang ngửa với hai cạnh trên. Tôi chờ ông bạn kéo giãn cái cạnh dưới ra cho bằng hai cạnh kia. Lúc đó sẽ có cái tam giác cân, cạnh nào ra cạnh nấy. Như một cánh diều, bay cao, bay cao!

02/2019

CẢM THEO "LIÊN HOA THI" CỦA LUÂN HOÁN

"Liên Hoa Thi" là tập thơ mới nhất của ông nhà thơ Luân Hoán. Bìa sách là một bông sen trắng nằm dưới khuôn mặt Đức Phật. Nghe tên sách, nhìn hình bìa, biết ngay là tập thơ…chùa.

Lạ! Ông Luân Hoán, theo tôi biết, chuyên môn đứng trước cửa chùa sao bây giờ lại có nguyên một tập thơ chùa. Bạn đã tặng sách, cũng phải vào coi, xem chùa của ông Luân Hoán ra sao.

> *nhớ mẹ cha từng nhắc*
> *sống nhân cách là tu*
> *ngôi chùa to lớn nhất*
> *đó chính là cuộc đời*

Có vậy chứ. Chùa của nhà thơ quả có khác. Tôi cũng nghĩ như ông bạn thi sĩ. Ngôi chùa to lớn nhất chính là lòng chúng ta. Thế giới chúng ta sống đang loạn chùa. Chùa lớn chùa nhỏ. Chùa nhỏ nhiều hơn nhưng hình như chùa nào cũng muốn thành chùa lớn. Tôi đã từng đi vãn những cảnh chùa lớn bất thường. Như một thế giới nguy nga nhiều màu sắc, đi mỏi chân cũng không khắp. Tính tôi vốn ưa cà rỡn, có lần đã nói với một ông bạn: "Chùa lớn như thế này chắc Phật cũng đi lạc!". Mà đã có Phật đi lạc thiệt. Tôi dẫn ông bạn tới một tượng Phật, phía dưới có đề: "Phật Di Lạc"!

Cà rỡn như vậy có vẻ phạm thượng nhưng chắc Phật Di Lạc cũng biết bông đùa.

LUÂN HOÁN
LIÊN HOA THI
NHÂN ẢNH
2019

từ Nam Thiên Trúc sinh ra
một đấng Di Lạc rất là vô tư
ngoài tâm địa rất hiền từ
Ngài luôn có vẻ như dư nụ cười.

Đó là Phật Di Lạc dưới con mắt ông Luân Hoán. một ông Phật ngồi bệt dưới đất, phơi bụng với một nụ cười không bao giờ dứt. Phật đã ngồi bệt dưới đất nên ông Luân Hoán cũng cà rỡn: *"biết tính Ngài thích làm thơ / ước gì thù tạc tình cờ biết đâu"*.

Phật của ông Luân Hoán rất cõi người, rất dễ thương. *"không dám mời Phật vào thơ / nhưng chắc Ngài đến đang sờ đầu tôi"*.

Phật tại chùa, trên bàn thờ, ngồi giữa khói hương nghi ngút, giữa ánh nến lung linh, trông rất xa cách nhưng Phật chính ra rất gần gũi. Kinh Pháp Hoa ghi: "Ta là Phật đã thành, các người là Phật sẽ thành". Ai cũng có thể thành Phật được cả nếu có Phật tánh.

Trong chùa có 18 ông La Hán nhưng ông Luân Hoán nhìn ra có tới 19 ông. Ông Luân Hoán, giống tôi, đều có bệnh về mắt, nhưng tôi nghĩ ông không nhìn lộn.

vị La Hán mười chín
chưa được đời biết danh
không chừng tôi hay bạn
khéo tu có thể thành.

Không chừng ông Luân Hoán thành Phật, không chừng tôi cũng thành Phật, không chừng bạn cũng thành Phật. Tôi đọc được trong *website* "Tâm An Lạc" lời khuyến khích mọi người thành Phật: *"Đức Phật vốn là một người bình thường* như bao con người khác. Người vẫn đi, đứng, nằm, ngồi, ăn cơm, đi vệ sinh... nhưng Phật là người đã hoàn toàn giác ngộ hay tỉnh thức, còn chúng sinh vẫn còn đang phập phồng giữa giác và mê, nhưng khi chúng sinh thực tập và giác ngộ, chúng sinh sẽ thành Phật. Phật không có quyền năng ban bố, thưởng phạt chúng sinh mà Phật chỉ là Phật, người đã thành tựu đạo quả do tự mình tu tập, tự mình chứng ngộ. Chúng sinh cũng vậy, nếu biết buông bỏ những đòi hỏi của bản thân quay về bản chất thanh tịnh của chính mình, chúng sinh sẽ thành tựu giống như vậy. Trong vũ trụ có hằng hà sa số đức Phật và vị Phật nào cũng chỉ dạy duy nhất một cách là hành trì thoát khổ, tìm hạnh phúc chân thật trong hiện tại".

Phật hiện diện tá lả mọi nơi như vậy, nhìn quanh ta chắc có Phật bên mình. Tiểu truyện "Pho Tượng và Tấm Lòng" ghi như sau: *"Như mọi ngày, hai ông bà cùng đi dạo một vòng, đi hóng mát buổi tối cho tiêu cơm trước khi đi ngủ. Đấy là thói quen của hai cụ từ nhiều năm nay. Trời tuy đã chập tối nhưng vẫn còn đủ sáng để cụ ông nhìn thấy vật gì nằm ngay dưới đất bên lối đi của mình. Cụ ông cúi xuống nâng lên và thấy một khối đất trông giống như một tượng Phật. Cụ ông chỉ cho cụ bà xem. Cụ bà cầm lấy trên tay và mang đặt cung kính ở tảng đá ngay ngã ba đường, miệng lẩm bẩm nói: mang tội chết. Trước khi quay đi cụ bà còn cung kính chắp tay vái tượng ba bái. Rồi ngày hôm sau, kẻ qua người lại, có người dừng lại chỉ để ngắm một vật lạ, có người gật gù mỉm cười, có người chắp tay vái. Cục đất sình hôm qua bây giờ đã thành một tượng Phật, và người ta lạy. Nghĩ xem họ lạy ai? Không ai lạy cục đất cả, người ta chỉ *lạy tượng. Mà tượng mới chiều qua cũng chỉ là cục đất. Vậy Phật ở đâu? Hay Phật ở trong tâm người lạy? Cục đất chưa khô hẳn kia cũng chỉ là một biểu tượng".*

Cục đất đã có thể là Phật thì (xin lỗi!), bãi phân cũng có thể có Phật tính. Trong một giờ dậy Triết Đông của Giáo sư Nguyễn Đăng Thục tại giảng đường Đại Học Văn Khoa Sài Gòn khi tôi theo học, ông nói: "Cục cứt bên đường cũng là Phật" khiến đám sinh viên chúng tôi dội. Khi đó chúng tôi chưa ngộ nên sốc, thực ra đó chỉ là một công án của Hòa Thượng Vân Môn. Một vị tăng hỏi: "Phật là gì?". Ngài trả lời : "Que cứt khô!".

Tôi không là Phật tử nhưng thích chưng tượng Phật trong nhà. Phật đứng Phật nằm trên tủ sách của tôi. Ngắm tượng, tôi thấy lòng bình thản, yên ắng, mọi thúc phọc của cuộc sống dường như biến mất. Như vậy tôi vẫn phải dựa vào tượng để ru lòng. Lòng tôi vẫn chưa định. Khi định thì tượng ở trong lòng. Như câu của các nhà thiền: *"Khi chưa học đạo thấy núi là núi, sông là sông. Học đạo một thời gian thấy núi không phải là núi, sông không phải là sông. Học và hiểu đạo rồi lại thấy núi là núi, sông là sông!".*

Thiền của ông Luân Hoán cũng vậy:

> *quỳ chân thiếp giữa thiền đường*
> *lơ mơ gặp Phật như tuồng rất thân*
> *bàn tay Phật nhẹ nhàng nâng*
> *tôi lên lưng ngọn bạch vân bay hoài*
> *chẳng gặp ai, chẳng thấy ai*
> *chỉ nghe thoảng tiếng thở dài của tôi*

Ông Luân Hoán cũng như tôi, dù có dốc lòng thiền, vẫn

bị cuộc đời níu kéo. Có chăng là có những giây phút lắng hồn xuống để rồi lại thả lòng lên. Lòng ông Luân Hoán muôn đời vẫn hướng về những trái thơm tho ngọt ngào của cuộc sống. Như đã từng. Như vẫn từng.

> *dựa vách chùa ngồi làm thơ*
> *muốn đem hơi đạo nhập vào đời chơi*
> *Phật học tuy chẳng trên trời*
> *nhưng không thấu hiểu đành thôi vẽ trò*
> *định dựa lời kinh vòng vo*
> *thêm bớt chút ít thành thơ chân thiền*
> *bất tài cộng với vô duyên*
> *câu chữ chỉ lộ cái ghiền yêu em*

Khi về với em, ông Luân Hoán mới đích thị là ông Luân Hoán. Em như một đóa *liên hoa*!

04/2019

QUÀ

Trong thời gian vừa qua, tôi đã nhận được hai món quà quý: một bài thơ của Luân Hoán và một tranh chân dung của Đinh Trường Chinh, thứ nam của họa sĩ Đinh Cường.

Hai món quà đầy ắp thân tình làm tôi rất cảm động. Cám ơn hai bạn, một trẻ và một không còn trẻ, đã cho tôi những giây phút lâng lâng của đồng cảm giữa những người làm văn chương nghệ thuật.

TẶNG SONG THAO
**Luân Hoán*

chưa nửa vòng trái đất
cũng lưng lưng góc trời
chân mang giày số sáu
ham chơi thành biết chơi

cát biển tặng bài học
di tích dạy bình tâm
ngay trong từng hạt bụi
đầy ắp những thâm trầm

đi đương nhiên là sống
nhiều hơn ngồi hay nằm
viết cũng cần như nói
một cách bày nội tâm

nhà văn
Song Thao

văn tài tạo văn nghiệp
văn nghiệp tạo quý danh
trên rất nhiều tủ sách
sơn nhẹ nhàng thành tranh

mai mù sương Đà Lạt
nhớ Hà Nội mưa mềm
chưa biết yêu chưa biết
những màu nhiệm riêng em

tiếng chuông chùa Thiên Mụ
chung đường về nhà thờ
túi quần sang túi áo
bài văn thế câu thơ

06/2019

Thầy CHƯƠNG

Bài viết về người thầy thân quý này là bài viết đầu tiên của tôi tại hải ngoại, vào tháng 2/1991. Tôi qua định cư tại Canada vào tháng 6/1985, cơm áo thời ngơ ngác nơi xứ người đã giữ rịt cây bút của tôi hơn 5 năm. Tới năm 1991, tạm ổn cuộc sống, chữ nghĩa mới quay lại với tôi. Không biết tại sao hồi đó tôi lại viết về thầy Vũ Hoàng Chương để khai bút tại hải ngoại. Có lẽ trong thâm tâm tôi luôn nghĩ chính thầy là người khai nguồn cho tôi lậm vào văn chương chữ nghĩa.

Mới đây, tháng 2/2019, tôi qua Quận Cam, gặp lại anh bạn đồng môn thời đó, nay là Tiến sĩ Trần Huy Bích, người mà tôi gọi đùa là nhà "Vũ Hoàng Chương học". Anh là người rất thân cận với thầy Chương thuở đó và nay là người giữ gìn và xiển dương sự nghiệp văn thơ của thầy. Anh Bích là người có trí nhớ phi thường, nhớ được cả những câu thơ thầy chép cho từng học trò từ 55 trước. Nói chuyện với anh Bích, tôi thấy bài tôi viết về thầy còn nhiều thiếu sót nên khi quay trở lại Montreal, tôi nhuận sắc lại cho đầy đủ. Bài dưới đây là bài đã nhuận sắc.

*

Cứ như suy nghĩ thông thường thì một thi sĩ phải có bộ điệu bất cần đời, ăn mặc phải lôi thôi lếch thếch một chút cho có vẻ khác người. Niên học 1955-1956 tôi học lớp Đệ Nhị ban Văn Chương tại trường Chu Văn An Saigon. Giáo sư môn Văn Chương Việt Nam là thi sĩ Vũ Hoàng Chương.

Giờ Việt văn đầu niên học, chúng tôi hồi hộp chờ đợi xuất hiện bóng dáng "phong sương" của thi hào nổi tiếng họ Vũ. Nhưng người bước vào lớp chẳng như chúng tôi chờ đợi mà là một nhân vật ăn mặc chải chuốt như một chính khách. Không, phải nói như một nhà ngoại giao chuyên nghiệp mới đúng.

Áo sơ mi lụa màu mỡ gà. Quần nâu với hai đường li thẳng tắp. Giầy da nâu bóng loáng. Mũ phớt màu nâu nhạt. Và một chiếc cà vạt màu nâu hồng có điểm những nụ hoa nhỏ xíu màu hồng nhạt. Màu sắc từ trên xuống dưới ăn khớp với nhau một cách rất nghệ thuật. Như một bức họa. Chưa hết. Một chiếc kẹp cà vạt mạ vàng cùng với một cặp nút cài măng sét làm cho bộ quần áo thêm phần "vương giả". Không phải chỉ trong buổi dạy "ra mắt" học sinh thầy Chương của chúng tôi mới diện như vậy. Trong suốt năm học lúc nào thầy cũng chải chuốt một cách lạ thường. Những ngày nóng bức nhất cũng không làm chiếc cà vạt rời khỏi cổ thầy. Những ngày se lạnh chỉ thêm dịp cho thầy đóng nguyên một bộ đồ lớn loại sang.

Phải công nhận là thầy Chương có "gu" ăn mặc. Màu sắc luôn luôn hài hòa mát dịu. Thầy nổi bật trong phòng giáo sư hồi đó với phong cách rất mực phong lưu. Luôn luôn từ tốn, lịch sự nhưng không mất đi vẻ thân mật đối với các giáo sư khác cũng như đối với học sinh. Nét phong lưu còn rõ ràng hơn khi thầy ngồi ngất ngưởng trên xích lô đạp tới trường. Thầy là giáo sư duy nhất tới dậy học bằng xích lô đạp hàng ngày.

Ông xích lô đạp chắc không phải cố gắng nhiều khi chở

trên xe một ông khách có sức nặng khiêm nhượng như thầy Chương. Người thầy mỏng lét. Bộ ngực lép kẹp được chúng tôi gọi là ngực...Oméga. Oméga là tên một loại đồng hồ đeo tay có đặc điểm là bề dày của nó rất mỏng. Càng mỏng càng đắt tiền. Ngực Oméga không phải là ngực "đắt tiền" nhưng là loại ngực mỏng của người thiếu sức khỏe. Nước da trắng xanh cùng với khuôn mặt gầy gò rất nhiều vết nhăn quanh miệng và quanh hai khóe mắt chứng tỏ điều đó. Nghe nói là thầy làm bạn với nàng tiên nâu nhưng chúng tôi không tìm thấy ở thầy những dấu hiệu của một người ghiền. Cặp môi không thâm và không có điệu bộ như một cặp môi đón dọc tẩu, dáng người không so bại, quần áo không lếch thếch dơ dáy và người không tỏa ra mùi khét lẹt. Chỉ có cặp mắt hơi lim dim nhưng là cái lim dim của một thi sĩ thoát tục hơn là cái lim dim mệt mỏi của một tiên ông.

Nhưng thực ra thầy cũng chẳng dấu cái tình bạn với ả Phù Dung của thầy. Tết năm đó một nhóm trong lớp gồm sáu anh em mặn mòi với văn chương tới nhà tết thầy. Nhà thầy ở trong một ngõ hẻm. Những chiếc xe đạp của đám học trò chúng tôi phải loay hoay mãi mới nằm được gọn gàng bên vách nhà mà không cản trở lưu thông trong ngõ. Cửa nhà vừa mở là mùi trầm đã ngạt ngào bay ra. Ánh sáng trong nhà yếu đuối vàng vọt. Chúng tôi lặng lẽ bước vào như đi hành hương. Như có một cái gì thật nghiêm trang bao quanh chúng tôi. Thầy lên tiếng bảo chúng tôi vào. Chúng tôi e dè kéo ghế chia nhau chỗ ngồi. Ghế không đủ cho đám khách đông đảo, chúng tôi phải ngồi bớt trên giường. Giữa thầy với chúng tôi là một bộ bàn đèn. Ngọn đèn dầu lạc còn leo lét cháy. Mùi thơm thuốc phiện phảng phất quanh nhà. Thầy mặc chiếc áo màu đà có khuy cài bên như kiểu áo dài. Áo buông ngang đầu gối. Một chiếc quần dài cũng màu đà.

Trông thầy như một bậc tu hành ở chốn thiền môn. Chỉ khác là thầy có mái tóc hoa râm dài rẽ ngôi ngay chính giữa làm cho khuôn mặt thầy vuông vức sắc cạnh.

Một anh đại diện anh em đứng dậy chúc tết và trình thầy mấy món quà tết nho nhỏ. Một lọ trà, một hộp bánh, một túi trái cây. Thầy nhận và kêu cô ra. Cô vén chiếc màn bằng vải hoa ngăn đôi phòng khách với phòng trong ra chào hỏi chúng tôi, nói dăm ba câu chuyện, bầy lễ tết lên bàn thờ rồi rút vào phòng trong. Thầy bảo chúng tôi rót nước trà uống.

Thầy trò đàm đạo như bạn bè về thi ca. Thầy nói ròng rã về những trào lưu thi ca ở Pháp. Câu chuyện xoay về với thực tại. Cái tết nóng nảy ở miền Nam. Tết mà không có xuân. Thầy trò quay về với cái tết miền Bắc, nơi mà những kỷ niệm còn mượt mà trong trí tưởng. Không khí xuân ở chốn quê hương xa xăm đó sao mà tuyệt diệu. Thầy trò nhắc tới những ngày xuân cũ bằng những lời bàng bạc nuối tiếc. Nửa năm cơm gạo miền Nam chưa làm dịu được nỗi niềm xa xứ. Nỗi xót xa được nhắc nhở mỗi ngày khi thầy trò phải đi cổng sau vào học nhờ trong một căn nhà lầu cũ của trường Pétrus Ký.

Chúng tôi ngỏ ý cáo từ để thầy nghỉ thì thầy khoát tay bảo chúng tôi ngồi lại. Thầy lấy mực và một xấp giấy đỏ ra để tặng chữ kỷ niệm. Không khí vui nhộn hẳn lên. Chúng tôi lật những tập thơ của thầy ra tìm những câu thích nhất để xin thầy viết. Có được những câu thơ ưa thích do chính tác giả viết phải là một kỷ vật thích thú lắm chứ. Nhưng có anh lại xin thầy một câu đối chữ Hán. Những ông đồ non này bảo là có đôi câu đối với nét chữ bay bướm như vậy treo trong nhà ngày tết thì có lý vô cùng. Thầy chỉ khẽ mỉm cười vung tay viết ra những chữ đẹp như vẽ. Chỉ cần nhìn vào nét chữ cũng đủ thấy cái tài hoa khôn sánh của thầy. Mỗi chữ lững lờ như tiềm tàng niềm ngây ngất ẩn dấu. Thấy chữ như buông thả mà trong chữ dường như có tâm sự riêng.

Tôi chẳng có thể nhớ được những câu thơ thầy viết cho chúng tôi bữa đó. Nhất là nhiều câu thầy cho bằng chữ Hán, thứ chữ mà tôi ăn đong! May sao, trong dịp tết Kỷ Mùi 2019 vừa qua, tôi qua Cali ăn tết và gặp anh Trần Huy Bích, người đã dẫn "phái đoàn" chúng tôi tới tết thầy năm đó. Anh Bích, nay là Tiến Sĩ Trần Huy Bích, là người có trí nhớ dai khủng khiếp lại thông thạo Hán tự, còn nhớ được những con chữ thầy tặng từng người hồi đó.

Nói về quà của tôi trước. Bữa đó tôi đi cùng với người em ruột là Tạ Trung Dũng, hiện sống ở Novato, được thầy tặng mỗi người hai câu chữ Hán:

Hứng hàm nộ kiến bôn Tần lộc
Khúc bãi kinh văn khắp Nhị hà

Và hai câu tiếp:

Tri bất tri hề tang hải khách
Cố viên thùy tảo dạ lai hoa?

Đó là bốn câu chót trong bài bát cú "Đăng Lâu" của thầy. Sau này, bài thơ được in trong tập "Hoa Đăng", xuất bản tại Sài Gòn năm 1959, và được thầy dịch như sau:

Hứng lên giận ngắm hươu Tần chạy

Ngâm dứt ghê nghe sóng Nhị cuồng
Hoa rụng đêm nào, ai có biết
Quê nhà ai quét mảnh vườn tuông?

Anh Phạm Công Bạch, đã mất tại San Jose, được hai câu thơ tức cảnh. Mấy ngày trước, báo chí Sài Gòn loan tin ngoài Bắc rất lạnh, có tuyết trên núi cao. Căn nhà mái tôn, rất nóng của thầy lại có chậu cúc đại đóa đón tết. Thầy tức cảnh sinh tình viết cho anh Bạch hai câu:

Bắc tái vân hành xuân hữu tuyết
Sài đô nhật noãn cúc sinh yên
(Ải Bắc mây đi, mùa xuân có tuyết
Sài đô ngày nóng, hoa cúc bốc khói)

Hai câu thơ sau, anh Trần Huy Bích không nhớ rõ thầy tặng cho anh Phạm văn Quảng, hiện sống tại Toronto, Canada, hay anh Đào Trường Khánh, hiện sống tại Sài Gòn.

Thiên biên hốt báo lai phương tín
Xạ khởi Cô Tô dạ bán sầu

Hai câu này là thơ của thầy trong bài tứ tuyệt "Khởi Sầu", sau được in trong tập "Rừng Phong".

Hai câu trước là:

Bất hứa trần thanh nhập ngọa lâu
Mộng trung hợp phố chính hoàn châu

Thầy dịch cả bài ra thể lục bát như sau:

Bên trời vắng báo xuân sang
Giữa khi Hợp Phố mơ màng về châu
Gác nằm hiu quạnh bấy lâu
Nửa đêm chợt nổi cái sầu Cô Tô.

Anh Trần Huy Bích, được bạn bè đặt cho xước danh

"thầy đồ" vì anh thông thạo chữ Hán, thầy cắc cớ không cho thơ chữ Hán như mọi người mà lại viết cho hai câu:

Sông đỏ còn loang dòng máu giặc
Hồ xanh chưa tắt ánh gươm thần

Anh Bích có vẻ không vui. Nhưng thầy rất thâm thúy. Khi đó, lớp Đệ Nhị C chúng tôi vừa hoàn tất một giai phẩm xuân mang tên "Hoàn Kiếm" được in *ronéo* nhưng chúng tôi trần thân chơi trội in màu đàng hoàng. Mỗi trang báo, nếu in chữ đen không thì chỉ cần quay một lần, nhưng in màu thì phải quay máy tới hai lần. Lại phải đánh máy và vẽ trên giấy *stencil* thành hai bản, canh cho ăn khớp với nhau. Mỗi khi đổi màu in, chúng tôi phải hì hục rửa máy bằng cồn. Ngày đó chúng tôi rất tự hào về công trình này. Anh Bích là "chủ bút", thầy là "cố vấn" của tờ báo xuân thứ xịn của học trò thời đó. Câu thơ cho anh Bích: "Hồ xanh chưa tắt ánh gươm thần", thầy có ý nhắc lại cái tên "Hoàn Kiếm" của tờ báo!

Trên đường về tôi cười một mình khi thấy sao mà cảnh tết thầy vừa rồi giống như cảnh tết thầy của một thời xa lắc xa lơ khi các cụ đồ nho ngồi dậy học được coi như những bậc quân tử được mọi người bái phục kính nể. Sự so sánh lẩm cẩm này làm nẩy sinh ra một câu hỏi. Vì sao thầy lại có một chỗ đứng riêng biệt trong lòng chúng tôi như vậy? Bởi vì chúng tôi mến mộ thi tài của thầy? Bởi vì chúng tôi quí trọng tư cách của thầy? Bởi vì chúng tôi yêu mến thầy? Bởi vì chúng tôi xót xa cho sức khỏe của thầy? Bởi vì chúng tôi trân trọng cố gắng truyền đạt kiến thức của thầy? Có lẽ phải cộng tất cả những cái "bởi vì" này mới có một câu trả lời tạm đầy đủ.

Đặc biệt danh cho các giáo sư là nghề của chúng tôi hồi đó. Thầy Vũ Khắc Khoan nổi tiếng nghiêm khắc, lớp học trong giờ thầy im phăng phắc như một nguyện đường. Thầy có đôi mắt to và sắc sảo lạ thường. Chúng tôi đặt cho thầy biệt danh "Cú Vọ". Thầy Bùi Đình Tuyên dậy Vạn Vật hay kể chuyện nhảm nhí làm chúng tôi nín thở ngồi nghe. Ưa thì ưa lắm nhưng cũng tặng cho thầy hỗn danh...Tề Tuyên! Thầy Nguyễn Văn Lộc dậy Anh Văn người ốm yếu, tay chân lêu nghêu loạng quạng nhưng lúc nào cũng lên gân làm điệu bộ mạnh bạo ngang tàng được chúng tôi cảm hứng từ tên một viên tướng thời Quang Trung đặt cho cái tên "Đô Đốc Lộc". Thầy Giám thị Tự đi đôi giầy để da mới tinh mỗi lần vào lớp là khua lóc cóc inh ỏi được tặng cho biệt danh "Tây Gỗ".

Trong khung cảnh "nguy hiểm" như vậy mà thầy Chương không có một biệt danh nào cả kể cũng là một sự lạ. Chúng tôi không nỡ hay không dám? Có lẽ cả hai. Chúng tôi vừa thương vừa kính thầy. Thầy thật gần gũi nhưng cũng thật cao xa.

Chương trình Việt Văn lớp Đệ Nhị ban Văn Chương hồi đó, ngoài phần thơ văn thế kỷ 19, còn có phần thơ mới. Đây là phần lý thú nhất của cả thầy lẫn trò. Những nhà thơ trong thời kỳ này từ Xuân Diệu, Huy Cận, Thế Lữ đến Đinh Hùng, Anh Thơ, Vũ Đình Liên...đều là bạn hoặc những người thầy quen biết. Những bài giảng vì vậy đã vượt ra ngoài khuôn khổ một bài giảng giáo khoa. Những bài thơ trữ tình, diễm tuyệt đã tạo dịp cho thầy quay về với tuổi trẻ của thầy. Chúng tôi đã chứng kiến một thầy Chương sôi nổi, lãng mạn, tha thiết với thơ văn của bạn hữu. Những kỷ niệm tràn ứ trong thầy tỏa ra thành những lời giảng trau chuốt, mặn mà, đầy xúc cảm. Xuân Diệu không phải chỉ là một Xuân Diệu gói kín trong thơ mà là một Xuân Diệu cuồng nhiệt, vội vàng, đam mê như đang đứng trước chúng tôi. Đinh Hùng cũng thoát ra ngoài những khuôn chữ để trở nên một con người sống động, tình tứ trong những lời nói đam mê xúc động của thầy. Và rồi những thơ của Thế Lữ, Văn Cao, Huy Cận...đều có xương, có thịt, có máu qua những lời giảng miên man đầy ắp hoài niệm của thầy.

Thầy đi quanh lớp bằng những bước chân nhẹ nhàng, đầu nghểnh cao, mắt xa vắng, giảng bài bằng cái giọng nhừa nhựa thanh thanh. Có những lúc mắt thầy như nhắm hẳn lại, đầu lắc lắc từng chặp. Những lúc đó thầy như thoát hồn bay về một trời thơ nào đó. Thầy say thơ. Thầy ngâm thơ như một người đồng thiếp. Như không còn thầy. Như không có trò. Như không phải là một lớp học. Chỉ có một cõi thơ lồng lộng bát ngát. Chúng tôi cũng thấm thơ. Vô cùng nồng nàn là những giòng thơ đất Việt. Chỉ có tiếng chuông báo hết giờ học mới có thể kéo thầy trò ra khỏi cơn mê văn chương.

Nhưng khi thầy Chương giảng thơ Vũ Hoàng Chương thì thầy lại có một phong thái khác hẳn. Có một cái gì sường sượng nơi thầy. Thầy như cố tách rời cái ông thi sĩ họ Vũ ra khỏi cái ông giáo sư họ Vũ đang đứng trước mặt chúng tôi. Để nói về cái ông thi sĩ họ Vũ thầy dùng ngôi thứ ba. Tác giả viết thế này, thi sĩ viết thế kia...Làm như chẳng có gì dính dáng tới thầy cả. Sự "từ chối bản ngã" đó lúc đầu làm chúng tôi ngỡ ngàng nhưng khi quen rồi thì thấy có cái gì là lạ ngộ nghĩnh. In tuồng như thầy đang chơi trò trốn tìm với thi sĩ họ Vũ. Giọng thầy cố gắng làm như xa cách nhưng tâm hồn thầy như muốn trở lại với những giây phút cầm bút viết nên những vần điệu đang được giảng dậy. Thi tài của thầy đặt thầy vào một tình huống hơi éo le. Và thầy phải vất vả với sự chèo kéo của đôi bên.

Nhưng khi thầy ngâm thơ của thầy thì lại là chuyện khác. Giọng ngâm của thầy tha thiết hơn bao giờ hết. Hồn thơ năm cũ như vất vưởng trong giọng ngâm tạo nên niềm hứng khởi lạ lùng. Thầy trò như hòa tan trong nhạc điệu của thơ. Tôi còn nhớ như in giọng say sưa cuồng nhiệt của thầy khi ngâm bài "Tối Tân Hôn" trong đó có những câu:

Gió bỗng đổi chiều trên táp xuống
Nặng trĩu hai vai nàng cố gượng
Thắt vòng tay ghì riết lưng ta
Nhưng luồng run chạy khắp thịt da ngà
Run vì sợ hay vì ngây ngất?
Ta chẳng biết nhưng rồi ta chóng mặt
Toàn thân lạnh ngắt!
Thuyền chìm sâu sâu mai bể hư vô
Mà hương ngát đâu đây còn phảng phất
Mà bên tai đàn sáo vẫn mơ hồ

Ngửa trông lên cung Quế tít mù xa
Dần dần khuất
Dưới chân ta
Thuyền mây sóng lật
Không gian vừa sụp đổ chung quanh
Một trời đêm xiêu rụng tan tành

Dư hưởng yếu từng giây
Dư hương dần loãng nhạt
Trong tay níu đôi thân liền sát
Nhè nhẹ rơi vào lớp sóng khinh thanh

Sao lìa ngôi, phương hướng ngã bên mình
Cơn lốc nổi!
Đàn tiên thôi gọi
Âm thầm xa bặt tiếng tiêu
Những mê man say uống miệng người yêu
Ta cũng như nàng,
Cảnh mộng chốn bồng lai đâu nhớ tới.

Hai xác thịt lẫn vào nhau mê mải
Chút thơ ngây còn lại cũng vừa chôn
Lúc tỉnh dậy bùn nhơ nơi hạ giới
Đã dâng lên ngập quá nửa linh hồn!

Vừa ngâm xong thầy nhỏ nhẹ "tự thú" là khi làm bài thơ này thi sĩ chưa hề biết đàn bà! Thỉnh thoảng thầy vẫn tiết lộ cho chúng tôi những điều bất ngờ như vậy. Một lần khác thầy ngâm bài thơ "Say đi em" vẽ ra một cách sống động khung cảnh một vũ trường:

Bốn tường gương điên đảo bóng giai nhân
Lui đôi vai, tiến đôi chân
Riết đôi tay, ngả đôi thân
Sàn gỗ trơn chập chờn như biển gió,
Không biết nữa, màu xanh hay sắc đỏ
Hãy thêm say, còn đó rượu chờ ta

Bốn học sinh của thầy Chương năm Đệ Tam ban Văn Chương, Chu văn An, niên khóa 1954-1955: Trần Huy Bích, Tạ Trung Sơn, Nguyễn Tiến Đức, Trần Minh Công. (Santa Ana, 02/2019)

Nghe xong chúng tôi nghĩ thầy là một khách sành điệu rất từng trải trong chốn ăn chơi. Nhưng thầy thản nhiên "phụ đề": khi làm bài thơ này tác giả không hề biết khiêu vũ!

Chốc đó mà bốn chục năm đã trôi qua. Kiểm điểm lại trong đám chúng tôi chỉ có hai người theo nghiệp của thầy. Anh Nguyễn Thiệu Hùng bút hiệu Mai Trung Tĩnh và anh Lê Đức Vượng bút hiệu Vương Đức Lệ. Hai anh đã in chung tập thơ "40 bài thơ Mai Trung Tĩnh và Vương Đức Lệ" và tập thơ này đã đoạt giải thưởng Văn Chương Toàn Quốc năm 1961.

Cả hai anh đều đã bị Cộng Sản đầy ải trong ngục tù tại Saigon cùng với một số nhà văn nhà thơ khác trong nhóm

"Diễn Đàn Tự Do" của Giáo Sư Đoàn Viết Hoạt. Anh Mai Trung Tĩnh được thả năm 1994 mang bệnh tim, mù một mắt và sưng gan do hậu quả của những năm lao tù. Ngày 7 tháng 6 năm 1995, anh cùng vợ và hai con đã tới Hoa Kỳ và mất tại Virginia vào lúc 2 giờ sáng ngày 20 tháng 2 năm 2002 vì di chứng của những bệnh cũ. Anh Vương Đức Lệ cũng sang được Hoa Kỳ rất muộn, nhiều năm sau khi thoát khỏi lao tù. Anh cũng đã mất vào ngày 20/1/2008 tại Virginia, Hoa Kỳ. Tôi nghĩ tới thầy với những ngày lao tù bệnh tật dưới chế độ Cộng Sản, nghĩ tới cái chết tức tưởi của thầy vào ngày 9 tháng 6 năm 1976, chỉ ít ngày sau khi được thả vì quá đau yếu. Cả thầy lẫn trò đều chung nỗi truân chuyên của những khách văn chương gặp cơn gió chướng.

02/1991
Nhuận sắc: 05/2019

CHU VĂN AN

(Bài nói chuyện trong buổi họp mặt Chu Văn An, ngày 4/5/2019 tại Montreal, Canada)

Kính thưa Quý Vị quan khách,

Thưa các đồng môn,

Tôi có một anh bạn vong niên, hơn tôi 8 tuổi. Chúng tôi gặp mặt nhau lần đầu tiên khi tôi qua San Jose, tới thăm anh trong thân tình vì cùng hoạt động văn học nghệ thuật. Đó là nhạc sĩ Vũ Đức Nghiêm mà chắc nhiều vị ở đây cũng quen biết hoặc nghe danh. Anh là tác giả bài nhạc nổi tiếng "Gọi Người Yêu Dấu". Qua câu chuyện, tôi được biết anh học trường Bưởi và anh biết tôi học Chu Văn An. Từ đó câu

chuyện vồn vã hẳn lên. Khi tôi về lại Montreal, anh điện thoại thường xuyên trong một thời gian dài. Anh mất cách đây gần hai năm, vào tháng 7 năm 2017, thọ 87 tuổi.

Tôi ít biết về trường Bưởi của anh Vũ Đức Nghiêm. Tìm tài liệu tôi mới biết được là trường Bưởi là tên nôm na của trường Bảo Hộ (Lycee du Protectorat), được thành lập vào năm 1908. Tất cả các vị Hiệu Trưởng đều là người Pháp. Vị Hiệu Trưởng cuối cùng là Giáo sư Antoine Perucca. Tới ngày 9/3/1945, trường bị giải thể sau khi Nhật đảo chánh lật đổ thực dân Pháp. Trường Bảo Hộ được đổi tên thành trường Chu văn An, bắt đầu hoạt động từ ngày 12/5/1945. Dân chúng thường gọi nôm na là trường Bưởi theo địa danh của trường.

Niên trưởng Vũ Đức Nghiêm nhập học lớp Đệ Thất vào năm 1944 khi được 14 tuổi. Anh học ban Cổ Văn Viễn Đông. Cái tên nghe thật xa lạ. Tên chính thức bằng tiếng Pháp của ban này là *"6eme classique Oriental"*. Ngôn ngữ học tập là Pháp văn. Sinh ngữ thứ nhất là Hán văn. Việt văn chỉ là sinh ngữ phụ. Dậy môn Việt văn là thầy Dương Quảng Hàm, tài liệu học là cuốn "Việt Nam Quốc Văn Trích Diễm". Bạn học cùng lớp với anh có Nguyễn Cao Kỳ, Phan Phụng Tiên, Nguyễn Cao Quyền, Phạm Đình Chương. Những cái tên chúng ta đều nghe danh.

Đọc những điều anh Vũ Đức Nghiêm viết trong đặc san năm 2005 của Hội Chu văn An miền Bắc Cali, tôi thấy như anh thuộc vào một thế giới khác, khác xa với Chu văn An của tôi. Tôi vào học lớp Đệ Tam, ban C tức ban Văn Chương, ngay năm đầu di cư vào Sài Gòn. Thời gian này có lẽ là bước ngoặc lớn của trường. Nếu tôi kể ra đây thế hệ Chu văn An của tôi, chắc nhiều vị nhập học sau tôi cũng thấy xa lạ. Hai vị thầy dẫn dắt trường di cư vào Nam là thầy Hiệu trưởng Vũ Ngô Xán và thầy Giám Học Vũ Đức Thận. Các giáo sư theo trường vào Nam gồm các thầy Hoàng Cơ Nghị, Bùi Phượng Chì, Vũ Lai Chương, Bùi Đình Tấn, Vũ Hoàng Chương, Đào Văn Dương, Nguyễn văn Đĩnh, Nguyễn văn Mùi, Lê văn Thu, Nguyễn Chung Tú, Cao Quang Cận, Lê văn Nhung, Nguyễn Đình Huề, Vũ Khắc Khoan, Ngô Duy Cầu, Nguyễn Hữu Lãng, Trần văn Từ, Đỗ Đăng Dụng, Vũ Quang Nghĩa và nhiều thầy khác. Niên khóa đầu tiên trong Nam, trường học nhờ nơi cơ sở của trường Petrus Ký, gồm 20 lớp. Học sinh Petrus Ký học buổi sáng, Chu Văn An học buổi chiều. Niên khóa sau, niên khóa 1955-1956, trường có trụ sở riêng tại một ngôi nhà hai tầng nằm ở phía sau trường Petrus Ký. Tòa nhà này nguyên là trụ sở của Công An Bình Xuyên, bị quân đội chính phủ của Thủ Tướng Ngô Đình Diệm đánh bật ra khỏi Sài Gòn.

Nếu thời của đồng môn Vũ Đức Nghiêm có những người thành danh như Phạm Đình Chương, Phan Phụng Tiên, Nguyễn Cao Quyền thì thế hệ Chu văn An của tôi cũng có những tên tuổi quen thuộc. Tháng 2 vừa qua, tôi qua Cali vào đúng dịp tết, có gặp lại một số bạn của lớp Đệ Tam C ngày đó, tôi đã ngồi giữa Tiến sĩ Trần Huy Bích, Đại Tá Trần Minh Công, nguyên Viện Trưởng Học Viện Cảnh Sát Quốc Gia, và Trung Tá Bùi Quyền, Thủ Khoa trường Võ Bị Liên Quân Đà Lạt, Chỉ Huy Trưởng một chiến đoàn nhảy dù khét tiếng trong những ngày cuối cùng của cuộc chiến. Cùng

Tạ Trung Sơn và Bùi Quyền.

lớp với tôi ngày đó còn có những người tôi không được gặp kỳ qua Cali này như Tiến Sĩ Nguyễn văn Canh. Cũng cùng lớp với tôi nhưng nay đã ra người thiên cổ là hai nhà thơ Mai Trung Tĩnh, Vương Đức Lệ, Tiến sĩ Trần Như Tráng và Trung Tá Phạm Công Bạch, nguyên Viện Phó Học Viện Cảnh Sát Quốc Gia. Quan văn quan võ đầy đủ, từ thế hệ nọ qua thế hệ kia. Kể ra như vậy để thấy Chu văn An là lò đào tạo ra những hào kiệt của đất nước. Tôi chỉ biết những đồng môn quanh tôi và những đồng môn của anh bạn vong niên Vũ Đức Nghiêm. Những thế hệ Chu văn An khác cũng có nhiều người tài mà tôi xin nhận thiếu sót chưa biết hết nên không thể kể ra đây.

Tôi nghĩ học sinh Chu văn An có nhiều người xuất sắc, trước hết là vì chúng ta có một dàn giáo sư tài giỏi, tận tâm và yêu thương học trò hết mực. Tình yêu thương đó đã khiến các vị bỏ hết tâm huyết ra trong việc giảng dậy. Dĩ nhiên chúng ta không hẹp hòi để chỉ nhìn thấy trường mình. Các trường khác cũng có những giáo sư yêu nghề và tận tâm như vậy. Nhưng dân Chu văn An chúng ta có hoàn cảnh không giống với những trường khác. Với cuộc di cư năm 1954, chúng ta đã bị bứng gốc. Học sinh Chu văn An chúng ta những năm đó vừa đau đáu nhìn ngược lại quê nhà, vừa ngơ ngác nơi đất lạ. Hoàn cảnh sống bấp bênh khi đó ảnh hưởng tới quyết tâm với việc đèn sách của chúng ta. Những ngày gian khổ nằm ở trại lều Phú Thọ hay chia nhau từng chỗ ngủ tại nhà hát Thành Phố như thúc dục chúng ta phải cố gắng tối đa trong hoàn cảnh mới. Hoàn cảnh đó đã hun đúc ý chí cầu tiến trong mỗi chúng ta. Ý chí đó hình như được tiếp nối trong những thế hệ Chu văn An tiếp theo, tạo thành một nếp sống và học, mang đậm nét Chu văn An.

Để nhấn mạnh thêm về nỗi xót xa mất quê hương thời gian đó, tôi xin kể một câu chuyện về nỗi đau xót trong sự mất mát này. Tết Ất Mùi, tháng giêng năm 1955, cái tết đầu tiên xa quê hương miền Bắc, một nhóm gồm 6 học sinh lớp Đệ Tam Văn Chương chúng tôi tới tết thầy Vũ Hoàng Chương tại nhà thầy. Thầy lấy một sấp giấy hồng điều ra viết tặng cho mỗi người một đôi câu đối hoặc hai câu thơ. Chữ của thầy là thứ chữ rồng bay phượng múa. Hai câu thơ thầy viết cho tôi là: *"Tri bất tri hề tang hải khách / Cố viên thùy tảo dạ lai hoa?"*. Thầy dịch ra tiếng Việt hai câu này như sau: *"Hoa rụng đêm nào, ai có biết / Quê nhà ai quét mảnh vườn tuông?"*. Còn nỗi nhớ nào ra riết hơn vậy được không?

Vị thế của trường cũng là một yếu tố tạo nên cái nét Chu Văn An. Tại Hà Nội, trường Chu văn An được coi như ngôi trường trung học đầu tiên hoàn toàn Việt Nam, sau thời bảo hộ của thực dân Pháp. Tại Sài Gòn, Chu văn An là ngôi trường di cư duy nhất có đầy đủ các lớp trung học đệ nhị cấp ngay khi tái hoạt động tại miền Nam. Cái vị trí trên trước đó khiến cho học sinh Chu văn An, qua mọi thế hệ, rất tự hào với trường của mình. Tôi nhớ, khi hiệu đoàn Chu văn An có phù hiệu riêng trên ngực áo của học sinh, chúng tôi đi đứng như người mẫu, ngực ưỡn ra phía trước, ra cái điều ta là học sinh Chu văn An đây. Niềm tự hào này được nhiều học sinh Chu văn An thuộc các thời kỳ khác nhau kể lại. Tôi xin lược thuật lại cái cảm giác thần diệu khi được là dân Chu văn An của nhiều thế hệ học sinh.

Trước hết là "cây nhà lá vườn" Đào Huy Kình. Huynh trưởng Kình đã viết như thế này trong Đặc San Bưởi- Chu văn An Montreal năm 1992: " *Một buổi chiều thu, gió heo may xào xạc thổi qua những chùm lá sấu, một rừng người vẻ mặt băn khoăn đứng đợi nghe đọc kết quả trước một tòa nhà ba tầng. Một ông tây to lớn đứng trên thềm cao, cầm danh sách đọc...Số 1 Lê giáp Độ, số 2, 3, 10, 15. Rồi 20, 30, 50, gần tới số 100 rồi chưa thấy tên mình. Rồi 120, 130, 135, 137, 138, 140, 141 Đào Huy Kình. Giật mình, sửng sốt, tôi nhảy quẫng lên vì quá mừng. Đỗ gần bét. Nhưng chẳng sao. Nay mình đã là học sinh trường Bưởi rồi! Giấc mộng của tuổi thơ đã thành sự thực!* ".

Đồng môn Nguyễn Tri Phương thi đậu vào trường Chu Văn An hồi trường ở Cửa Bắc Hà Nội đã cảm thấy quá hạnh phúc. Trong khi chờ ngày nhập học, nhà ở tận Yên Thái, cách Cửa Bắc mười hai cây số mà cứ thoắt cái là bỏ nhà ra đi, nhảy tầu điện trốn vé hoặc có khi cuốc bộ để *"chỉ trèo vào trường ngồi trên nóc hầm trú ẩn năm mười phút, ngắm sân trường vắng, ngắm ngôi nhà nghiêm, ngắm thôi rồi trèo tường ra."*

Đồng môn Nguyễn Thừa Bình, quê tại Phan Thiết, thi đậu vào Chu văn An, đã "nổ" khi về lại quê nhà sau khi coi kết quả. *"Về quê ở Phan Thiết, tôi thường cao ngạo, tự hào, huênh hoang với bè bạn mà khoe mình là "Dân Chu Văn An", là "Dân Trường Bưởi" một cách say sưa, buồn cười, lố bịch. Ở ngoải, nghe đến tên Trường Chu Văn An, ai là học sinh cũng nể, cũng kiêng, cũng dè cho nên, mình cứ lên nước, mình cứ "làm le". Nói cho cùng, có buồn cười, có lố bịch, có lên nước, có làm le đi nữa cũng chẳng sao. Bởi vì, có ai cặp sách đến trường ở Miền Nam Việt Nam lúc bấy giờ mà lại không biết đến tên tuổi của ngôi trường nổi danh, nổi tiếng nầy khắp Việt Nam Cộng Hòa, dễ gì mà vào".*

Không biết có phải vì niềm tự hào này mà học sinh Chu văn An có cái mà tôi gọi là "Chu văn An tính". Khó mà tìm ra cái chi làm nên thứ tính này? Có lẽ nó là sự tổng hợp của nhiều thứ. Tôi vốn khoái những cái dính dáng tới chuyện nghịch ngợm nên nghĩ ngay tới chuyện nghịch ngợm trước. Trong một trường học, thường có hai "giai cấp": ban giám hiệu và giáo sư một phe và học sinh một phe. Phe học sinh là phe lép vế thường bị phe kia dũa và phạt. Phản ứng lại là một hành động tiêu cực: đặt biệt danh cho phe kia. Lối phản ứng vặt vãnh này kéo dài trong nhiều thế hệ học sinh Chu văn An. Từ thế hệ đầu tại Hà Nội tới thế hệ đầu tại Chu văn An Sài Gòn. Niên trưởng Vũ Đức Nghiêm tự thú như sau: *"Dường như có một truyền thống hận thù giữa học sinh và các thầy giám thị. Các thầy giám thị thường xét nét, để mắt tới đám học sinh, nhất là các học sinh mới vào trường như chúng tôi để tìm bắt lỗi và hình phạt bằng cách cấm túc (consigné) học sinh, không cho ra phố ngày Chúa nhật hoặc ngày lễ. Để trả đũa, học sinh thường tìm cách phá giám thị, hoặc đặt biệt hiệu cho các thầy giám thị, ví dụ thầy Bình được gọi là Bình Tàu Phè, thầy Mộng Lác, thầy Thiết Bì và sau hết là thầy Tín Nghệ. Biệt hiệu này do một bạn học trong lớp 6ème E.O. đặt cho thầy vì thầy Tín nói tiếng miền Trung và nghe trọ trẹ như miền Nghệ Tĩnh"*. Thế hệ tôi không chỉ thân tặng biệt danh cho các thầy giám thị mà còn cho các giáo sư nữa. Không biết có thể coi đây như một sự tiến bộ được không? Thầy Vũ Khắc Khoan bói không ra một nụ cười, khuôn mặt nghiêm nghị với đôi mắt to và sắc được đặt cho biệt danh "Cú Vọ". Thầy Bùi Đình Tuyên dậy Vạn Vật hay kể chuyện có pha tí *sex* được gọi là "Tề Tuyên". Thầy Nguyễn văn Lộc dậy Anh văn, người khẳng khiu nhưng luôn làm ra vẻ mạnh bạo được phong là "Đô Đốc Lộc". Thầy giám thị Tự đi giầy tây khua lóc cóc inh ỏi được biệt danh "Tây Gỗ".

Ngày nay ngồi ôn lại những ngày nghịch ngợm đó, tôi nghĩ đó là một chất keo dính chúng ta lại với nhau. Như đám trẻ tùng phùng nhau, cười rúc rích với nhau, thú vị vì những chuyện tinh ma quỷ quái.

Cho tới ngày nay, mỗi lần gặp nhau, chúng tôi không bao giờ hết chuyện những ngày Chu văn An xưa. Cũng trong dịp qua Cali vào tháng 2 năm nay, tôi có tới dự buổi họp mặt mừng Tân Niên của Chu văn An miền Nam Cali. Nói là miền Nam Cali nhưng vì được tổ chức vào dịp tết, nhiều Chu văn An từ khắp nơi túa về thủ đô của người tỵ nạn ăn tết, cũng tới dự. Gặp nhau, chúng tôi quấn quýt, chuyện trò không dứt. Trên sân khấu, các hoạt náo viên, các ca sĩ muốn nói nhăng nói cuội chi, muốn hát hỏng ra sao, chúng tôi không hề biết. Miệng và tai chúng tôi còn bận bịu chuyện hơn sáu chục năm kể lại, lấy chi mà nghe văn nghệ văn gừng. Có ông đứng trên sân khấu dọa nếu không im lặng nghe ông hát, ông sẽ bước xuống, không thèm trình diễn nữa. Lời dọa như nước đổ đầu vịt, chúng tôi chẳng *care*. Ông ấy xuống thật. Mấy ông bạn đồng khóa ngày xưa nói với tôi, năm nào cũng có ông dỗi như vậy!

Nhà thơ Nguyên Sa, từng là Giáo sư dậy triết tại Chu Văn An, đã thơ: *"Gặp một bữa anh đã mừng một bữa / Gặp hai hôm thành nhị hỉ của tâm hồn"*. Thơ của Giáo sư Trần Bích Lan là thơ tình, tình yêu, nhưng vơ vào cho thứ tình đồng môn của chúng ta chắc cũng không đến nỗi khiên cưỡng. Chúng tôi đã bao nhiêu năm không thấy mặt nhau, nhị hỉ quá đi chứ. Cái chất Chu văn An trong mỗi chúng tôi như keo sơn gắn bó. Làm sao chúng tôi dứt chuyện được. Mỗi người chúng tôi mang một mảnh đời Chu văn An, phải cho chúng tôi ghép chúng lại. Từ ngày rời trường xưa, tính ra cũng trên sáu chục niên, chúng tôi đã bước qua những nẻo đường đời. Đời sinh viên, đời lính, đời tù, đời di tản, đời vượt biên, đời vất vả xóa bài làm lại nơi quê người, tôi đã bắt gặp bao khuôn mặt búng ra chất Chu văn An. Nhìn nhau đã biết là… phe ta. Nếu phải diễn tả cái chất Chu văn An trên mặt mũi ra sao, chịu, không nói ra được. Nhưng chúng ta cảm thấy. Hỏi ra thì y chang, chính chàng!

Hôm nay, chúng ta đã đi gần hết cuộc sống, đã lạc vào vùng oanh kích tự do của tật bệnh, đã đang thu vén cho hồi kết cuộc của đời người, vậy mà, cứ Chu văn An ới gọi là chúng ta có mặt. Cái chất Chu văn An đã dính cứng vào mỗi chúng ta, kết nối chúng ta với những Chu văn An khác. Tuy không cùng một lớp, không cùng một thế hệ, không cùng một địa vị, không cùng một nếp sống, chúng ta luôn luôn nhận ra những Chu văn An khác, coi nhau như ruột thịt.

Chúng ta được sinh ra trong một thời kỳ nhiễu nhương nhất của dòng lịch sử dân tộc. Biết bao nhiêu đổi thay, biết bao nhiêu chuyển dời, biết bao nhiêu vinh nhục, biết bao nhiêu khắc khoải, biết bao nhiêu quỵ ngã, biết bao nhiêu gắng gượng, biết bao nhiêu trỗi dậy, khiến chúng ta như đã sống hơn một đời người. Mặc những đổi thay đến chóng mặt, chúng ta vẫn không lạc mất nhau. Chúng ta đã mang theo gậy gộc, xe lăn, những mái tóc ông nội ông ngoại tìm đến với nhau. Chúng ta nợ nhau những kỷ niệm về ngôi trường thân yêu. Nhìn thấy nhau, chúng ta nhìn thấy bóng dáng của nhau khi còn là những học sinh, lúc lòng trai còn tươi rói chữ Chu văn An.

Hôm nay, chúng ta quây quần bên nhau ở đây, như được trở về với mái ấm gia đình. Chỉ cần ngồi với nhau, nhìn mặt

nhau, chúng ta đã cảm thấy như sống lại cả một thời Chu văn
An cũ. Một ngày Chu văn An, một đời Chu văn An.

Xin cám ơn Quý Vị và các bạn .

05/2019

CÙNG MỘT TÁC GIẢ

Bỏ Chốn Mù Sương (tập truyện, Kinh Đô, Houston, Hoa Kỳ 1993)

Đong Đưa Cuộc Tình (tập truyện, Ngày Nay, Houston, Hoa Kỳ 1996)

Còn Đó Bóng Hình (tập truyện, Văn Mới, Los Angeles, Hoa Kỳ 1997)

Chân Mang Giầy Số 6 (tập truyện, Văn Mới, Los Angeles, Hoa Kỳ 1999)

Cuối Ngày, Một Lần Ngồi Lại (tập truyện, Văn Mới, Los Angeles, Hoa Kỳ 2001)

Bên Lưng Những Con Chữ (tập truyện, Văn Mới, Gardena, Hoa Kỳ 2003)

Phiếm 1 (Văn Mới, Gardena, Hoa Kỳ 2005)

    (In lần thứ hai - Nhân Ảnh, Toronto, 2006)

    (In lần thứ ba - Nhân Ảnh, Toronto, 2008)

Phiếm 2 (Văn Mới, Gardena, Hoa Kỳ 2005)

    (In lần thứ hai - Nhân Ảnh, Toronto, 2006)

    (In lần thứ ba - Nhân Ảnh, Toronto, 2008)

Phiếm 3 (Nhân Ảnh, Toronto, Canada 2006)

    (In lần thứ hai - Nhân Ảnh, Toronto, 2008)

Chốn Cũ (tập truyện, Nhân Ảnh, Toronto, Canada 2006)

Phiếm 4 (Nhân Ảnh, Toronto, Canada 2007)

    (In lần thứ hai - Nhân Ảnh, Toronto, 2015)

Phiếm 5 (Nhân Ảnh, Toronto, Canada 2008)

    (In lần thứ hai - Nhân Ảnh, Toronto, 2015)

Phiếm 6 (Nhân Ảnh, Toronto, Canada 2009)

    (In lần thứ hai - Nhân Ảnh, Toronto, 2015)

Phiếm 7 (Nhân Ảnh, Toronto, Canada 2009)

    (In lần thứ hai - Nhân Ảnh, San Jose, 2016)

To the Top of Whistler (tập truyện chuyển sang Anh ngữ, Nhân Ảnh, Toronto, Canada 2010)

    (In lần thứ hai - Nhân Ảnh, San Jose, 2016)

Phiếm 8 (Nhân Ảnh, Toronto, Canada 2010)

    (In lần thứ hai - Nhân Ảnh, San Jose, 2016)

Phiếm 9 (Nhân Ảnh, Toronto, Canada 2011)

    (In lần thứ hai - Nhân Ảnh, San Jose, 2016)

Phiếm 10 (Nhân Ảnh, Toronto, Canada 2011)
  (In lần thứ hai - Nhân Ảnh, San Jose, 2016)
Phiếm 11 (Nhân Ảnh, Toronto, Canada 2012)
  (In lần thứ hai - Nhân Ảnh, San Jose, 2016)
Phiếm 12 (Nhân Ảnh, Toronto, Canada 2012)
  (In lần thứ hai - Nhân Ảnh, San Jose, 2016)
Tuyển Tập Truyện Ngắn Song Thao, Tập I
  (Nhân Ảnh, Toronto, Canada 2013)
  (In lần thứ hai - Nhân Ảnh, Toronto, 2015)
Phiếm 13 (Nhân Ảnh, Toronto, Canada 2013)
  (In lần thứ hai - Nhân Ảnh, San Jose, 2016)
Tuyển Tập Truyện Ngắn Song Thao, Tập II
  (Nhân Ảnh, Toronto, Canada 2013)
Phiếm 14 (Nhân Ảnh, Toronto, Canada 2014)
  (In lần thứ hai - Nhân Ảnh, San Jose, 2016)
Tuyển Tập Truyện Ngắn Song Thao, Tập III
  (Nhân Ảnh, Toronto, Canada 2014)
Tuyển Tập Truyện Ngắn Song Thao, Tập IV
  (Nhân Ảnh, Toronto, Canada 2014)
Phiếm 15 (Nhân Ảnh, Toronto, Canada 2014)
  (In lần thứ hai - Nhân Ảnh, San Jose, 2016)
Phiếm 16 (Nhân Ảnh, Toronto, Canada 2015)
Phiếm 17 (Nhân Ảnh, Toronto, Canada 2016)
Phiếm 18 (Nhân Ảnh, Toronto, Canada 2016)
Dấu Chân Lang Bạt (Nhân Ảnh, Toronto, Canada 2016)
Phiếm 19 (Nhân Ảnh, San José, Hoa Kỳ 2017)
Phiếm 20 (Nhân Ảnh, San José, Hoa Kỳ 2017)
Phiếm 21 (Nhân Ảnh, San José, Hoa Kỳ 2018)
Phiếm 22 (Nhân Ảnh, San José, Hoa Kỳ 2019)
Phiếm 23 (Nhân Ảnh, San José, Hoa Kỳ 2019)

Nhà xuất bản NHÂN ẢNH
375 Destino Circle
San Jose, CA 95133
U.S.A.
E-mail: han.le3359@gmail.com

Liên lạc với tác giả:
TẠ TRUNG SƠN
7805 Claire Fauteux, #1
Montréal, Qc., H1K 5B6 - Canada
Điện thoại: 514-354-5338
Email: tatrungson@hotmail.com

9 781927 781845